' 'निर्भय प्रशासन' हे पुस्तक ही उत्तम व प्रभावी प्रशासनासाठी ब्ल्यूप्रिंट आहे. या नेतृत्वपद्धती सार्वजनिक व खासगी क्षेत्रांच्या सीमा ओलांडतात.'

– इंद्रा नुयी,
'पेप्सीको'च्या माजी मुख्य कार्यकारी अधिकारी

'धाडसी प्रशासन. पर्यावरण-केंद्रित नेतृत्व. किरण बेदी हे महान व्यक्तित्व या पुस्तकाच्या पानापानांतून सदैव जिवंत राहील!'

– प्रो. देबाशिष चॅटर्जी,
संचालक, आयआयएम, कोझिकोडे

आपल्या स्नेहीजनांना पुस्तके भेट द्या

'Fearless Governance' या इंग्रजी पुस्तकाचा अनुवाद

निर्भय प्रशासन

समृद्ध पुदुच्चेरी

किरण बेदी

अनुवाद
सुप्रिया वकील

मेहता पब्लिशिंग हाऊस

FEARLESS GOVERNANCE by KIRAN BEDI

Translated into Marathi Language by Supriya Vakil

निर्भय प्रशासन / अनुवादित अनुभवकथन

अनुवाद : सुप्रिया वकील

author@mehtapublishinghouse.com

मराठी अनुवादाचे व प्रकाशनाचे हक्क : मेहता पब्लिशिंग हाऊस प्रा. लि.

संस्थापक : अनिल मेहता आणि सुनील मेहता

प्रकाशक : मेहता पब्लिशिंग हाऊस प्रा. लि.
१९४१, सदाशिव पेठ, माडीवाले कॉलनी, पुणे ३०.

मुद्रक : ट्रिनिटी अॅकॅडमी फॉर कॉर्पोरेट ट्रेनिंग लिमिटेड, नऱ्हे, पुणे ४१.

मुखपृष्ठ
छायाचित्र : जॉय श्रीवास्तव

मुखपृष्ठ व
आतील मांडणी : इनटाइम रेप्रोग्राफिक्स

तांत्रिक सहाय्य : इंडिया व्हिजन फाउंडेशन

क्यूआर कोड
सपोर्ट : इन्स्टिंक्ट स्कूल अॅन्ड स्टुडिओ ऑफ डिझाइन

प्रथमावृत्ती : जून, २०२२

किंमत : ₹ ४४०

P Book ISBN 9789394258969
E Book ISBN 9789394258976
E Books available on : amazonkindle Apple Books Google Play Books

---

माताजी

श्री ऑरोबिंदो

पिता – प्रकाश पेशावरिया

माता – प्रेम पेशावरिया

पुदुच्चेरीची जनता

नियुक्ती पत्र

By virtue of the power vested in me by clause (1) of article 239 of the Constitution of India, I, Pranab Mukherjee, President of India, hereby appoint **Ms. Kiran Bedi,** to be the Lieutenant-Governor of Puducherry with effect from the date she assumes charge of her office.

Given at Rashtrapati Bhavan, New Delhi, this twenty-second day of May in the year two thousand sixteen (1st Jyaistha, 1938 Saka), in the sixty-seventh year of the Republic of India.

President of India

प्रस्तावना

पुदुच्चेरीच्या नायब राज्यपालांचे डेस्क

मला मी १२ वर्षांची असताना घेतलेला एक निर्णय आठवतोय. मला नववीत विज्ञान हा विषय हवा होता. माझ्या शिक्षकांनी ज्या विषयाचा आग्रह धरला होता तो 'हाउसहोल्ड' हा 'घर-संसार'वाला विषय मला नको होता.

म्हणून मी मागच्या गावातील -अमृतसरमधील सर्वांत प्रतिष्ठित व ख्यातनाम शाळा- सेक्रेड हार्ट- सोडली. मी बालवाडीपासून या शाळेत होते.

त्यानंतर, त्याच वर्षी मी बोर्डाच्या परीक्षेत उत्तीर्ण झाले आणि 'डबल प्रमोशन' घेत, माझ्या आधीच्या शाळेतल्या सहाध्यायींच्या आधी प्रतिष्ठित कॉलेजमध्ये दाखल झाले.

हे मी करू शकले; कारण मी धाडस केलं.

कोणतं क्षेत्र माझ्यासाठी नाही हे मी ओळखून होते. मी कधीही माझ्यावर कुठली गोष्ट लादली जाऊ दिली नाही. माझी जडणघडण झाली ती आत्मनिर्भरता व स्वावलंबन या मूल्यांच्या दिशेने. त्यामध्ये इतरांना देणे व वाटून घेणे ही जाणीवही होती. मी अगदी अपुऱ्या सुविधा किंवा त्यांचा पूर्ण अभाव यांतूनही मार्ग काढायला शिकले होते. उदाहरणादाखल सांगायचं, तर मला टेनिस खेळण्यासाठी मैदान नव्हतं, तेव्हा मी 'शॅडो प्रॅक्टिस' करायचे.

माझ्या वडिलांनी मला स्वतःचे स्वतः शिकण्याची कला शिकवली. माझ्या आईने माझ्यात निःस्वार्थी त्यागभावना व वैयक्तिक शिस्त रुजवली. मी नेहमी स्वतःला विचारले आहे - मी इतरांसाठी आणखी काय करू शकते?

मी शैक्षणिक व क्रीडा शिष्यवृत्ती मिळवून माझं पदव्युत्तर शिक्षण पूर्ण केलं. या दोन्ही शिष्यवृत्ती एकाच वेळी मिळवणारी मी पहिलीच विद्यार्थी होते.

टेनिसच्या सामन्यांसाठी बाहेरगावी जाताना मी सोबत पुस्तके घेऊन जात असे; कारण मला परीक्षेत चांगली कामगिरी करायची असे. ते माझं भवितव्य असणार आहे, हे मला माहीत होतं. मी दिवसाच्या वेळाचा पुरेपूर वापर केला; ज्ञानसंपादन व वैयक्तिक विकास यासाठी 'गव्हर्नमेन्ट कॉलेज' व 'पंजाब युनिव्हर्सिटी, चंडीगढ' मधील प्रत्येक साधनस्रोताचा शक्य तितका उपयोग करून घेतला. मला माझं ध्येय माहीत होतं... मला कुठं जायचं आहे... मला काय करायचं आहे... ते मी कसं साध्य करणार आहे, हे माझ्यासमोर स्पष्ट होतं.

मी 'भारतीय पोलीस सेवेत' अधिकारी या हुद्द्यावर जाणारी पहिली भारतीय महिला बनले. 'सेवा' ही माझी आंतरिक प्रेरणा होती, त्यामुळे मी तिथं रुजू झाले.

या सेवेत सर्व पुरुष नेतृत्वस्थानी असतात या गोष्टीनं मला काहीही फरक पडला नाही. मी या क्षेत्रात सुकाणू हाती धरू शकते हे मी जाणून होते. अगदी पहिल्या दिवसापासूनच मला माझ्या पोलिसी गणवेशात घरच्यासारखं वाटलं.

२६ जानेवारी, १९७५ रोजी दिल्लीत प्रजासत्ताक दिनाच्या संचलनात मी (माझ्यापेक्षा उंच असलेल्या) सर्व पुरुषांच्या तुकडीचं नेतृत्व केलं, त्यावेळी मी हातात तलवार घेऊन १४ किलोमीटरचा मार्ग पार केला. मी वरिष्ठ असूनही पोलीसप्रमुख माझ्याकडे दुर्लक्ष करत होते. हे काम मला अवघड जाईल असं त्यांना वाटत होतं; पण माझं म्हणणं ऐकून घेतल्यावर त्यांनी मला त्या तुकडीचं नेतृत्व करू दिलं. त्यातून सुस्पष्ट संदेश गेला : मी कुणाहीपेक्षा कमी नव्हते, मी त्यांच्या तोडीची होते.

मी असमानता, अन्याय व गुलामगिरी कधीही मान्य केली नाही. मी साधनस्रोत निर्माण केले आणि मार्ग शोधले.

मी माझ्या कार्यकालात नेहमीच लोककेंद्रित होते, काही मत्सरी वरिष्ठ व काही सहकाऱ्यांना त्याचा तिरस्कार होता तरीही. माझे कुटुंबीय, जवळचे मित्र-मैत्रिणी, माझ्यासोबत काम करणारे लोक व काही वरिष्ठ हे माझे खरे स्नेही होते.

माझ्या सेवेचा प्रत्येक दिवस माझ्यासाठी मोलाचा होता.

१९९४ साली मला 'रेमन मॅगसेसे पुरस्कार' मिळाला. आशियाचा नोबेल शांतता पुरस्कार मानल्या जाणाऱ्या या पुरस्काराच्या मानपत्रातही मी पोलीस सेवेत, तुरुंग सुधारणा व सामाजिक प्रश्नांसंदर्भात केलेल्या सर्जनशील कार्याची दखल

घेतली आहे.

पुदुच्चेरीची नायब राज्यपाल या नात्याने मी मरणासन्न यंत्रणांचं नूतनीकरण करून त्यांत पुन्हा चैतन्य जागवले. पुदुच्चेरीला सच्च्या व निर्भय आधिपत्याची गरज होती. तिथं अनेक मातब्बर हितसंबंध गुंतलेले होते.

पंतप्रधान श्री. नरेंद्र मोदींनी मला पुदुच्चेरीचं नायब राज्यपालपद दिलं तेव्हा त्यांनी मला स्पष्ट सांगितलं होतं- ''किरणजी, पुदुच्चेरीतील धन सांभाळा.'' मी हा विश्वास मिळवला होता.

मी पुदुच्चेरीच्या लोकांची जवळजवळ पाच वर्षे सेवा केली, त्यामध्ये प्रत्येक दिवसाचा पुरेपूर उपयोग करून घेतला.

मला या केंद्रशासित प्रदेशाची ओळख तिथल्या निसर्गसौंदर्यामुळे झाली नाही, तर तिथल्या (दशकानुदशके) तुंबलेल्या व गाळ न उपसलेल्या नाल्यांनी, कुजलेल्या कचऱ्यानं, बुजून गेलेल्या तळ्यांनी, भकास सरोवरांनी आणि दुर्लक्षित कोरड्याठक्क टाक्यांनी झाली.

मी पुदुच्चेरी सोडलं तेव्हा तिथला मनोहर समुद्रकिनारा पुन्हा जवळपास सुस्थितीत आणला होता. त्यामुळं तिथलं सागरी जीवन पुन्हा फुललं, तिथल्या अर्थव्यवस्थेत उत्साह संचारला व तिची भरभराट झाली, पर्यटनाला चालना मिळाली आणि पुदुच्चेरीच्या लोकांचं जीवनमान सुधारलं, तसंच तिथं येणाऱ्या पर्यटकांनाही दर्जेदार सुविधा मिळू लागल्या.

कोणत्याही सेवेमध्ये जर आपुलकीची भावना असेल, तर त्यामुळे समस्यांची उकल करण्यास कशी उभारी मिळते ते या पुस्तकात वाचायला मिळेल.

मी मुकाट्यानं संमती द्यावी अशी इच्छा व त्यांचा 'रबर स्टॅम्प' असावं अशी अपेक्षा असणाऱ्या राजकीय आस्थापनांचा मला सामना करावा लागला; पण त्याऐवजी त्यांना उत्तम प्रशासनाच्या मूलभूत गोष्टी पाहायला मिळाल्या.

नायब राज्यपालांचे कार्यालय हा निर्भय आवाज बनला.

अनुक्रमणिका

भाग ३ : लांच्छने, उल्लंघने व कटुता

भाग ४ : नोकरशाही

भाग ५ : क्रियाशील प्रशासन

भाग ६ : प्रतिकूलतेवर मात

भाग ७ : राजभवन ते लोकभवन

या शर्यतीची अखेर नाही

Please contact us at **Mehta Publishing House Pvt. Ltd.**
© +91 020-24476924 / 24460313 / Mob. No. 9545000513
Email : production@mehtapublishinghouse.com
Website : www.mehtapublishinghouse.com

भाग १

हाक,
साद आणि रणनीती

प्रकरण – १

हाक आणि साद

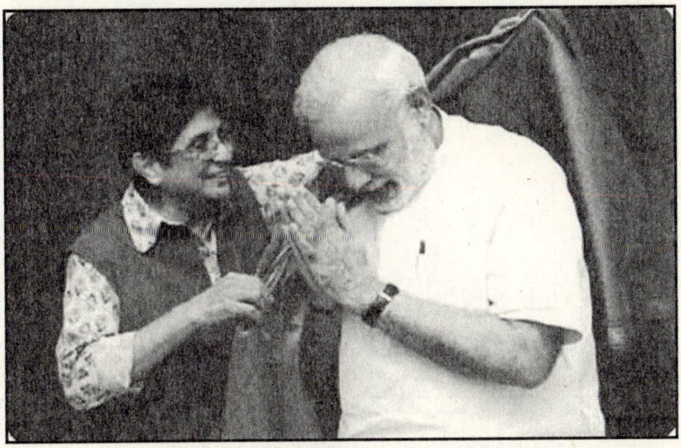

“किरणजी, पुदुच्चेरीतील धन सांभाळा-”
मी पुदुच्चेरीच्या नायब राज्यपालपदाची धुरा स्वीकारल्यावर माननीय पंतप्रधान नरेंद्र मोदींनी मला सांगितलं होतं.

मी एकदा माझ्या भारत भ्रमंतीमध्ये श्री ऑरोबिंदो आश्रम पाहण्यासाठी पुदुच्चेरीला गेले होते. मी श्री ऑरोबिंदो व माताजींच्या समाधीपुढे श्रद्धापूर्वक नतमस्तक झाले तेव्हा माझ्या आतून आवाज आला- “जा, राजभवन बघायला जा.”

माझी मैत्रीण व सहाध्यायी चंद्रा गरियाली, भाप्रसे (निवृत्त) माझ्यासोबत होत्या. मी त्यांना विचारलं, “राजभवन कुठं आहे?”

त्या म्हणाल्या, “पुढच्याच गल्लीत.”

मी त्यांना म्हणाले, “आपण जाऊया तिथं.”

राजभवनच्या प्रवेशद्वारावरील सुरक्षारक्षकांनी आम्हाला आत सोडलं.

आम्ही पामवृक्षांच्या रांगा, हिरवळीची हिरवाई आणि विष्णूच्या अवतारांपैकी एक असलेल्या वराहाचे शिल्प पार करून पुढे गेलो. इमारतीच्या समोर असलेले हे देवताशिल्प आकर्षणाचे मुख्य केंद्र होते.

वराहाचा पुतळा

नायब राज्यपाल कार्यालयात नव्हते. आमची अतिरिक्त सचिव श्री. जी. श्रीनिवास व इतर अधिकाऱ्यांशी भेट झाली. आम्ही त्यांच्यासोबत चहा घेतला व तिथून निघालो. तिथून बाहेर पडताना मला माझा एक अंश मागे सोडून निघाल्यासारखं वाटत होतं.

त्यानंतर काही वर्षांनी माननीय पंतप्रधानांनी मला पुदुच्चेरीची नायब राज्यपाल म्हणून सेवा बजावण्यासाठी आमंत्रित केलं.

माझ्या मनात आलं, हा दैवी संकेत तर नसेल?

मी ही ईश्वरी योजना आहे हे लक्षात घेऊन, अत्यंत श्रद्धापूर्वक ही जबाबदारी स्वीकारली. मी या जबाबदारीलाच **सर्वस्व** बनवण्याचा निर्धार केला.

मी पुदुच्चेरीची २४वी नायब राज्यपाल बनले.

प्रकरण २

पहिल्या दिवसापासून शिकण्यास प्रारंभ

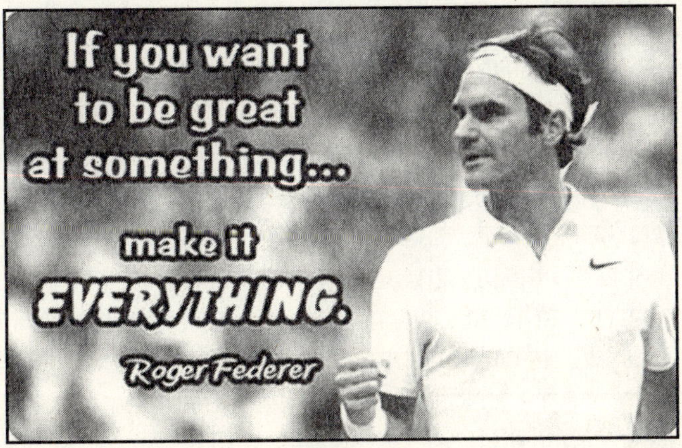

मला माननीय पंतप्रधानांनी आमंत्रित केल्याचे वृत्त 'व्हायरल' झाले. प्रसारमाध्यमे माझ्या मागावर होती.

याबाबत मला विचारलं असता मी या वृत्तावर शिक्कामोर्तब केलं. "हो, मी पुदुच्चेरीला जातीय... माझ्यावर सोपवलेली नवी जबाबदारी पार पाडण्यासाठी."

त्यानंतर मी एका आठवड्याच्या आत पुदुच्चेरीला प्रस्थान केलं.

तिथे गेल्यावर सुरुवातीच्या काळात मी पुदुच्चेरीचे निवासी आयुक्त श्री. के. के. सिंग यांच्यासोबत काम केलं. या ज्येष्ठ सनदी अधिकारी महोदयांना पुदुच्चेरीच्या प्रशासनाचा प्रत्यक्ष अनुभव होता. मी या केंद्रशासित प्रदेशातील आव्हाने आणि प्रशासनात कोणत्या धोरणात्मक बाबी आणता येऊ शकतील, हे जाणून घेण्यास उत्सुक होते.

मी पुदुच्चेरीबद्दल जसजसं जास्त जाणून घेत गेले, तसं तिथं सेवा व आर्थिक बाबींसाठी उत्तम पकड, नियोजन व सुधारणा गरजेच्या आहेत हे लक्षात आलं.

परतफेडीसाठी कर्ज काढणे, आर्थिक नियमांचं सरळसरळ उल्लंघन, माजलेला भ्रष्टाचार आणि सर्वत्र आढळणारी गुंडगिरी या गोष्टींचा सामना करावा लागणार

आहे हे स्पष्ट होतं.

मग मी पुदुच्चेरीच्या मुख्य सचिवांना फोन केला आणि त्यांना संघटित गुन्हेगारी, मालमत्ता हडपणे व भ्रष्टाचार यांबद्दलची माहिती घेण्यासाठी टोल-फ्री फोन लाइन तयार करायला सांगितलं. लोकांना संपर्क साधता यावा यासाठी गोपनीय टोल फ्री नंबर असावा अशी माझी इच्छा होती. त्यादृष्टीने, मी तिथं पोहोचेपर्यंत मला ही यंत्रणा कार्यान्वित व्हायला हवी होती.

मी मुख्य सचिवांकडे याबाबत आग्रह धरला होता. या यंत्रणेची तातडीने अंमलबजावणी करण्याबाबत मी पिच्छा पुरवला होता. त्यामुळे ते अस्वस्थ झाल्याचं माझ्या लक्षात आलं; पण त्यांना आदेश पाळावा लागला.

मी माझे पूर्ववर्ती जनरल ए.के. सिंग यांच्याकडून पुदुच्चेरीबद्दल मार्गदर्शन घेण्यासाठी त्यांना फोन केला. ते अंदमानचे प्रशासक होते. त्यांच्याकडे पुदुच्चेरीच्या नायब राज्यपालपदाचा अतिरिक्त कार्यभार होता.

त्यांनी मला सांगितलं, की मी 'राजभवन' मध्ये अधिकाऱ्यांची उत्कृष्ट टीम ठेवून जातोय. हे अधिकारी 'प्रोफेशनली' कार्यक्षम व विश्वासार्ह होते. या टीमच्या नेतृत्वस्थानी होते सचिव श्री. जी. थेवा नीती धस, हे ज्येष्ठ भाप्रसे अधिकारी. या टीममध्ये श्री. जी. श्रीनिवास - पुदुच्चेरीच्या नायब राज्यपालांचे अतिरिक्त सचिव; श्री. प्रवीण कुमार त्रिपाठी - राज्यपालांचे अतिरिक्त उपायुक्त; श्री. आर. श्रीधरन - नायब राज्यपालांचे खासगी सचिव; श्री. जे. कुमारन- जनसंपर्क सहायक; आणि श्रीमती आशा गुप्ता - नियंत्रक (कम्प्ट्रोलर ऑफ हाउसहोल्ड) हे लोक होते.

एवढ्या तयारीनिशी मी उत्साहाने पुदुच्चेरी या केंद्रशासित प्रदेशात निघाले, इंडिगो एअरलाइन्स या 'इकॉनॉमी' विमानसेवेद्वारे.

माझ्यासोबत डॉ. अमृता बहल ही माझी जुनी मैत्रीण व 'स्पेशल ड्यूटी' वरील भावी अधिकारी होती.

या विमान प्रवासादरम्यान अमृता व मी, आम्ही दोघींनी एक नवी संज्ञा तयार केली – 'समृद्ध पुदुच्चेरी.' हे धोरणात्मक 'मिशन स्टेटमेन्ट' होतं. सर्व सेवा, कृती व निर्णय 'समृद्ध पुदुच्चेरी' या एकाच समान उद्देशाच्या दिशेने घडावेत अशी आमची इच्छा होती.

मी, ही जबाबदारी हेच माझं जीवन असेल असा निर्धार केला.

प्रकरण ३

धोरणात्मक 'स्वॉट'

सचिवालयातील बैठक

चेन्नई विमानतळावरून गाडीने पुदुच्चेरीला पोहोचायला साधारण तीन तास लागले. मुख्य सचिव विमानतळावर आले होते.

गाडीतून जाताना वाटेत त्यांनी मला थोडक्यात माहिती दिली. मला आधीच जी माहिती मिळाली होती त्यावरून मला ज्या बऱ्याच अत्यावश्यक बाबींचा आधीच अंदाज आला होता, त्या बाबी ते थोड्या सौम्य रूपात सांगत आहेत, असं मला वाटलं; पण माझ्या दृष्टीनं, माझ्या माहितीत भर पडली होती. त्याबद्दल मी त्यांचे आभार मानले.

मी संध्याकाळच्या सुमारास 'राजभवन' मध्ये पोहोचले. तिथं माझं आत्मीय स्वागत झालं. त्यावेळी राजभवनचा जवळपास सर्व कर्मचारीवृंद हजर होता.

मी सर्वांना अभिवादन करत त्यांच्याशी हस्तांदोलन केलं. अधिकाऱ्यांनी माझा रंगीबेरंगी शेले व पुष्पगुच्छ देऊन सत्कार केला. मी ते शेले सेवा-कर्मचाऱ्यांना देण्यासाठी जपून ठेवले आणि फुले वृद्धाश्रमांत पाठवली.

त्यानंतर मला माझ्या औपचारिक कार्यालयात नेण्यात आलं व त्यानंतर,

पहिल्या मजल्यावर माझ्या निवासस्थानी.

माझ्या निवासी स्वीटशेजारी ऐतिहासिक भोजनकक्ष व भव्य 'दरबार हॉल' होता. या प्रशस्त दालनात अत्यंत मौल्यवान कलाकृती काळजीपूर्वक जपून ठेवलेल्या होत्या.

'राजभवन' ही सन १७६५ मधील उत्कृष्ट फ्रेंच वास्तू आहे. पूर्वी प्रासाद असलेल्या 'राजभवन'ला खूप मोठा इतिहास आहे. माझे कार्यालय तळमजल्यावर होते. मी लाल गालिचा अंथरलेला, सुंदर गिरकी घेत वर जाणारा जिना चढून वर गेले. तिथं 'एलेव्हेटर' होता; पण मी त्याचा वापर कधीही केला नाही.

मी माझ्या प्रशस्त बेडरूममध्ये जाताच सर्वप्रथम तिथले लांब, उंच, मखमली पडदे बाजूला करून तिथल्या स्फटिकासारख्या स्वच्छ फ्रेंच विंडोजमधून दिसणारं आकाश आणि उंच उंच पामवृक्ष डोळे भरून पाहून घेतले.

अथांग आकाशाकडं पाहताना मला पपांची आठवण झाली.

ते मला म्हणाले होते, "किरण, फॉर यू, द स्काय इज द लिमिट."

२९ मे, २०१६. त्या दिवशी रविवार असूनही मी त्या दिवशी सायंकाळी माझा शपथग्रहण समारंभ आखला. हा दिवस माझ्यासाठी विशेष पवित्र होता; कारण तो माझा 'मदर्स डे' होता. माझ्या आईने आयुष्यभर कर्म हीच ईश्वरपूजा मानली होती.

मला मम्मीचे शब्द आठवत होते, "किरण, एक दिवस तू.... बनशील; पण ते पाहायला मी तिथं असेन की नाही कोण जाणे..."

मी माझ्या सचिवांना कळवलं, की मला शपथग्रहण समारंभाआधी, दुपारीच सर्व प्रमुख अधिकाऱ्यांशी संवाद साधायचा आहे, त्यांना माझ्या कल्पना सांगायच्या आहेत. त्यानुसार, सचिव, पोलीस महासंचालक व इतर वरिष्ठ अधिकारी 'कॉन्फरन्स हॉल'मध्ये हजर होते.

त्यांच्या चेहऱ्यावर कुतूहल होतं. त्यांच्या नव्या नायब राज्यपालांकडून... एका स्त्रीकडून-जी वयानं सर्वांत ज्येष्ठ होती; पण उंचीनं सर्वांत कमी होती. काय ऐकायला मिळणार याबद्दल ते अटकळ बांधत असावेत.

मी त्यांना स्नेहपूर्वक अभिवादन केलं आणि मी तिथं पुदुच्चेरीच्या जनतेची सेवा करण्यासाठी आले असल्याची व एक मोठं कुटुंब म्हणून त्यांच्यासोबत काम करणार असल्याची खात्री दिली.

मी सर्व प्रक्रियेमध्ये संपूर्ण निष्पक्षता ठेवण्याची व न्याय्य वागणूक देण्याची ग्वाही दिली, तसंच मी सदैव त्यांच्यापासून फक्त एका मेसेजच्या अंतरावर असेन अशीही खात्री दिली.

त्यानंतर मी त्यांना 'स्वॉट' (SWOT) फॉर्मचा उद्देश विशद केला. प्रशासनाची

बलस्थाने (Strengths), कमकुवत बाजू (Weaknesses), संधी (Opportunities), धोके (Threats), यासंदर्भात त्यांची मते जाणून घेण्यासाठी मी त्यांना हा 'स्वॉट' फॉर्म देणार होते. शपथग्रहण समारंभात जाहीरपणे माझी मते मांडण्याआधी मला परिस्थितीचा व समोर उभ्या असलेल्या आव्हानांचा अंदाज घ्यायचा होता.

माझ्या प्रस्तावनेमुळं प्रशासन व जनता यांच्या परस्परांकडून असलेल्या अपेक्षांसाठी एक मंच तयार होणार होता. मी त्यांना या फॉर्ममध्ये त्यांची मते मांडण्याची विनंती केली आणि हे फॉर्म फक्त माझ्याकडेच राहतील असं सांगितलं. मग ते अधिकारी त्यांची मते शब्दांत मांडू लागले.

त्यांचे फॉर्म भरून झाल्यावर माझ्या ओएसडी अमृता बहल यांनी ते फॉर्म गोळा केले. त्यांनी माझ्या विनंतीला मान दिल्याबद्दल मी त्यांचे आभार मानले आणि त्या दिवशी सायंकाळी माझ्या शपथग्रहण समारंभात सहभागी होण्यासाठी त्यांना आमंत्रित केले.

मी त्यांना शपथग्रहण समारंभात 'समृद्ध पुदुच्चेरी' हे 'मिशन स्टेटमेन्ट' घोषित करणार असल्याचं सांगितलं. या केंद्रशासित प्रदेशाचं प्रशासन सांभाळताना हे आम्हा सर्वांसाठी 'ध्रुवतारा' असणार होते.

त्यांचे लिखित फॉर्म मी जपून ठेवले आहेत. त्या फॉर्म्समध्ये बलस्थाने (Strengths) होती – सुशिक्षित व तरुण कर्मचारी; संधी (Opportunities) मध्ये लिहिलं होतं- उच्चकौशल्यांना वाव आणि कमकुवत बाजू (weaknesses) व धोके (Threats) या स्तंभात लिहिलं होतं-राजकीय लहर.

यातला प्रत्येक 'फीडबॅक फॉर्म' हे प्रचंड गुंतागुंतीचं 'शिक्षण'च होतं. त्यांना स्वतःबद्दल व त्यांच्या कामाबद्दल काय वाटत होतं ते माझ्या लक्षात आलं. यामुळं 'ज्येष्ठ नेतृत्व' हा विचार माझ्या मनात जागला. ते लोक हवाबंद कोठारात काम

करत होते, हे लक्षात येत होतं.

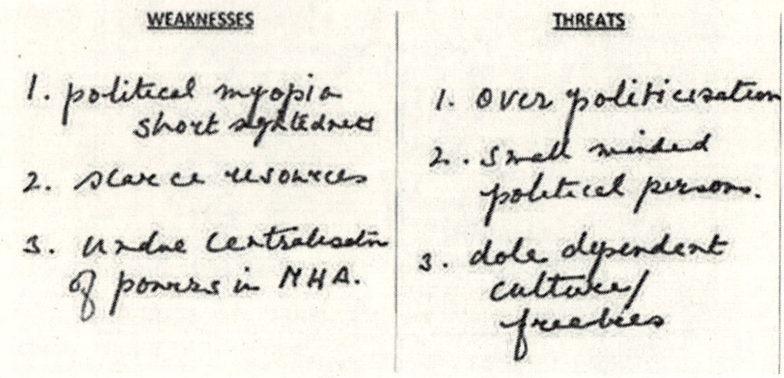

WEAKNESSES	THREATS
1. political myopia short sightedness	1. over politicisation
2. scarce resources	2. small minded political persons.
3. undue centralisation of powers in MHA.	3. dole dependent culture/ freebies

'स्वॉट फीडबॅक' मधील काही अंश

काळाच्या ओघात हे विश्लेषण अचूक ठरलं आणि ते लक्षणीय प्रशासनात्मक सुधारणांचा पक्का पाया बनलं.

प्रकरण ४

'TEA' चा मंत्र

शपथग्रहण समारंभ - २९ मे, २०१६

'राजभवन' मध्ये कॉन्फरन्स हॉल नव्हता. तिथल्या पार्किंगच्या जागेत तात्पुरतं प्रेक्षागृह तयार केलं होतं. नुकत्याच झालेल्या विधानसभा निवडणुकीतील सर्व नवनियुक्त सदस्यांना शपथग्रहण समारंभासाठी आमंत्रित करण्यात आलं होतं. त्यांनी अजून सरकार स्थापन केलं नव्हतं.

त्या दिवशी मी आधी ज्या अधिकाऱ्यांना भेटले होते ते अधिकारी, तसंच सचिवालयानं आमंत्रित केलेल्या काही खास व्यक्ती या समारंभाला उपस्थित होत्या. माझे काही कुटुंबीय व जवळचे मित्र-मैत्रिणीही आले होते. प्रसारमाध्यमांची उपस्थितीही लक्षणीय होती.

शपथग्रहण समारंभात भाषण देण्याची प्रथा नसल्याचं मला सांगण्यात आलं होतं. तरीही मी माझ्या सचिवांना सांगितलं, की शपथग्रहण समारंभ ही जनता व प्रशासन यांच्यासमोर प्रतिसादक्षम शासनाचं चित्र उभं करण्याची संधी आहे. यामुळे आपल्या 'समृद्ध पुदुच्चेरी' अभियानाला अधिक बळ लाभेल.

त्यानंतर मी प्रशासनाला माझा 'TEA' चा मंत्र दिला.

शपथग्रहण समारंभात मी केलेले भाषण (दिनांक २९ मे, २०१६)

मी माननीय राष्ट्रपती महोदयांचे माझ्याप्रती विश्वास दाखवल्याबद्दल आभार मानते. मी मला नायब राज्यपालपदाची शपथ देणारे मद्रास उच्च न्यायालयाचे माननीय न्यायमूर्ती हलुवडी जी. रमेश यांचे आभार मानते.

मी आज इथे उपस्थित असलेले निर्वाचित प्रतिनिधी, सरकारी अधिकारी, सिव्हिल सोसायटीचे सदस्य, प्रसारमाध्यमे, माझे कुटुंबीय व मित्रपरिवाराचे आभार मानते.

सर्वप्रथम, मी आज रविवारी हा समारंभ आयोजित करण्याचं कारण सांगते.

आज माझ्या आईची पुण्यतिथी आहे. लौकिकार्थाने १९९९ साली आजच्या दिवशी ती आपल्यातून गेली; पण ती सदैव माझ्यासोबत आहे. तिनं तिच्या आयुष्यात जे केलं त्याबद्दल दरवर्षी आम्ही हा दिवस साजरा करतो. ती नेहमी म्हणायची की कर्म हीच ईश्वरपूजा होय, आणि माझ्यासाठी ही नवी जबाबदारी ही एक प्रकारची ईश्वरपूजाच आहे... भारतातील सर्वांत सुंदर प्रदेशाची सेवा करणं ही. मी ही जबाबदारी पार पाडण्यासाठी माझं सर्वस्व अर्पण करीन... माझी ऊर्जा, माझा अनुभव, सर्व काही देईन.

आपण सर्वजण 'समृद्ध पुदुच्चेरी'चं स्वप्न पाहतोय. आपण तीन प्रमुख मंत्रांद्वारे ही जबाबदारी पार पाडू. पहिला - विश्वास (Trust). याचा अर्थ सर्व आघाड्यांवर - आर्थिक, प्रशासकीय व उद्देश- सचोटीनं काम करणं.

दुसरा मंत्र - सबलीकरण (Empowerment) समस्यांची दखल घेताना साधनस्त्रोतांचा पुरेपूर वापर करणं.

आणि तिसरा मंत्र - उत्तरदायित्व (Accountability) - फक्त लोकांप्रतिच नव्हे तर स्वत:प्रतिही. याचाच अर्थ कायद्याचा आदर करणं व तो करण्यास प्रोत्साहन देणं.

या तिन्ही शब्दांच्या इंग्रजी आद्याक्षरांवरून 'TEA' हा शब्द तयार होतो.

मित्रांनो,

तुम्ही आम्हाला 'फिल्ड'वर अधिक पाहाल. आमच्यापर्यंत कुणालाही सहज पोहोचता येईल. आम्ही अंमलबजावणी करू. जोडण्याचे काम करू, सेवा करू... आपल्या देशाला अभिमान वाटेल असं काम करू. पुदुच्चेरीला समृद्ध बनवणं हा आमचा मुख्य उद्देश असेल.

जय हिंद!

शपथग्रहणानंतर, परंपरेनुसार माझा पुन्हा रंगीबेरंगी शेल्यांनी सत्कार करण्यात आला. त्यामुळे मी भारावून गेले होते.

पुदुच्चेरीला दोन वर्षांच्या कालखंडानंतर पूर्ण वेळ नायब राज्यपाल लाभले होते.

या समारंभात एक निर्वाचित सदस्या श्रीमती विजयवाणी यांनी मला शेला भेट केल्यानंतर, त्यांनी मला वाकून चरणस्पर्श केला. त्यावर मी त्यांच्याप्रति तसाच आदर व्यक्त करण्यासाठी लगेच त्यांना वाकून चरणस्पर्श केला. माझ्या या कृतीमुळं पाहुणे अत्यंत चकित झाले.

दुसऱ्या दिवशीच्या वृत्तपत्रांत 'TEA'चा मंत्र व 'समृद्ध पुदुच्चेरी'चं 'मिशन स्टेटमेन्ट' याबद्दलच्या बातम्या आल्या होत्या. मी पदभार स्वीकारल्या दिवसापासूनच प्रशासन व पुदुच्चेरीची जनता यांना उत्तुंग ध्येय देण्याचं उद्दिष्ट साध्य केलं होतं.

सर्वांना एकत्र आणण्यासाठी व एका उत्तुंग ध्येयप्राप्तीसाठी भावनिक बंध जुळण्यासाठी हे 'मिशन स्टेटमेन्ट' गरजेचं होतं.

माझ्यासाठी हा पुढच्या प्रवासाचा आरंभ होता.

या समारंभाचे व्हिडिओ व बातम्यांच्या 'क्लिप्स'साठी क्यूआर स्कॅन करा.

प्रकरण ५

अदृश्य सल्लागार

'राजभवन' मधील प्रातःकालीन ध्यानधारणा

पुदुच्चेरीच्या प्रशासनासाठी आव्हानांच्या एक पाऊल पुढे राहण्याची गरज होती. त्यासाठी प्रचंड पाठपुरावा करावा लागणार होता.

त्यासाठी संकल्पना व दिशेची गरज होती. त्यासाठी सक्षम नेतृत्व व कठोर प्रशासनाची, त्यासोबतच चिंतनासाठी वेळेची आवश्यकता होती. मी योग, ध्यान व निसर्गाच्या सानिध्यात पायी फिरणे याद्वारे ऊर्जा मिळवण्यासाठी नित्य दिनक्रम सुरू करायचं ठरवलं.

माझे विपश्यना गुरू श्री. एस. एन. गोयंका यांनी मला सांगितलं होतं की, पहाटे साडेचार ही ऊर्जा संपादनाची सर्वोत्तम वेळ असते. मी पहाटे चारचा गजर लावला आणि हा दिनक्रम अनुसरू लागले. त्यामुळे अक्षरशः चमत्कार घडले.

त्यामुळं माझ्यात उत्साह संचारला. मला नवनव्या कल्पना सुचल्या आणि मानसिक स्वास्थ्य लाभलं. मला एखादी उच्च शक्ती वाट दाखवतीय असं वाटत होतं. नित्य कृपाप्रसादच होता. मी माझ्या श्वासोच्छ्वासावर लक्ष केंद्रित करायचे, तेव्हा सर्जनशील विचारांचा ओघ आपोआप सुरू व्हायचा. मला कितीतरी पर्याय विनासायास सुचले. कुणीतरी मला ते सांगत असावं अशा प्रकारे ते माझ्या मनात येत गेले. माझ्या आतला आवाज मला पुढच्या पायरीपर्यंत जाण्याची दिशा दाखवत होता.

नित्याचा व्यायाम झाल्यावर मी ध्यान करायचे. मी 'राजभवन' मधल्या हिरवळीचा, वाहनमार्गाचा व पदपथांचा सकाळी पायी फिरण्यासाठी पुरेपूर वापर केला. तसंच तिथल्या गॅलरीचा शारीरिक कसरती व वृत्तपत्र वाचनासाठी वापर केला.

तिथल्या लांबचलांब प्रशस्त गॅलरीत फिटनेस मशिन्स ठेवली होती. माझ्याकडे

'राजभवन'मध्ये

ट्रेडमिल, क्रॉस ट्रेनर, स्टेपर, स्टेशनरी बाइक्स, वजने, रोलर व इतर उपकरणे होती.

ही सर्व रचना दिल्लीतल्या माझ्या घरातल्या जिमसारखीच होती. मी ही व्यायामाची उपकरणे त्या त्या दिवशीच्या मूडनुसार वापरायचे. सकाळच्या वेळी मी रेडिओवर राष्ट्रीय व आंतरराष्ट्रीय बातम्या ऐकायचे व वृत्तपत्रांतील संपादकीय वाचायचे. त्यामुळं माझी त्या दिवसाची तयारी व्हायची.

मी सूर्योदयाचा नजारा पाहायचे... आकाशात विहरणारे पक्षी... पहाट... झाडांच्या फांद्यांतून झिरपणारे सूर्यकिरण, राजभवनच्या शिखरावर फडकणारा ध्वज, त्यासोबत गुंजणारे बिगुलाचे सूर... हे सारं मला मोहित करत असे. मी व्हॉट्स ॲप ग्रूप्स व सोशल मीडिया हॅन्डल्सवरून माझे मित्र-मैत्रिणी व सहकाऱ्यांशी त्यांचे फोटो व छोटे व्हिडिओ 'शेअर' करायचे.

मी दिवसाची सुरुवात सकारात्मक ऊर्जा व अद्ययावत माहितीनिशी, वक्तशीरपणे करायचे, निरामय आरोग्यासाठीचा नित्यक्रमही त्यात समाविष्ट असे. त्यानंतर ठीक दहा वाजता मी माझ्या 'कोअर टीम' सोबत कामाला सुरुवात करायचे.

ही नवी सकारात्मक ऊर्जा मला दिवसभर उत्साही ठेवत असे व मला अनपेक्षित गोष्टींसाठी सज्ज ठेवत असे.

'राजभवन'मधील पदपथावर

व्हिडिओ व फोटोंसाठी क्यूआर स्कॅन करा.

प्रकरण ६

दररोज सकाळचा खुराक

Kiran Bedi
@thekiranbedi

सध्याच्या जबाबदारीच्या पदावर असताना कामे करून घेण्याची विलक्षण ताकद आहे. प्रत्येक तास मौल्यवान आहे. दररोज काहीतरी वेगळे करता येते.

राजभवन व सरकारी अधिकारी यांना दैनंदिन, प्रेरणादायी सुप्रभात - अभिवादनाने जोडण्याची मला आत्यंतिक गरज वाटत होती. पुदुच्चेरीच्या जनतेची सेवा करताना त्यांच्या मनात एक मोठं कुटुंब अशा प्रकारचे भावबंध असावेत अशी माझी इच्छा होती. माझ्यासाठी पुदुच्चेरी हे माझं घर होतं. मी दिल्ली मागे सोडून आले होते.

त्या सर्वांना एकत्र गुंफण्यासाठी मी 'प्रॉस्परस पुदुच्चेरी' (म्हणजेच 'समृद्ध पुदुच्चेरी') हा व्हॉट्स ॲप ग्रूप तयार केला. सरकारच्या सर्व सचिवांनी खात्यांच्या संपर्कात राहावं हा त्यामागचा उद्देश होता. लवकरच, मी या ग्रूपमध्ये खात्यांच्या संचालकांना व प्रमुखांनाही समाविष्ट केलं. तंत्रज्ञानाच्या या साधनानं यापूर्वी कधी संबंध नसलेल्या आम्हा सर्वांना एकत्र आणलं. हा ग्रूप हे एक विस्तृत 'नेटवर्क' बनलं, ज्यामध्ये कामाच्या ठिकाणचा अनुभव वृद्धिंगत करण्यास प्राधान्य होतं. त्यानंतरच्या काही आठवड्यांत हे 'नेटवर्क' आणखी बळकट झालं; कारण आम्ही एकत्र विचाराने काम करण्यासाठी आणखी नव्या ग्रूप्सशी जोडले गेलो.

मी दररोज सकाळी ६ वाजता 'मॉर्निंग न्यूट्रीशन' म्हणून त्यावर 'पोस्ट' टाकायचे. मी आदल्या दिवशी रात्रीच मेसेज तयार करून ठेवायचे आणि दुसऱ्या दिवशी सकाळी लवकर तो 'पोस्ट' करायचे, त्यामुळं माझा सकाळचा वेळ वाचायचा.

बरेच जण सकाळी त्या 'गुड मॉर्निंग'वाल्या प्रेरणादायी 'नोटिफिकेशन'ने जागे व्हायचे, आणि काळाच्या ओघात 'व्हॉइस ओव्हर'ने मी पुदुच्चेरीला येण्याआधी बऱ्याच वर्षांपासून ट्विटर हॅन्डलवर प्रेरणादायी मजकूर 'ट्वीट' करत होते.

ही 'मॉर्निंग न्यूट्रीशन' त्या त्या खात्याच्या स्वतंत्र ग्रूप्समध्ये 'फॉरवर्ड' झाली व

त्यामुळं अनुकूलता निर्माण होत गेली. मी जरी प्रत्येकाला व्यक्तिशः भेटू शकत नसले, तरी मी ते प्रेरणा जागवण्याद्वारे केलं. अशा प्रकारच्या संदेशांचा उपयोग नायब राज्यपालांचे कार्यालय व सरकारी अधिकारी यांच्यात बंध निर्माण होण्यासाठी झाला. यामुळे परस्पर सद्भाव वृद्धिंगत होत होता का याबद्दल इतक्यात बोलणं उचित ठरलं नसतं; पण यावाचून नायब राज्यपालांच्या कार्यालयाला प्रचलित कार्यसंस्कृतीत बदल घडवण्यासाठी आवश्यक ती गती व सातत्य राखून त्यांच्याशी संवाद साधता आला नसता.

या 'मॉर्निंग न्यूट्रिशन'मुळे यंत्रणेत व्हॉट्स ॲप या 'सोशल मीडिया टूल'चा अधिकाधिक वापर करण्याची प्रेरणा जागली. यामागे एकच उद्देश होता... 'समृद्ध पुदुच्चेरी!'

माझ्या आवाजातील 'मॉर्निंग न्यूट्रीशन'साठी
क्यूआर स्कॅन करा.

प्रकरण ७

कॅमेऱ्याच्या लेन्समधून कविता

'राजभवन'मध्ये निसर्गानं विपुल उधळण केलेली आहे... अनेक झाडेवेली, पक्षी, फुले, कारंजे, भरपूर सूर्यप्रकाश, शीतल चांदणं, खुलं आकाश, एकुलतं एक मांजर, उंच उंच पामची झाडे आणि कोकिळेला कूजनासाठी आमंत्रित करणारी बरीच आंब्याची झाडे.

तिथे आजूबाजूला सुतार पक्षी, पोपट, कावळे, खारी, मैना, चिमण्या अशा अनेक पक्ष्यांची सर्वत्र लगबग असे. अधूनमधून वटवाघूळ व घुबडही दिसायचे. अगदी क्वचित पाठलाग करणाऱ्या माकडापासून या स्वतःचा बचाव करत भरारी घेणारा मोरसुद्धा दिसायचा.

मी माझा सकाळचा व्यायाम निसर्गाच्या सोबतीत करायचे. तिथली रसरशीत

हिरवाई, उंच उंच पामची झाडे आणि आकाशात विहरणारे पक्षी हा गॅलरीतून दिसणारा नजारा माझ्या मनात जपून आहे.

पामच्या झाडांच्या पातळ, टोकदार शेंड्यांवर जाण्यासाठी पक्ष्यांची अक्षरश: धक्काबुक्की सुरू असे. बरेच पक्षी पामच्या पानांवर आधार घ्यायचे, कुणी झोके घ्यायचे... मी ते सगळं पाहत असे.

माझ्यासाठी सकाळच्या चहासोबत 'नाईस'ची बिस्किटे येत असत. त्या बिस्किटांचा आस्वाद घ्यायला कावळे यायचे. ते मी बिस्किट देण्याची वाट बघत थांबलेले असायचे आणि काव काव करत त्यांच्या इतर मित्रमंडळींनाही बोलवायचे.

मग मला त्यांना खाऊ घालता यावं यासाठी तिथला सेवक थोडी जास्त बिस्किटे घेऊन यायचा.

हिरवळीच्या गालिच्यांच्या मधोमध कारंजं होतं, ते सुरू केलं की त्यामधून रंगीबेरंगी तुषारांची उधळण सुरू होई. फिरोजा रंगाच्या पिसांच्या खंड्या पक्ष्यासारखा दिसणारा, माझा आवडता 'जे' पक्षी क्वचित कधीतरी त्या कारंज्याच्या तळ्यापाशी दिसायचा.

पाऊस सुरू झाला की तिथल्या हिरवळीचे गालिचे हिरव्या रंगाच्या सर्व छटांनी खुलायचे. ताठ उभ्या पामच्या फांद्या वाऱ्यावर लहरायच्या. माझ्या कार्यकाळात पुदुच्चेरीला तडाखा देणाऱ्या 'निवार' चक्रीवादळातसुद्धा ती झाडे खंबीरपणे उभी होती, ती कशानेही हलली नाहीत.

दिवसाच्या प्रारंभी आमचा जो परस्पर संवाद व्हायचा, त्याला ही निसर्गाची छायाचित्रे 'शेअर' करण्याने एक नवा आयाम लाभला. पुढच्या काळात आयोजित झालेल्या प्रदर्शनातसुद्धा माझ्या छायाचित्रांनी स्थान मिळवले होते.

'राजभवन'ने मला निसर्ग-छायाचित्रकार बनवलं, तर धरणीमातेनं माझं संपूर्ण भरणपोषण केलं.

‘राजभवन’मध्ये आयोजित छायाचित्र प्रदर्शनातील छायाचित्रे

‘राजभवन’मधील माझ्या शयनगृहात डोकावणारे सूर्यकिरण

'राजभवन' मधील हिरवा गालिचा

पामची झाडे व त्यावर विहरणारे पोपट

‘राजभवन’ मधील वृक्षवल्ली व वनचर

आणखी फोटो व व्हिडिओंसाठी क्यूआर स्कॅन करा.

भाग २

उपशमन, नूतनीकरण व स्वच्छता

प्रकरण ८

विधी सचिवांशी पहिली भेट

नायब राज्यपालांना राज्यपालांपेक्षा अधिक व्यापक कार्यकारी अधिकार असतात.
- एस. के. राय, संचालक, गृहमंत्रालय

भारताचे 'फ्रेंच रिव्हिएरा' म्हणून ओळखले जाणारे पुदुच्चेरी १६ ऑगस्ट, १९६२ रोजी, भारताला स्वातंत्र्य मिळाल्यानंतर पंधरा वर्षांनी स्वतंत्र झाले व भारतात अधिकृतरीत्या विलीन झाले.

भारतीय व फ्रेंच संसदेने औपचारिकरीत्या 'ट्रीटी ऑफ सेशन' मान्य केले. हा दिवस पुदुच्चेरीत 'डे जुरे डे' म्हणून साजरा केला जातो.

१९६२ साली झालेल्या १४ व्या घटनादुरुस्तीनुसार पुदुच्चेरी हा केंद्रशासित प्रदेश म्हणून घोषित करण्यात आला. केंद्रशासित प्रदेशाला नायब राज्यपाल असतात, भारतातील इतर राज्यांप्रमाणे तिथं पूर्ण (फुल-फ्लेज्ड) राज्यपाल नसतात.

मी माझ्या कार्यालयात विधी सचिवासोबत पहिलीवहिली मीटिंग घ्यायचं ठरवलं. मला माझे कायदेशीर अधिकार व जबाबदाऱ्या जाणून घ्यायच्या होत्या व त्यासंदर्भात स्पष्टता हवी होती. माझे सचिव श्री. थेवा नीती धस यांनी लगेचच विधी सचिव श्री. जी. सेंदिल कुमार यांच्यासोबत मीटिंग ठरवली. श्री. धस यांनी त्यांना या मीटिंगचा उद्देश कळवला असल्यामुळं विधी सचिव तयारीनिशी आले होते.

माझा प्रश्न साधा-सरळ होता. भारतीय राज्यघटना, संसद अधिनियम, केंद्रशासित प्रदेश अधिनियम, बिझनेस रूल्स व राष्ट्रपतींनी अधिकृत व स्वीकृत केलेल्या सामान्य वित्तीय नियमावलीनुसार निर्वाचित सरकारच्या संदर्भात माझं कायद्याच्या दृष्टीने स्थान काय आहे हे मला जाणून घ्यायचं होतं.

विधी सचिवांनी मला संबंधित सर्व तरतुदी सांगितल्या. माझे खासगी सचिव श्री. आर. श्रीधरन् यांनी मला ताबडतोब एक टिपण करून दिलं.

त्या सर्व माहितीवरून लक्षात आलं, की आर्थिक, सेवाविषयक व विशिष्ट धोरणात्मक बाबी माझ्या टेबलाशी येऊन थांबत होत्या. भारताच्या राष्ट्रपतींची प्रतिनिधी म्हणून मला काम करायचं होतं.

विधी सचिवांसोबत मीटिंग

'कायद्याच्या दृष्टीने स्थान' यावरील टिपण

*- **सेवाविषयक बाबी :** नियुक्त्या, बढती, सेवाप्रवेश, बदल्या, पदनिर्मिती, शिस्तभंग कारवाई, मंडळे व समित्यांची रचना, कोणतेही नियम शिथिल करणे अथवा तात्पुरती पदे तशीच कायम ठेवणे. तथापि, 'रूल्स ऑफ बिझनेस ऑफ गव्हर्नमेन्ट ऑफ पुदुच्चेरी'च्या रुल ४७, सब रुल २ नुसार, सेवाविषयक बाबींसंदर्भात प्रशासक (नायब राज्यपालसुद्धा) मुख्यमंत्र्यांशी विचारविनिमय करून (त्यांच्या मदत व सल्ल्याने नव्हे) कृती करेल अशी तरतूद आहे आणि जिथे विशिष्ट तरतूद नसेल तिथे प्रशासक, योग्य वाटल्यास, त्याच्या अधिकारांचा वापर करण्याआधी अथवा कर्तव्य बजावण्याआधी त्याचे प्रशासकीय मंडळ अथवा मुख्यमंत्र्यांशी विचारविनिमय करेल.*

*- **प्रशासकीय अधिकार :** 'रूल्स ऑफ बिझनेस'च्या रुल २५ नुसार, आदेश जारी करण्याआधी प्रशासकाची मंजुरी घेणे आवश्यक आहे. धोरणांशी संबंधित विषय, केंद्रशासित प्रदेशाच्या शांततेला बाधा पोहोचवणाऱ्या अथवा बाधा पोहोचवण्याची शक्यता असणारी प्रकरणे, नव्या करआकारणीशी संबंधित आर्थिक बाबी, योजनेच्या मूल्यांकनाशी संबंधित बाबी वगैरे.*

*- **आर्थिक अधिकार :** प्रशासक हा पुदुच्चेरीच्या एकत्रित निधीचा पालक असतो. राष्ट्रपतींच्या मान्यतेने, प्रशासक पैसे देण्या-घेण्याचे व्यवहार करतो. स्थायी वित्त समितीने प्रशासकाला ५० कोटी रुपयांच्या विनिमयाचे अधिकार दिलेले आहेत. प्रशासकाला स्वायत्त मंडळांना अनुदान व कर्जे मंजूर करण्याचे, तसेच सहाय्यता अनुदानाच्या हमीचे संपूर्ण अधिकार दिलेले आहेत. त्याचप्रमाणे, बाजारातून कर्ज उभे करण्याच्या व कर्जासंबंधी वाटाघाटी करण्याच्या अधिकारांसाठी गृह मंत्रालयाची मंजुरी आवश्यक आहे.*

या सेवाविषयक बाबींतल्या अथवा आर्थिक बाबींतल्या जबाबदाऱ्या प्रशासनातील सर्वांवर असतात.

या प्रशासकीय पदाला कायद्यान्वये ज्या विस्तृत जबाबदाऱ्या दिलेल्या आहेत त्याबद्दल कितीजणांना माहीत आहे कोण जाणे. जसजसे दिवस पुढं सरकले, तसं माझ्या लक्षात येत गेलं, की याबद्दल फार थोड्या जणांना माहीत आहे. प्रसारमाध्यमांनासुद्धा.

माझ्या पदावर किती प्रचंड जबाबदारी आहे हे माझ्या लक्षात आलं. सुदैवानं, मला अत्यंत अनुभवी टीम लाभली होती. त्यांना खूप माहिती व अनुभव होता. आता आम्ही अगदी झपाटून कामाला लागलो. इतर लोक पेचात सापडले आहेत हे आम्हाला कळत होतं.

त्यावेळी, सुरुवातीच्या काळात, मला पुढच्या काळात प्रचंड राजकीय आव्हान वाढून ठेवलेलं आहे याची कल्पना नव्हती. मी पदभार स्वीकारल्यानंतर काही दिवसांतच, मला एका पत्रकारानं निर्वाचित सरकार व नायब राज्यपालांचे कार्यालय यांच्यादरम्यान संघर्ष होण्याच्या शक्यतेबद्दल प्रश्न केला.

तेव्हा मी त्याला विचारलं, ''का संघर्ष होईल? आर्थिक बाबींत सचोटीला नेहमीच प्राधान्य असलं पाहिजे. सरकारच्या पै न् पैचा हिशोब द्यावा लागेल. कायद्याचं पालन केलं तर संघर्ष उद्‌भवण्याचं कारण नाही.''

मला वाटतं, बहुधा त्या पत्रकाराला पुढे काय होणार आहे ते माहीत असावं; पण ते मला माहीत नव्हतं. मी तिथे नवखी होते.

मी मुख्यत्वे कायद्यात काय तरतुदी आहेत व त्याची प्रत्यक्ष व्यवहारात कशी अंमलबजावणी करायची यावर लक्ष केंद्रित केलं होतं. मला विधी सचिवांनी ज्या गोष्टी उलगडून सांगितल्या होत्या, त्यानुसार मी कायदे, नियम व कार्यपद्धतींवर आधारित फाइल्स अभ्यासत होते. राजकीय आस्थापनाच्या स्वत:च्या अशा ठाम कल्पना होत्या. त्यांचा कायदेविषयक विद्वत्तेचा दावा होता.

त्यावेळी मला माहीत नव्हतं, की मला हे सगळं सुरळीत करण्यासाठी माझा जवळजवळ पाच वर्षांचा पूर्ण कार्यकाल खर्ची घालावा लागणार आहे.

या सगळ्यासाठी सार्वजनिक निधी, कामाचे तास व अथक प्रयत्नांची किंमत चुकवावी लागली. त्यामध्ये भारत सरकारही तितकंच कामाला लागलं. मी तिथून निघण्याची वेळ जवळ आली त्यादरम्यान माननीय सर्वोच्च न्यायालय व मद्रास उच्च न्यायालयानं चालू नियम व कायद्यांवर न्यायिकरीत्या शिक्कामोर्तब केलं.

मी त्रासदायक मुद्द्यांबाबत कायदेशीर स्पष्टतेचा वारसा मागे ठेवला.

'आर्थिक अधिकार' या विषयावरील दस्तऐवजासाठी
क्यूआर स्कॅन करा.

प्रकरण ९

मी व्हीआयपी सायरनवर बंदी घातली

वाहनचालक कुमारन्

नायब राज्यपाल म्हणून मी पहिल्यांदा पुदुच्चेरीच्या रस्त्यांवरून बाहेर पडले तो अनुभव वैतागवाणा होता. माझी पायलट कार रस्त्यावरच्या लोकांना बाजूला हटवून पुढे जाण्यासाठी कर्कश सायरन वाजवत धावत होती. मी माझ्या गाडीतून लोकांच्या प्रतिक्रिया निरखत होते. रस्त्यावरून निघालेल्या काही लोकांच्या चेहऱ्यावर आश्चर्य दिसत होतं. तर काहीजण धाकयुक्त आदराने उभे होते. काहीजण अभिवादन करत होते. तर काहीजण 'हे कोण अनाहूत' अशा नजरेनं पाहत होते.

कारच्या खिडकीतून बाहेर पाहत असताना, या लोकांना जो त्रास झाला त्याबद्दल मला वाईट व अपराधी वाटत होतं. मी रस्त्यावरून सामान्य पादचारी किंवा वाहनधारकाप्रमाणे निघाले आहे आणि मला अशी वागणूक मिळतीय, असं चित्र मी डोळ्यांसमोर आणलं.

१९९८ साली, दिल्लीच्या नायब राज्यपालांची 'विशेष सचिव' म्हणून माझी नियुक्ती झाली होती, तेव्हाही मी हा प्रकार पाहिला होता; पण त्यावेळी मी त्याला कारणीभूत नव्हते.

पण, आता याला मीच कारणीभूत होते, त्यामुळं मी असं होऊ न देण्याचं

ठरवलं.

मग मी माझ्या एडीसींना सांगितलं, की पायलट कारचा सायरन बंद करा आणि वाहतूक सिग्नल पाळा - माझ्या या निर्णयामुळं खळबळ माजली. मी वाहतूक कोंडीत अडकेन अशी स्टाफला चिंता वाटत होती. शहर पोलिसांना हे आव्हान वाटत होतं.

मर्यादित कर्मचाऱ्यांच्या मदतीनं वाहतूक व्यवस्था सुरळीत कशी राखायची हा पोलीस खात्यापुढे प्रश्न होता.

लोकांना वाहतूक कोंडीची व बंद पडलेल्या सिग्नलमुळे चौकाचौकात वाहतुकीला शिस्त नसण्याची सवय होती. व्हीआयपींच्या ताफ्यामुळं आपल्याला बाजूला ढकललं जातं ही गोष्ट त्यांनी पचवली होती.

मी पोलीस महासंचालकांना लोकहिताच्या दृष्टीने वाहतूक नियमन यंत्रणा मजबूत करण्याची विनंती केली. घाईगडबडीत असणाऱ्या सर्व सीआयपींना सामान्य वाहतूक नियमांनुसार वागायला शिकावे लागणार होते. एकंदरीत सर्व परिस्थितीत सुधारणा करण्याची गरज वाहतूक व्यवस्थापनातील वरिष्ठांच्या लक्षात आली. उदाहरणादाखल सांगायचं तर, अंतर्गत साधनस्रोत व्यवस्थापन व रस्ता सुरक्षा यासंदर्भात सुधारणा घडवाव्या लागणार होत्या, तसेच पायाभूत सुविधांचे बजेट वाढवावे लागणार होते.

पुदुच्चेरीतील सामान्य माणूस व प्रवाशांना यामुळे हायसे झाले. जे लोकांचे होते, ते त्यांना परत मिळाले.

सायरन हे फक्त आपत्कालीन वापराच्या वाहनांसाठीच असले पाहिजेत, सत्तास्थानी असलेल्या लोकांसाठी नव्हे. आम्ही हा नियमच केला.

नेतृत्वस्थानी असलेल्या व्यक्तीने कार्यशैलीशी निगडित संदेश सुरुवातीलाच द्यायला हवा. त्यामुळे जबाबदारी, आस्था, सहयोग, सहकार्य व सौजन्य वाढीस लागतात.

व्हिडिओ व बातम्यांच्या क्लिपसाठी हा
क्यूआर स्कॅन करा.

प्रकरण १०

पहिला मोठा कार्यक्रम

प्रॉमेनाड रॉक बीच, पुदुच्चेरी येथे योगदिनी कार्यक्रम

पंतप्रधान कार्यालयाकडून सुस्पष्ट निर्देश आले होते. त्यानुसार आम्ही योग दिन भव्य प्रमाणात साजरा केला. जून २०१६मध्ये आंतरराष्ट्रीय योग दिनी आयोजित केलेल्या कार्यक्रमात विद्यार्थी मोठ्या संख्येने सहभागी झाले होते.

मी शिक्षण सचिव रागेश चंद्र यांच्यासमवेत एक मीटिंग बोलावली. मला त्यांनी केलेल्या तयारीचा आढावा घ्यायचा होता. त्यांनी अतिशय उत्तम तयारी केलेली पाहून मला आनंद झाला. त्यांनी सगळ्या शाळांना या उपक्रमात सहभागी केलं होतं. आम्ही सुमारे एक हजार मीटरच्या संपूर्ण समुद्रकिनाऱ्याचा उपयोग करून घ्यायचं ठरवलं.

त्या दिवशी समुद्रकिनारा रंगांनी खुलून गेला होता. रस्त्यांवर लाल व निळ्या सतरंज्या अंथरल्या होत्या. आंतरराष्ट्रीय योग दिनी योग करण्यासाठी हजारो विद्यार्थी तिथं एकत्र जमले होते. शहरी व ग्रामीण भागातील मिळून जवळपास सहा हजार विद्यार्थी आले होते.

मी स्वतः त्या कार्यक्रमाला उपस्थित होते. माझ्यासोबत पुदुच्चेरी विद्यापीठाच्या

कुलगुरू श्रीमती अनिशा पशीर खान, पोलीस महासंचालक श्री. एस. के. गौतम व इतर विभागांतील अन्य वरिष्ठ उपस्थित होते.

आम्ही सर्वांनी 'तालासन', 'वृक्षासन' ते 'पवनमुक्तासन' व 'शवासन' अशी सुमारे वीस आसने केली. त्यानंतर प्राणायाम व ध्यान केले. या योगसत्राची सांगता प्रार्थनेने झाली.

हा माझा नायब राज्यपाल म्हणून पहिलाच कार्यक्रम होता. या कार्यक्रमाद्वारे एकाच दिवशी हजारो शालेय विद्यार्थ्यांना योगाचा परिचय घडल्याचं मी पाहिलं. या कार्यक्रमातून प्रशासनाची, खासकरून रागेश चंद्र यांची संयोजनक्षमता दिसून आली. दुर्दैवाने ते फार काळ आपल्यात राहिले नाहीत. मी अशा प्रकारची संयोजन- क्षमता पुन्हा पाहिली नाही. त्यानंतरचे योग दिन याच्या कुठं जवळपासही पोहोचले नाहीत

दु:खद बाब म्हणजे या कार्यक्रमाला मंत्रिमंडळातील कुणीही उपस्थित नव्हतं. प्रसारमाध्यमांनी त्यांना 'तुम्ही इतका महत्त्वाचा कार्यक्रम का टाळलात?' असं विचारलं असता त्यांनी 'आम्हाला दुसरीकडे कुठेतरी जावं लागलं,' असं सांगितलं.

एका आमदाराने प्रसारमाध्यमांना सांगितल्याचं बोललं जात होतं की, 'निर्वाचित सरकार नायब राज्यपालांच्या वाढत्या लोकप्रियतेमुळं अस्वस्थ आहे.'

राजभवनमध्ये योगसाधना फक्त एका दिवसापुरतीच राहिली नाही. आम्ही राजभवनच्या हिरवळीवर योगाचे कार्यक्रम आयोजित करत राहिलो.

नेतृत्वस्थानी असलेल्या व्यक्ती लोकसहभाग असलेल्या उपक्रमांत सहभागी होण्याची संधी कधीही सोडत नाहीत. ते असे प्रसंग व अनुभवांच्या शोधात असतात व त्यांना पाठबळ देतात.

आणखी फोटो, व्हिडिओ व बातम्यांच्या क्लिप्स
पाहण्यासाठी क्यूआर स्कॅन करा.

प्रकरण ११

सकाळी दहाचा 'थिंक टँक'

सकाळी दहाची मीटिंग

मी माझ्या प्रमुख टीमसाठी दररोज सकाळी दहा वाजताच्या मीटिंगची पद्धत सुरू केली. या मीटिंगचा नायब राज्यपालांच्या कार्यालयाला खूप लाभ झाला.

आमच्या लहानशा युनिटमध्ये जी. थेवा नीती धस- नायब राज्यपालांचे सचिव; जी. श्रीनिवास – अतिरिक्त सचिव; आर. श्रीधरन् – खासगी सचिव, डॉ. अमृता बहल – ओएसडी, श्रीमती आशा गुप्ता – लेखा नियंत्रक, राजभवन, हे लोक होते. हळूहळू त्यात जे.कुमारन् - जनसंपर्क अधिकारी व कार्तिकेयन- एडीसी समाविष्ट झाले.

मी माझ्या कार्यालयात पहिल्या मीटिंगसाठी गेले तेव्हा अधिकारी नायब राज्यपालांच्या औपचारिक डेस्कजवळ उभे असलेले दिसले. तिथं भव्य आसन होतं -मरुन रंगाच्या मखमली खुर्चीवर राष्ट्रीय चिन्ह कोरलेलं होतं. ते आसन त्या स्थानी बसणाऱ्या व्यक्तीचे महत्त्व व राष्ट्राप्रती असलेलं तिचं उत्तरदायित्व यांची आठवण करून देत होतं.

मी सर्व अधिकाऱ्यांना कार्यालयाच्या पूर्व बाजूच्या कॉन्फरन्स टेबलाकडे यायला

सांगितले. या आयताकृती टेबलापाशी बारा खुर्च्या होत्या. त्यामुळे चर्चा करण्याची सोय होणार होती. अधिकारी संकोचतच तिथं आले व टेबलाभोवती बसले. त्यांच्या डोळ्यांत जरासं नवल दिसत होतं – 'आता काय? शपथग्रहणाआधी वरिष्ठ अधिकाऱ्यांना 'स्वॉट' करायला लावलं तसं काही आहे का?' असे भाव त्यांच्या डोळ्यांतून व्यक्त होत होते.

पण, यावेळी 'स्वॉट' नव्हतं. यावेळी परस्परांना जाणून घ्यायचं होतं.

मी त्यांना सांगितलं, की मी नातेबंधांवर व प्रतिनिधी मंडळावर विश्वास ठेवला पाहिजे या मताची आहे. आपण एक प्रभावी टीम म्हणून काम करायचं आहे, असंही मी त्यांना सांगितलं. माझ्या सर्व निर्णयांची संपूर्ण जबाबदारी माझी असेल या गोष्टीची मी त्यांना खात्री दिली.

माझी त्यांच्याकडून गोपनीयता राखण्याची व निडरपणे सल्ला देण्याची अपेक्षा असल्याचं मी त्यांना सांगितलं.

त्या दिवसापासून रोज सकाळी दहा वाजता कॉन्फरन्स टेबलशी आमच्या मीटिंग होऊ लागल्या. तिथलं भव्य औपचारिक टेबल क्वचितच वापरलं गेलं, खास मीटिंग्जसाठी किंवा संस्मरणीय प्रसंगी लहान मुलांना फोटो काढता यावा यासाठी – एक दिवस आपणही नायब राज्यपाल बनावं ही आकांक्षा त्यांच्यात जागवण्यासाठी.

टीममधील सदस्यांना या अधिकार परंपरा न मानणाऱ्या चौकटीत रुळायला थोडा वेळ लागला. हळूहळू त्यांचं योगदान वाढत गेलं. ते टीमसाठी मूल्यवर्धन करत गेले आणि 'थिंक टँक' म्हणून उदयाला आले. या सर्व प्रमुख सदस्यांना पुदुच्चेरी प्रशासनात काम करण्याचा पुरेसा अनुभव होता. तसंच त्यांना प्रशासनासमोरची आव्हानेही माहीत होती. त्यांना पुदुच्चेरीची खडान्‌खडा माहिती होती. ते अंतस्थ माहितगार लोक होते.

आमची मीटिंग आदल्या दिवसाच्या आढाव्याने सुरू व्हायची. त्यामध्ये निदर्शनास आलेल्या दैनंदिन घडामोडी, समोर येणारे धोरणविषयक प्रश्न, वृत्तपत्रांमध्ये आलेल्या बातम्या व इतर काही घडामोडी असल्यास त्यावर चर्चा होत असे.

जनसंपर्क अधिकारी संबंधित बातम्यांच्या सर्व क्लिप्स व्हॉट्स ॲप ग्रूपमध्ये पोस्ट करत असत व रोजची 'घंटा' म्हणून सरकारी अधिकाऱ्यांच्या उपयोगासाठी 'ग्रूप ई-मेल' पाठवत असत. त्यामुळं अधिकाऱ्यांना पुदुच्चेरीतील वर्तमानपत्रांतून काढलेली बातम्यांची आवश्यक ती सर्व कात्रणे पाहायला मिळत असत. तसंच 'ऑल इंडिया रेडिओ' वरील सकाळी आठच्या बातम्यांची लिंक व केंद्र सरकारच्या 'प्रेस इन्फॉर्मेशन ब्यूरो'च्या प्रमुख बातम्याही त्यांच्यापर्यंत पोहोचत असत.

आमच्यासाठी प्रसारमाध्यमे 'वॉचडॉग' होती.

सकाळी १०ची मीटिंग सुरू असताना...

आम्ही संपादकांना लिहिलेल्या पत्रांचीही दखल घ्यायचो. आमच्यासाठी सर्व गोष्टी महत्त्वाच्या होत्या. आम्ही अशा सर्व वृत्तांकनाला प्रतिसाद द्यायचो, तेव्हा प्रत्येक वेळी सामाजिक जागरूकता बळकट व्हायची. आम्ही संबंधित बातम्यांची दखल घेत आहोत हे लोकांना कळलं होतं. आम्ही समस्यांच्या मुळाशी जाऊ, हे पत्रकारांना कळलं होतं. वृत्तप्रतिनिधींनी दिलेल्या बातम्यांची दखल घेऊन संबंधित गोष्टींत सुधारणा झालेल्या पाहून त्यांना त्यांच्या कामाची पावती मिळाल्यासारखं वाटत असे. त्यांना आपल्याला किंमत मिळाल्यासारखं वाटत असे.

चुकीच्या वृत्तांकनाला नेहमी प्रत्युत्तर दिलं जात असे.

ज्या विषयांसंदर्भात बातम्या येत असत तिथं प्रत्यक्ष भेट देऊन पडताळणी केली जात असे. अधूनमधून आम्ही संबंधित अधिकाऱ्याला बोलावून घेऊन त्याच्याकडून तो विषय प्रत्यक्ष समजून घेत असू. संबंधित अधिकाऱ्याला पाचारण करण्याचा उद्देश होता - संबंधित विभागांचं लक्ष वेधणं, जेणेकरून ते काम करतील, सुधारणा करतील व दक्ष राहतील.

विभागांमध्ये अंतर्गत सुसूत्रता अधिक प्रमाणात यावी या दृष्टीने आम्ही रोज थोडी थोडी प्रगती करत होतो. सर्वजण सकाळी दहाच्या मीटिंगबाबत दक्ष असत. ते या मीटिंगच्या नोंदी ठेवत असत व त्या पुढे पाठवत असत.

सकाळी दहाच्या मीटिंगनं, राजभवनला कराईकल, माहे व यानम या पुदुच्चेरीतील दूरवरच्या प्रदेशांशी जोडलं. त्याचा आम्हाला निर्धारित लक्ष्य गाठण्यासाठी अंतर्गत समन्वय मजबूत करण्यास उपयोग झाला - उघड्यावर मलविसर्जन बंद करून 'स्वच्छ भारत' मोहिमेला बळ देणं, गरिबांसाठी गृहनिर्माण वाढवणं व 'डिजिटायजेशन'ला चालना देणं आम्हाला शक्य झालं. अंतर्गत समन्वय वाढल्यामुळे दर्जात्मक व

परिणामात्मक फलनिष्पत्ती दिसली.

सकाळी दहाच्या टीमने राजभवनमधील उपक्रमांची आखणी केली होती. त्यानुसार कार्यक्रम होत असत. आम्ही सर्वजण सण-उत्सव साजरे करण्यासाठी व कार्यक्रम आयोजित करण्यासाठी उत्सुक असायचो.

मुख्य सचिवांनंतर त्यांची बदली झाली. कसलाही पाठपुरावा केला नाही. उलट त्यांनी उदासीनता दाखवली. मंत्र्यांनाही सोबत येण्याकरता पुन:पुन्हा विनंती करूनही त्यांनी जराही रस दाखवला नाही; पण त्यांना सगळ्या गोष्टी कळवल्या जात होत्या. राजकीय आस्थापनेकडून कसलाही रस दाखवला जात नसला तरी राजभवन टीम खंबीरपणे काम करत राहिली.

आम्ही आम्हाला 'टीम राजभवन' असं नाव दिलं होतं. टीमचा प्रत्येक सदस्य अत्यंत समर्पक वृत्तीनं काळजीपूर्वक काम करत होता. आम्हा सर्व सदस्यांना त्या त्या दिवसाचे प्राधान्याचे विषय आणि पुढच्या व त्याच्या पुढच्या दिवसांसाठी आखलेल्या योजना माहीत असत. सर्वजण सोबत काम करत असत. सर्वजण टीममध्ये व बाहेरही थेट संपर्कात असत. सर्वजण एका उत्तुंग उद्दिष्टासाठी एकत्र आले होते, ते उद्दिष्ट होतं - 'समृद्ध पुदुच्चेरी!'

जे नेतृत्व टीममध्ये ऊर्जा भरते ते टीममधील सदस्यांना जास्तीत जास्त कामगिरी करण्यासाठी बळ देते.

व्हिडिओ व फोटोंसाठी क्यूआर स्कॅन करा.

प्रकरण १२

मुक्तद्वार

पुदुच्चेरीची नायब राज्यपाल या नात्यानं मला ठरवायचं होतं, की राजभवन हा 'राजप्रासादा'ची आठवण म्हणून राहू द्यायचा की कसं... सरकारी अधिकारी व सामान्य नागरिकांसाठी स्वप्नस्थान- जिथं पुदुच्चेरीला भेट देणाऱ्या लोकांना त्याच्या देखण्या पांढऱ्या प्रवेशद्वाराबाहेरून त्याची केवळ झलक दिसू शकेल?

मला जाणवलं, की पुदुच्चेरीला प्रत्यक्ष काम करून दाखवणाऱ्या सहज उपलब्ध असणाऱ्या प्रशासनाची गरज आहे.

मग मी राजभवनमध्ये लोकांना सहज प्रवेश मिळण्याची व्यवस्था केली व आवश्यक ती सुरक्षा यंत्रणाही कार्यान्वित केली. यापूर्वी माझी जेव्हा दिल्लीचे तत्कालीन नायब राज्यपाल श्री. ताजेंद्र खन्ना यांची विशेष सचिव म्हणून नियुक्ती झाली होती, तेव्हापासून मी माझ्या ऑफिसची द्वारे सामान्य लोकांसाठी खुली केली होती. कोणत्याही उच्च कार्यालयात सेवा बजावताना हे किती आवश्यक असतं हे मी जाणून होते. नायब राज्यपाल या नात्याने मी जे आवश्यक होतं ते केलं.

गरजू, सर्वसामान्य लोकांसाठी मुक्तद्वार हा उपक्रम पुदुच्चेरीच्या जनतेसाठी समर्पणभाव व आदराचा उद्‌गार असणार होता. राजभवनसारख्या सर्व सरकारी संस्थांनी लोकांना प्राधान्य दिलं पाहिजे, असं माझं नेहमीच मत होतं.

अशा प्रकारे 'मुक्तद्वार' उपक्रमामुळे राजभवनची द्वारे लोकांसाठी खुली होणार होती.

ही कल्पना मी सकाळी दहाच्या मीटिंगमध्ये माझ्या टीमसमोर मांडली. त्यांना ती आवडली. मग कार्यालयामार्फत प्रसिद्धिपत्रक जारी करून पुदुच्चेरीच्या जनतेला याबद्दल सूचित करण्यात आलं.

नायब राज्यपालांच्या कार्यालयात लोकांना विनासायास प्रवेश मिळावा या दृष्टीनं आम्ही तयारी केली. सर्व अर्जदार वैयक्तिक गाऱ्हाणी घेऊन सोमवार ते गुरुवार दुपारी चार ते सात या वेळात राजभवनमध्ये येऊ शकणार होते. प्रवेशद्वारावर टोकन नंबर घेऊन ते आत येऊ शकणार होते. तिथं सुरक्षेच्या दृष्टीनं त्यांची तपासणी करून त्यांना आत सोडलं जाणार होतं. या वेळातला पहिला तास माझ्या कार्यालयात व्यक्तिगत भेटीसाठी अथवा आमंत्रणासाठी ई-मेलने संपर्क केलेल्या लोकांसाठी ठेवला होता. त्यानंतर पाळीपाळीने अर्जदार येऊ शकणार होते.

तिथं येणाऱ्या लोकांना आरामात बसता यावं यासाठी आम्ही राजभवनच्या लाउन्जचा वापर केला. लोकांच्या तक्रारींची अर्ज व्यवस्थापन यंत्रणेमध्ये नोंद ठेवली जात असे, ज्यायोगे त्यांचा पाठपुरावा करता यावा.

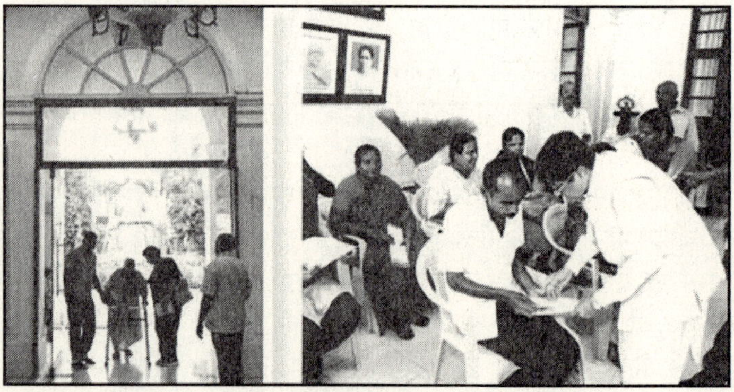

राजभवनमध्ये आलेले अर्जदार

राजभवनमध्ये देखभाल करणारे कर्मचारी, नंबर येण्याची प्रतीक्षा करणाऱ्या लोकांसाठी पाणी, ग्रीन टी व बिस्किटांची व्यवस्था करत असत. तिथं लोक

टीव्हीसुद्धा पाहू शकत असत.

सर्व अर्जदारांचे गाऱ्हाणे मी स्वतः ऐकत होते. माझे अधिकारी व मी छाती-एवढ्या उंचीच्या टेबलामागे उभे राहायचो. उभे राहून अर्जदारांच्या तक्रारी ऐकताना मला लिहिताही यावं या दृष्टीनं खास माझ्यासाठी सुयोग्य उंची व रुंदीचं टेबल बनवून घेतलं होतं.

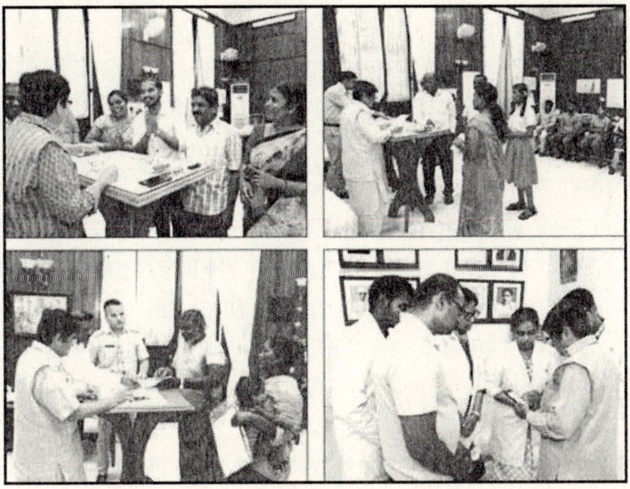

मुक्तद्वार

दुपारी ४ ते ५ या वेळात, अतिरिक्त खासगी सचिव जी. श्रीनिवास मला साहाय्य करायचे. त्यानंतर संध्याकाळी ५ ते ७ या वेळात माझे खासगी सचिव आर. श्रीधर यायचे. हे दोन्ही अधिकारी नंतर पाठपुरावा करता यावा अशा दृष्टीने, अर्जदाराशी संभाषणादरम्यान टिपणं घ्यायचे.

सुरुवातीचे काही आठवडे... महिने हा गाऱ्हाणी ऐकण्याचा कार्यक्रम जादा वेळ सुरू होता. आम्ही लक्षणीय अनुशेष भरून काढत होतो. कधी कधी, येणाऱ्या लोकांच्या वाढत्या अपेक्षांना आपण कसे पुरे पडणार याची काळजी वाटायची, जीव थकून जायचा. आम्ही दिवसभर हेच काम करायचो.

फक्त तमिळ बोलता येणाऱ्या लोकांचं म्हणणं श्रीनिवास किंवा श्रीधर मला भाषांतरित करून सांगायचे. प्रत्येकाचं म्हणणं ऐकून घेऊन आम्ही निर्णय घ्यायचो.

आम्ही अर्जदाराला संबंधित अधिकाऱ्याच्या भेटीची वेळ मिळवून देण्यासाठी त्या अधिकाऱ्याशी फोनवर संपर्क करायचो किंवा त्याला संबंधित अधिकाऱ्याला

भेटण्यासाठी, खास तयार केलेली छापील संदर्भ चिठ्ठी द्यायचो. जर एखादे प्रकरण तातडीचे असेल, तर आम्ही संबंधित अधिकाऱ्याचा दृष्टिकोन जाणून घेण्यासाठी त्याला राजभवनमध्ये येण्याची विनंती करायचो.

मला आमच्या 'मुक्तद्वारा'चा पहिला दिवस अजूनही आठवतोय. पहिल्या दिवशी आलेल्या लोकांमध्ये एक तरुण माता होती. तिच्या मुलाला खासगी शाळेत प्रवेश घेण्यासाठी तिला आमची मदत हवी होती. एक ज्येष्ठ नागरिक त्यांच्या घराशेजारी असलेल्या ताडीच्या दुकानामुळं उपद्रव होत असल्याची तक्रार घेऊन आले होते. त्यानंतर काही तरुण विद्यार्थी 'यूपीएससी'च्या तयारीसंदर्भात माझा सल्ला घेण्यासाठी आले होते. काही व्यापारी काही कुप्रसिद्ध व्यक्तींकडून होणाऱ्या खंडणी व वसुलीची तक्रार घेऊन आले होते. अशा एकापाठोपाठ एक तक्रारी येत होत्या. आम्ही त्या सर्व तक्रारींची दखल घेतली.

मी दिवसाचं काम संपवत होते त्यादरम्यान काही महिला आल्या. त्या प्रॉमिनाड बीचसमोरील 'आश्रम गेस्ट हाउस'मधून आल्या होत्या. हे ठिकाण राजभवनपासून दोनशे मीटर अंतरावर होतं. पोलिसांनी बॅरिकेड लावून मार्ग बंद केल्याबद्दल त्यांची तक्रार होती; कारण सामानाचं ओझं घेऊन येणारे लोक गेस्ट हाउसपर्यंत गाडी घेऊन येऊ शकत नव्हते.

वाहतूक व्यवस्थेसाठी आवश्यक असलेल्या त्या बॅरिकेड्सची जागा थोडीशी बदलावी व त्यांच्या गेस्ट हाउसमध्ये येणाऱ्या लोकांना होणारा त्रास दूर करावा, असं त्यांचं म्हणणं होतं.

अनेक महिने पोलिसांना विनंती करूनही काही उपयोग होत नसल्याचंही त्यांनी सांगितलं.

त्यांचं म्हणणं ऐकल्यानंतर माझ्या मनात आलं, आपण प्रत्यक्ष जाऊनच का पाहू नये? यासंदर्भात अहवाल मागवण्यात अर्थ नाही. येणारी प्रत्येक व्यक्ती आमच्यासाठी महत्त्वाची होती.

मी त्यांना म्हणाले, ''चला, आपण जाऊन पाहूया.''

दिवसभर जराही उसंत न घेता मी उभी होते. त्यानंतरचा हा फेरफटका मला खूप आवडला. माझ्या एडीसींनी पोलीसप्रमुख श्री. प्रवीर रंजन यांना त्या ठिकाणी माझ्यासोबत संयुक्त पाहणी करायला येण्याबाबत कळवलं.

ते बॅरिकेड काही मीटरने हलवल्यामुळे तो प्रश्न सुटला आणि आजूबाजूच्या लोकांना ताबडतोब दिलासा मिळाला. ती भेट सुफळ झाली.

आम्ही मुक्तद्वारमध्ये येणाऱ्या प्रत्येक अर्जाला ज्या संवेदनशीलतेनं प्रतिसाद देत होतो, त्यामुळं लोकांना खूप दिलासा मिळाला. मुक्तद्वारामुळे झोपेत असलेली यंत्रणा खाड्कन जागी झाली.

आम्ही जेव्हा सुरुवात केली तेव्हा बऱ्याच जणांना लवकरच आमचा उत्साह मावळेल, असं वाटत होतं; पण तसं घडलं नाही. उलट, आम्ही अधिक ऊर्जासंपन्न झालो. ज्या दीर्घकालीन समस्यांसाठी 'गतीशक्ती' दृष्टिकोन आवश्यक आहे अशा समस्या आमच्या लक्षात आल्या. या समस्या संयुक्तरीत्या सोडवण्यासाठी वेगवेगळ्या गोष्टींची गरज होती. मग आम्ही अशा 'टीम व्हिजिट्स'साठी दिवस व वेळ निश्चित केले. वीकेन्डच्या प्रभातफेऱ्यांना 'मुक्तद्वारा'तून 'लक्ष्य' मिळाले.

पहिल्या सहा महिन्यांत, नगरपालिकेशी संबंधित व नागरी समस्यांबरोबरच, जमीन बळकावण्याच्या तक्रारी मोठ्या प्रमाणात होत्या. ज्या नोंदी 'डिजिटाइज' झालेल्या नव्हत्या त्यांचा लबाड लोक गैरफायदा घेत होते. यामुळं यंत्रणा भ्रष्टाचाराचा अड्डा बनली होती व दुर्बलांची छळवणूक सुरू होती.

आम्ही घरगुती हिंसाचार व कौटुंबिक समस्यांना प्रतिसाद देण्यासाठी संरक्षक अधिकारी श्रीमती स्टेला यांची नियुक्ती केली.

नागरी विवादांसाठी सुरू केलेल्या अर्धन्यायिक डेस्कमुळे पोलीस खात्यावरचा भार कमी झाला. जर तक्रार खरी असेल, तर ती योग्य विभागाकडे जावी, हा यामागचा उद्देश होता. याआधी या प्रकारच्या अर्जदारांना कुठं जायचं तेच समजत नसे.

श्रीमती स्टेला, सुरक्षा अधिकारी

जसजसे आम्ही पुढे जात होतो, तसतसं लक्षात येत होतं की नागरी सुविधा व जमिनीचे वाद याबरोबरच सेवाविषयक तक्रारीही लक्षणीय संख्येनं येत होत्या. मग आम्ही गुरुवारचा संपूर्ण दिवस फक्त सरकारी कर्मचाऱ्यांसाठीच ठेवायचं

ठरवलं. यामुळे या दिवशी फक्त ते म्हणणं मांडू शकणार होते. थकबाकी न मिळाल्याच्या तक्रारींचा अक्षरशः महापूर होता. संबंधित विभागांनी त्यांच्या ग्रॅच्युइटीची रक्कम खर्च केली होती, त्यांची पगारवाढ, भरपाईची रक्कम, भविष्य निर्वाह निधी वगैरे गोष्टी रोखून धरल्या होत्या. अनियमित नियुक्त्यांसाठीची राजकीय शिफारस समोर येत होती, तसंच बढत्यांना विलंब करणाऱ्या कर्मचारी विभागांनी नोकरभरतीच्या नियमांचा भंग केल्याचं व तात्पुरती पदे दीर्घ काळापासून नियमित न केल्याचं समोर येत होतं. मुदतबाह्य करारावरील कर्मचारी अजूनही कामावर होते, मंजूर आदेश पास झाले नव्हते, निर्णय न झाल्यामुळे फाइल्स प्रलंबित होत्या... अशा अनेक गोष्टी होत्या.

परिस्थिती अत्यंत उद्विग्न करणारी होती. काही लोक तर माझ्याकडे बंद लखोट्यातला अर्ज देऊन गेले.

सेवाविषयक बाबी प्रशासकाच्या कार्यक्षेत्रामध्ये येत होत्या. या गोष्टी सुरळीत करणं ही माझी जबाबदारी होती. मी सरकारी कर्मचाऱ्यांची एकेक गाऱ्हाणी ऐकत गेले, तसं मला यंत्रणेला किती प्रचंड प्रमाणात कीड लागलेली आहे हे लक्षात येत गेलं.

माहितीचा अधिकार चळवळीतले कार्यकर्ते सक्रिय झाले होते; कारण राजभवनमध्ये त्यांनी दिलेली माहिती ऐकली जाते, तिची कदर होते व त्यावर कारवाई केली जाते, हे त्यांना माहीत होते. यामुळं नोकरशाही व राजकीय आस्थापना अस्वस्थ झाले.

मुक्तद्वारामुळे 'पॅनडोरा'ची पेटीच उघडली होती. या उपक्रमामुळे लोकांमध्ये पुन्हा आशा जागली होती. त्यांची संयमाने आमच्यासोबत काम करण्याची इच्छा होती.

सुरुवातीच्या काळात मला अपेक्षेपेक्षा कमी दर्जाच्या सार्वजनिक सेवेला व राजकीय आस्थापनेच्या वाढत्या बेफिकिरीला कसं तोंड द्यायचं असा प्रश्न पडायचा. मला सर्वांशी परस्परविश्वासाचं व स्नेहाचं नातं जोडायचं होतं. अद्याप माझे भावबंध जुळलेले नव्हते. मी एका अत्यंत वेगळ्या प्रकारच्या यंत्रणेत होते, जिथं दूरदूरवर 'नेपोटिजम'चा वारसा होता.

आमच्याकडे जेव्हा एखादी तक्रार पुन्हा यायची, तेव्हा आम्ही राजभवनच्या लाउन्जमध्येच अर्जदाराची संबंधित अधिकारी / डेस्कशी भेट घडवायचो.

आम्ही कामचुकार कर्मचाऱ्यांसाठी एक सत्र आयोजित केलं होतं, त्यामागचा उद्देश होता, अधिकाऱ्यांना सचेत करणं व मुक्तद्वार सुरूच राहणार आहे, या गोष्टीचं त्यांना स्मरण देणं. त्यामुळं ते ही गोष्ट जितकी लवकर समजून घेतील तेवढं उत्तम होतं. निर्णय त्यांनी घ्यायचा होता.

कामचुकार लोकांसाठी...

यातून त्यांना सुस्पष्ट व खणखणीत संदेश मिळाला.

मुक्तद्वार हे आई-बाबांचं घर होऊ लागलं होतं. एकदा चार मुलं मुक्तद्वारमध्ये आली होती. मी त्यांना माझ्याकडे कशासाठी आला आहात, असं विचारलं असता त्या मुलांनी सांगितलं की, आम्ही आमच्या आईला हॉकी स्टिक मागितली, तेव्हा ती म्हणाली, ''नायब राज्यपाल मॅडमकडे जा; त्या तुम्हाला हॉकी स्टिक देतील.''

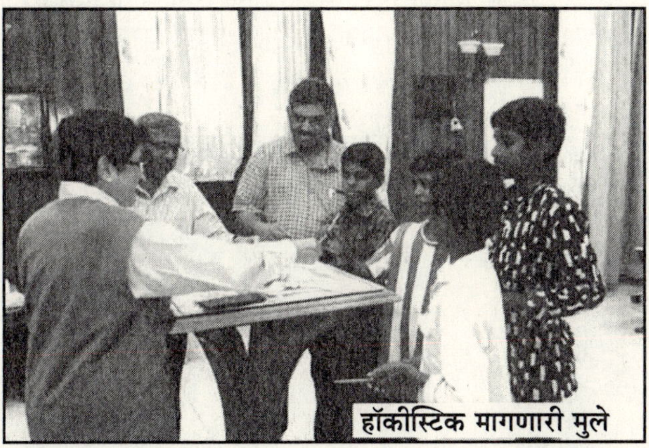

हॉकीस्टिक मागणारी मुले

त्यानंतर दुसऱ्याच दिवशी त्या मुलांना आमच्याकडून हॉकी स्टिक्स मिळाल्या. लेखानियंत्रक श्रीमती आशा गुप्ता यांनी दुसऱ्या दिवशी त्या मुलांकडे हॉकी स्टिक्स पोहोचवण्याची व्यवस्था केली.

मला भेटायला पालकांसोबत येणारी लहान मुलं कधीही स्टेशनरी किंवा छोटीशी भेटवस्तू घेतल्याविना परत गेली नाहीत. काही मुलं त्यांच्या वाढदिवशी मला भेटायला यायची, माझ्यासोबत फोटो काढायची किंवा त्यांना मिळालेली पदकं मला दाखवायला घेऊन यायची. मग जनसंपर्क अधिकारी विजेत्यांची कहाणी प्रसारमाध्यमांना द्यायचे.

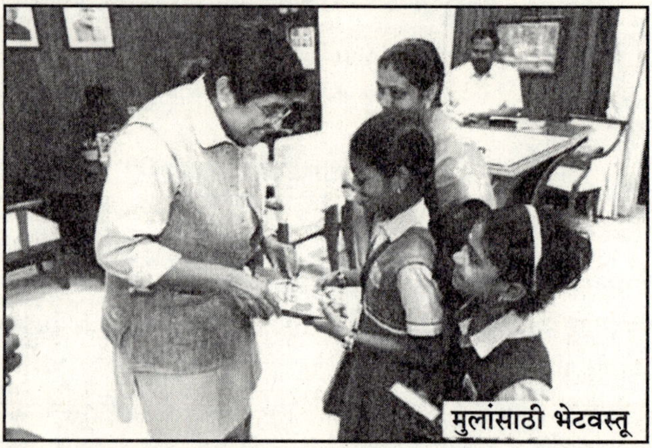

मुलांसाठी भेटवस्तू

मुक्तद्वार हा उपक्रम लोकांच्या तक्रारींची दखल घेण्यास चालना देणारा उत्प्रेरक ठरला. त्याने यंत्रणेमध्ये सर्वांना सारखाच प्रतिसाद देण्याची संवेदनशीलता निर्माण केली. आमच्या चिकाटीच्या प्रयत्नांनी लक्षणीय बदल घडवला. लोक सरकारी

लहान मुलांसाठी देणग्या स्वीकारताना

अधिकाऱ्यांशी स्वतःहून जोडले जाऊ लागले. राजभवन 'बॅक अप' म्हणून सदैव आपल्यासोबत असेल, ही गोष्ट त्यांना माहीत होती.

कोविड- १९ महामारीच्या काळातही आम्ही मुक्तद्वार उपक्रम सुरूच ठेवला. त्यावेळी आम्ही 'व्हर्च्युअल मुक्तद्वार' केलं. लोकांनी या संधीचा पुरेपूर उपयोग करून घेतला.

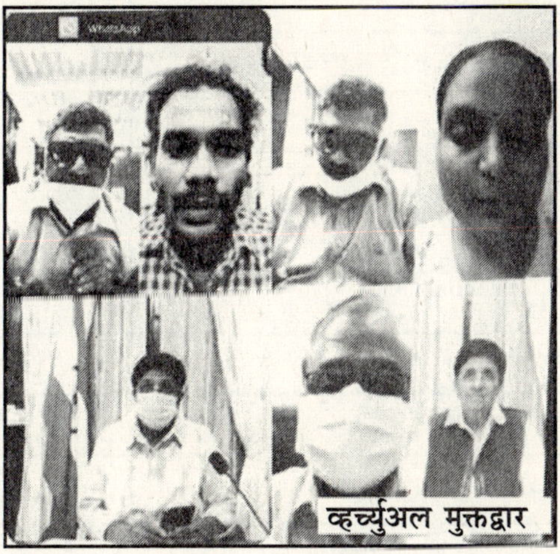

व्हर्च्युअल मुक्तद्वार

राजकीय जगतातील आमचे मित्र पुदुच्चेरीतील माझ्या अखेरच्या दिवसापर्यंत, या टिकून राहिलेल्या संपर्काविरोधात गळा काढत होते.

लोकांसाठी उपलब्ध असणे, त्यांचे म्हणणे ऐकून घेणे व शिकत राहणे आणि सर्व गोष्टींच्या केंद्रस्थानी 'लोक' असणे हे प्रगतिशील नेतृत्वाचे अत्यंत महत्त्वाचे लक्षण आहे, अशी माझी ठाम धारणा आहे.

माझ्या कार्यकालात 'मुक्तद्वार'मध्ये प्राप्त झालेले अर्ज

विषय	**अर्जांची संख्या**
नागरी समस्या	१३८१
सेवाविषयक बाबी	१९७६
जमिनीचे वाद	११०९
दुकाने व संस्था यांच्या विरुद्धच्या तक्रारी	१५३७
संकीर्ण	१२४०
अतिक्रमण	६१९
गृहविषयक	५१३
सूचना व सल्ले	७४४
कौटुंबिक वाद	६३८
शिष्टाचार / निमंत्रणे	१२४२
एकूण	१०९९९

फोटो, व्हिडिओ इत्यादीसाठी क्यूआर स्कॅन करा.

प्रकरण १३

लोकांमध्ये प्रशासन वीकेन्ड फेऱ्या

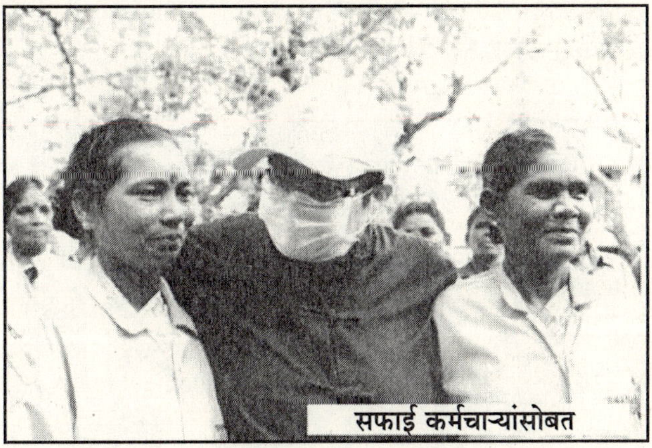

सफाई कर्मचाऱ्यांसोबत

'पॅनडोराची पेटी' उत्तरोत्तर खुली होत होती, त्यामुळं प्रशासनात खळबळ माजली होती.

या साऱ्यामुळं काही राजकीय घटक, हितसंबंध गुंतलेले लोक व मुजोर सरकारी कर्मचारी भडकले होते. या उपक्रमामुळे 'सायलेन्स ऑफ द लॅम्ब्ज' भंगला होता. अपराधी लोक लपण्यासाठी धावाधाव करत होते - जमीन बळकावणारे, कामगिरी सिद्ध न करणारे, अतिक्रमण करणारे, आळशी व अप्रामाणिक.

लोक कर्तव्यात हयगय झाल्याचे पुरावे घेऊन येत होते.

माझ्यासमोर असलेले पर्याय म्हणजे कागदोपत्री अहवाल मागवणे किंवा घटनास्थळी प्रत्यक्ष भेट देणे. त्याजोडीनं, आपण लोकांना या सगळ्याच्या केंद्रस्थानी आणावं असा माझ्या मनात विचार आला; कारण लोकांना समस्या ठाऊक होत्या आणि ते त्यासंदर्भात काय पाठपुरावा झाला याचा अहवाल देऊ शकणार होते.

राजभवनचा संपूर्ण आठवडा मीटिंग्ज व आढावा या कामात गच्च भरलेला होता. त्यामुळे मी राजभवनच्या टीम सदस्यांसह व संबंधित अधिकाऱ्यांसह वीकेन्डला

'रोगग्रस्त' ठिकाणांना भेटी द्यायचं ठरवलं.

उन्हाळ्यात मी सकाळी ६ ची व हिवाळ्यात सकाळी ७ची वेळ निवडली होती. सकाळी लवकरची वेळ ठरवण्यामागचा उद्देश होता - मुख्य तक्रारदारांसोबत प्रत्यक्ष त्या त्या ठिकाणी जाऊन पाहणी करणं आणि बघ्यांमुळं लक्ष विचलित होण्याआधी तिथून निघणं. त्यापुढचा पाठपुरावा कार्यालयांतून करता येणार होता.

पहिल्या दोन वीकेन्डच्या प्रभातफेऱ्या निर्वाचित आमदारांनी विनंती केलेल्या ठिकाणी होत्या. पहिली प्रभातफेरी 'ग्रॅन्ड कॅनाल' या पावसाचं पाणी वाहून नेणाऱ्या दुर्गंधीयुक्त नाल्याच्या ठिकाणी झाली. पुढच्या प्रभातफेऱ्या कृष्णनगर व रेनबो नगर या दोन वसाहतीत झाल्या. या वसाहती सखल भागात होत्या. तिथं एकदा मुसळधार पाऊस झाला तरी पूर येत असे.

ग्रॅन्ड कॅनल

या ठिकाणांना भेट दिल्यावर, अधिकाऱ्यांकडून नियमित कर्तव्यपालनाकडं, पर्यवेक्षणाकडं प्रचंड दुर्लक्ष झाल्याचं आणि संबंधित विभागांकडून अभियांत्रिकीशी निगडित दुरुस्तीला एकूणच विलंब झाल्याचं समोर आलं.

मी काही बोलण्याची गरजच नव्हती, ती ठिकाणं स्वतःच स्वत:ची अवस्था सांगत होती. ते पाहून सरकारी अधिकारी अस्वस्थही झाले होते व बचावात्मकही. त्यांना कृती करावी लागेल व काम करून घ्यावं लागेल असा संदेश मिळत होता. त्यांना प्रत्यक्ष देखरेख करण्यासाठी 'फिल्ड' वर अधिक प्रमाणात राहावं लागणार होतं.

आता आव्हान होतं ते फारसं काम करण्याची सवय नसलेल्या कर्मचाऱ्यांकडून काम करून घेण्याचं. त्या त्या ठिकाणी प्रत्यक्ष जाऊन तिथं आवश्यक त्या सर्व

विभागांना एकत्र आणून तिथली समस्या सोडवण्याची माझी तळमळ हळूहळू मावळेल अशी अधिकाऱ्यांना आशा होती.

पूर्ण पगार घ्यायचा; पण काम थोडंच करायचं हे बऱ्याच सरकारी अधिकाऱ्यांच्या अंगवळणी पडलं होतं. या सगळ्याची पुनर्रचना करावी लागणार होती.

आठवड्यांमागून आठवडे, टीम राजभवन कुजलेल्या व डासांची बजबजपुरी झालेल्या तळ्यांना, मरणासन्न तलावांना, खडबडीत वाळलेल्या टाक्यांना केराच्या ढिगाऱ्यांच्या ठिकाणी भेटी देत होते. वेगवेगळ्या ठिकाणी जात होते, अनेक लोकांच्या भेटी घेत होते. आमच्या या भेटींमुळे कुजलेल्या केरकचऱ्याच्या समस्येबाबत जागरूकता निर्माण झाली, लोकांना संताप येऊ लागला.

पण, आम्ही काय खोदून प्रकाशात आणत आहोत हे नोकरशाही व राजकीय आस्थापनेतील किती लोकांच्या लक्षात आलं होतं हे ऐकून आश्चर्य वाटेल. काही अपवाद वगळता, नोकरशाहीतील उच्चपदस्थ निगरगट्ट होते.

मधल्या फळीतले अधिकारी सक्ती म्हणून येत होते. यात अगदी मोजक्या लोकांना बदल घडावा असं मनापासून वाटत होतं. हे अधिकारी आपण या ठिकाणी हजर असलेलं बरं हेही ओळखून होते किंवा त्यांना व्हॉटस् ॲप ग्रूपवर न दिसण्याची भीती वाटत होती, ज्याची प्रसारमाध्यमांतही बातमी येऊ शकली असती.

ही राजकीय नेतृत्वाची सर्वांत पहिली जबाबदारी असूनही ते या वीकेन्ड फेऱ्यांच्या बाबतीत उदासीन होते. एवढंच नव्हे, तर त्यांनी उलट अधिकाऱ्यांना माझ्यासोबत जाण्यापासून रोखण्याचा प्रयत्न केला.

कित्येकदा मला त्या त्या ठिकाणी फक्त एका कनिष्ठ अधिकाऱ्यासोबत काम

करावं लागलं आहे; पण मी त्या गोष्टीचा बाऊ केला नाही.

हे प्रतिनिधी या मोहिमेत का सहभागी होत नाहीयेत, हे माझ्या लक्षात येत होतं. या मोहिमेदरम्यान जे समोर येत होतं ते त्यांच्यासाठी अडचणीचं होतं. एखादी समस्या का रेंगाळत राहिली आहे याचं ते लोकांना काय स्पष्टीकरण देणार होते?

उदाहरणादाखल सांगायचं, तर सुनामीनंतर, जागतिक बँकेच्या अर्थसाहाय्यातून बांधलेलं संपूर्ण वातानुकूलित फिश मार्केट तसंच पडून होतं. ते पात्र मच्छीमारांना दिलं जात नव्हतं. माननीय मंत्री त्याच्या वाटपासंदर्भात निर्णय घेऊ शकले नव्हते. मच्छीमार बंधू-भगिनी रस्त्याकडेला मासेविक्री करत होते. त्यामुळं वाहतुकीला अडथळा होत होता. माझ्या भेटीमुळं हा विषय वर आला.

असंच आणखी एक मार्केट प्रचंड खर्च करून उभारल होतं; पण तेही तसंच पडून होतं; कारण तिथं वीजजोडणी झालेली नव्हती. याला कारण होता राजकीय प्रतिनिधींच्या समन्वयाचा व पाठपुराव्याचा अभाव. ही परिस्थिती सुधारण्याऐवजी त्यांनी माझ्या अधिकृत तपासणीत अडथळा आणला आणि 'माघारी जा' अशा घोषणा दिल्या; पण मी पुढे जात राहिले.

असाच आणखी एक प्रसंग घडला. मी एका वसाहतीतल्या उद्यानाला भेट दिली. तिथल्या प्रचंड मोठ्या वृक्षाचं खोड आडवं झाल्यामुळं फुटबॉलचं मैदान दोन भागांत विभागलं गेलं होतं. माझ्या भेटीमुळं त्या भागातील स्थानिक प्रतिनिधी संतापले. हे झाडाचं पडलेलं खोड त्यांच्या अधिकारक्षेत्रात येत असताना, स्वयंसेवकांनी ते तिथून हटवण्यावर त्यांचा आक्षेप होता. ते नक्कीच त्यांच्या अधिकारक्षेत्रातच होतं; पण मग लोकांनी इतके महिने विनवणी करूनसुद्धा त्यांनी ते झाडाचं खोड हटवून मैदान साफ का केलं नव्हतं?

वीकेन्डच्या प्रभातफेऱ्यांमध्ये लक्ष देण्याची गरज असलेल्या इतर दुर्लक्षित

वेलरामपेट तलाव

ठिकाणांपैकी महत्त्वाची ठिकाणे होती जलयुक्त क्षेत्रे- वेलरामपेट, कनागन तलाव, किरुमम्पक्कम तलाव, बहुर तलाव, अरियाकुप्पम तलाव व ऑस्सूडू तलाव.

आम्ही वरचेवर भेटी देईपर्यंत अत्यावश्यक पाण्याच्या टाक्या व पाणी साठवण्याचे स्रोत हे केराचे उकिरडे होते. त्यांच्या पुनरुज्जीवनासाठी स्थानिक प्रतिनिधींनी कधीही रस दाखवला नव्हता. लोकांच्या आस्थेच्या विषयांबाबत अशी अनास्था पाहून मला अतिशय यातना होत होत्या.

आम्ही प्रत्येक भेटीनंतर त्याच्या नोंदी ठेवत होतो. कार्यालयात परत आल्यानंतर खासगी सचिव या भेटीचे सारांशित टिपण तयार करत असत व पाठपुराव्यासाठी एक पत्रक वितरित करत असत. जनसंपर्क अधिकारी प्रसारमाध्यमांसाठी प्रसिद्धिपत्रक जारी करत असत. वृत्तपत्रे त्याची बातमी देत असत. या बातम्या अधिकाधिक लोकांपर्यंत पोहोचतील, तसा त्यांच्यात अधिक उत्साह संचारत होता, त्यांना आपलाही यात सहभाग असायला हवा असं वाटत होतं. त्यानंतर अशी अवस्था झाली, की आमच्याकडे जाण्यासाठी नवी ठिकाणं नसल्यामुळं आम्ही आधीच्याच ठिकाणांना पुन्हा भेटी देऊ लागलो.

आम्ही विद्यार्थ्यांसोबत गाडीने, पायी, बसने व सायकलवरून जायचो. एनसीसी, एनएसएस, पुदुच्चेरी विद्यापीठातले विद्यार्थी, शालेय विद्यार्थी, बिगर-सरकारी संस्था, स्वयंसेवक, पोलीस, प्रशिक्षणार्थी, एवढंच नव्हे तर पर्यटकसुद्धा आमच्यासोबत यायचे.

आम्ही वृक्षारोपण केलं, आम्ही व्हॉलिबॉल खेळलो, लोकांसमवेत चहाचा आस्वाद घ्यायला थांबलो. आम्ही मंदिरांना व चर्चेसना भेट देऊन तिथल्या टाक्यांची देखभाल कशी केली जाते ते पाहिलं. संपादकांना आलेल्या एका पत्रातून आम्हाला लोकांना ज्ञात नसलेल्या जंगलातल्या एका लपलेल्या पायवाटेचा 'शोध' लागला. आम्ही तिथं भेट दिल्यामुळं त्या ठिकाणाला जे ठळक महत्त्व मिळायला हवं होतं ते मिळालं.

आम्ही जितकं जास्त काम करू, तितकं आणखी बरंच करण्याजोगं समोर येत होतं.

मी पुदुच्चेरी सोडली तेव्हा टीम राजभवनने २६० वीकेन्ड प्रभातफेऱ्या पूर्ण केल्या होत्या.

माझ्या २५९ व्या फेरीचे फोटो सोबत दिले आहेत. या फेरीचा मुख्य उद्देश होता रस्ते सुरक्षा. आणि शेवटची फेरी होती वेलरामपेट तलाव या माझ्या आवडत्या जलक्षेत्राची. याच ठिकाणी मी 'समृद्ध पुदुच्चेरी'च्या चळवळीचा श्रीगणेशा केला होता.

मला पुदुच्चेरीत आवश्यक ती संघटित सक्रियता दिसली नाही हे खेदपूर्वक

नमूद करावंसं वाटतं. याला प्रोबिर बॅनर्जींच्या 'पॉन्डीकॅन' व इतर काहींचा अपवाद होता. याचं मुख्य कारण होतं - उच्च न्यायालयात जायचं तर पुदुच्चेरीहून तीन तासांचा प्रवास करावा लागत असे आणि कायदेशीर साहाय्य घ्यायचं तर ते महागडं होतं. या शहरात मदुराईसारखं उच्च न्यायालयाचं एकल खंडपीठ असतं, तर वीकेन्ड फेऱ्यांची आवश्यकताच नव्हती. कायदेशीर नोटीशींद्वारेच काम झालं असतं.

तरीही, पुदुच्चेरी लक्षणीयरीत्या स्वच्छ झालं, याचं श्रेय काम करणाऱ्या वेगवेगळ्या विभागांना आहे. याबद्दल सर्व सरकारी अधिकारी प्रशंसेस पात्र आहेत. त्यांनी हा बदल घडवला. त्यांचं व्हॉट्स ॲप ग्रूप्समध्येही कौतुक झालं.

जिथं समस्या असते, तिथंच संकल्पना व उपाय असतात, अशी माझी खात्री आहे. क्षेत्र (फिल्ड) तुमच्या पंचेंद्रियांना चेतना देतं. तुम्हाला जितक्या जास्त प्रश्नांची दखल घ्यायची असेल, तितकं तुम्हाला कोणत्याही सेवाक्षेत्रात क्षेत्राभिमुख राहावं लागेल.

वीकेन्ड फेऱ्यांदरम्यानची क्षणचित्रे

वीकेन्ड फेऱ्यांदरम्यानची क्षणचित्रे

फोटो, व्हिडिओ व इतर गोष्टींसाठी क्यूआर स्कॅन करा.

प्रकरण १४

सामान्य माणसांचे ऐकून घेतले जाऊ लागले

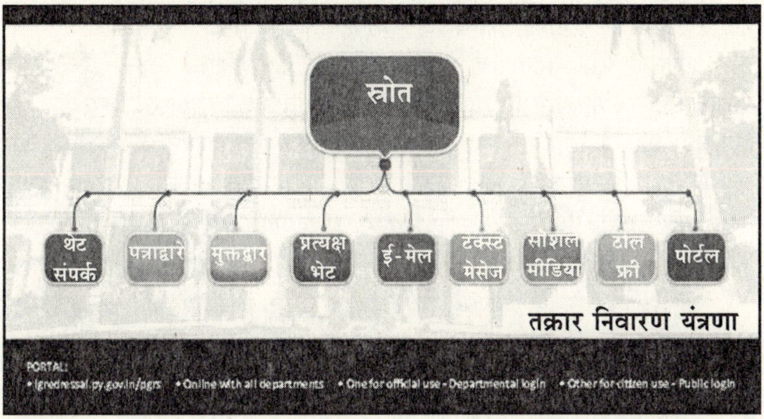

मला पुदुच्चेरीत तक्रार निवारणासाठी कसलीही सूत्रबद्ध रचना दिसली नाही.

तिथं कोणत्याही स्तरावर विश्लेषणांची एकात्मिक यंत्रणा नव्हती. जी काही व्यवस्था होती ती उद्देशरहित, सुसूत्रता नसलेली व विस्कळीत होती. हे मी बऱ्याच सरकारी कार्यालयांना, जिल्हाधिकारी कार्यालयाला, नागरी सेवा केंद्राला, पोलीस ठाणे व कन्ट्रोल रूम्सना प्रत्यक्ष भेटी दिल्या तेव्हा माझ्या लक्षात आलं.

तक्रार निवारण कुणाच्याच दृष्टीनं महत्त्वाचं नव्हतं; गरीब व सामान्य माणूस कुठली व्हीआयपीची ओळख घेऊन आला नसेल तर त्याच्याकडे लक्ष दिलं जात नव्हतं. तो व्याकूळ होऊन इकडून तिकडं धक्के खात हेलपाटत होता. त्याच्या मनात श्रद्धा व विश्वास उरला नव्हता. बहुतेकवेळा त्याला सगळीकडं सक्तीनं पैसे द्यावे लागत होते. भ्रष्टाचार बोकाळला होता.

लोकांनी ही परिस्थिती स्वीकारल्याचं दिसत होतं. मग गुन्हेगारी रेकॉर्ड असलेल्या गुंडाकडून मिळणाऱ्या धमक्या असोत, घराबाहेर कुजत पडलेला केराचा ढीग असो, भरून वाहणारे नाले व गटारी असोत, घराच्या परिसरात असलेल्या तळ्यांत पोसल्या जाणाऱ्या डासांच्या झुंडी असोत अथवा 'व्होट बँक' तयार करण्यासाठी,

जलक्षेत्रावर अतिक्रमण करून घरांसाठी जागा वाटप असो.

लोक त्यांच्या तक्रारींच्या निवारणासाठी कुठल्या यंत्रणेची मागणी करताना दिसत नव्हते. उदाहरणादाखल सांगायचं तर, जर एखाद्या माणसाची जमीन किंवा घर कुणी हडपलं, तर तो माणूस कुठं जातो? त्याच पोलीस ठाण्यात, ज्यानं कदाचित या कृत्याला मदत केली असू शकेल? का त्याच 'लॉबी'कडं ज्यांनी ती मालमत्ता 'बेनामी' ठरवण्यास चिथावणी दिली होती? त्याचबरोबर उद्योग आस्थापनेतसुद्धा खंडणीचा बळी ठरलेल्या माणसाला अशा नेत्यावर अवलंबून राहावं लागू शकत होतं, ज्याचा या गोष्टीला पाठिंबा असू शकेल.

आणखी एक वेदनादायी प्रश्न होता. वैद्यकीय शिक्षण घेऊ इच्छिणाऱ्या विद्यार्थ्यांचा. त्यांना खासगी वैद्यकीय महाविद्यालयांत प्रवेश नाकारल्यावर त्यांनी कुठं जायचं? माफियांनी मागितलेली प्रचंड मोठी फी त्यांना भरता येत नसेल त्यांनी काय करायचं? त्यांचं गाऱ्हाणं कोण ऐकणार होतं? त्यांना कायदेशीर आव्हान देणंही परवडणार नव्हतं. मद्रास उच्च न्यायालयात जाण्यासाठी पाच तासांचा प्रवास करावा लागत होता.

याहीपेक्षा भयंकर गोष्ट म्हणजे, जेव्हा एखादा वरिष्ठ अधिकारी महिला कर्मचाऱ्याचा लैंगिक छळ करायचा, तेव्हा तिला नोकरी सोडण्याचाच विचार करावा लागत असे; कारण तिला कुणाला भेटावं हेच कळत नसे आणि आपल्याला कुठे न्याय मिळेल का याबाबतही ती साशंक असे.

परदेशात काम करणाऱ्या आपल्या नातेवाइकाची मालकाकडून छळणूक होत असल्यामुळे त्याला ताबडतोब मायदेशी परत आणायचं, तर नवी दिल्लीत भारत सरकारच्या परराष्ट्र मंत्रालयात कुठं भेटायचं हे घरच्या लोकांना माहीत नसे.

पुदुच्चेरीच्या अर्थव्यवस्थेचा पर्यटन हा मूलाधार असूनही, मला तिथल्या बस डेपो किंवा रेल्वेस्थानकांवर पर्यटक अथवा प्रवाशांसाठी प्रतिसादात्मक यंत्रणा व प्रसिद्धी यंत्रणा दिसल्या नाहीत. रात्रीच्या वेळी प्रवास करणाऱ्या प्रवाशांसाठी कोणत्या प्रकारची वाहतूक व्यवस्था उपलब्ध आहे, हे पाहण्यासाठी मी जेव्हा रेल्वेस्थानकाला भेट दिली तेव्हा मी याचा प्रत्यक्ष अनुभव घेतला.

ऑटोरिक्षा चालकांची संघटना राज्य परिवहन बसला रेल्वेस्थानकावर रात्र सेवा देण्यात अडथळे आणत होती. त्यांना रात्री तिथं उतरणाऱ्या असहाय्य प्रवाशांवर संपूर्ण ताबा ठेवायचा होता. या प्रवाशांना इतक्या उशिरा ते मागतील तेवढे पैसे देण्यावाचून पर्यायच नव्हता. सार्वजनिक वाहतूक सेवेतील बसचालकांनी या मार्गावर बस आणल्यास त्यांना धमकावलं जात होतं.

पुदुच्चेरीच्या अर्थव्यवस्थेसाठी पर्यटकांची गरज आहे, ही गोष्ट माहीत असूनही या लोकांना स्थानिक आमदारांचा आक्रमक पाठिंबा होता. मी पोलीस ठाण्यातील

कर्मचाऱ्यांना रात्रीची बससेवा सुरू करण्याचे आदेश दिले.

मी पदाचा कार्यभार स्वीकारल्यानंतर पहिल्या तीन दिवसांतच 'ग्रॅन्ड कॅनल'चा पाहणी दौरा केला. फ्रेंच काळापासून 'व्हाइट टाउन' म्हणून ओळखल्या जाणाऱ्या सुंदर शहरात पावसाचे पाणी वाहून नेण्यासाठी हा फ्रेंचकालीन वैशिष्ट्यपूर्ण नाला आहे. वाऱ्याच्या दिशेनुसार त्याची दुर्गंधी चक्क राजभवनपर्यंत म्हणजे जवळजवळ एक किलोमीटर अंतरावर पोहोचत असे.

त्या भागातले आमदार तक्रार निवारणासाठी आले होते. त्यांनी थेट हस्तक्षेप करण्याची विनंती केली.

या समस्येशी कुणालाही देणं-घेणं नव्हतं. बरेच सरकारी अधिकारी आपण निर्वाचित प्रतिनिधींच्या क्षेत्रात घुसखोरी केल्यासारखं होईल, म्हणून यासंदर्भात पुढाकार घ्यायला घाबरत होते.

प्रत्येक तक्रारीची दखल घेणं हा राजकीय प्रतिनिधींनी केलेला व्यवहार होता. या मेहेरबानीची संबंधित व्यक्तीनं वेळ येईल तेव्हा, म्हणजे दर पाच वर्षांनी परतफेड करायची होती.

काही अगदी मोजक्या अपवादात्मक अधिकाऱ्यांनी जर रहिवाशांना आत्मनिर्भर होण्याचा व त्यांची रहिवासी कल्याणकारी संस्था स्थापन करण्याचा सल्ला दिला, तर ते अधिकारी निर्वाचित प्रतिनिधींच्या रोषाला बळी पडत होते.

मी अधिकाऱ्यांना कामावरून कमी केलेलं व त्यांना 'कन्टेम्प्ट नोटीस' बजावून विभागांमार्फत त्रास दिलेलं पाहत होते. आणि याचं कारण काय, तर त्यांनी रहिवाशांशी बोलण्यासाठी निर्वाचित प्रतिनिधीची पूर्वपरवानगी घेतली नव्हती.

"आपण कुठून सुरुवात करायची?" मी स्वतःशीच विचार करत होते.

'राजभवन' मधील तक्रार निवारण यंत्रणेनं सर्व दिशांनी, सर्व स्रोतांमार्फत, व्यक्तिशः, पत्राद्वारे अथवा सोशल मीडिया टूल्समार्फत येणाऱ्या तक्रारींसाठी व्यवस्था सुरू केली होती. सगळ्या तक्रारी महत्त्वाच्या आहेत, ही गोष्ट विभागांच्या लक्षात आली, तेव्हा परिवर्तन घडू लागलं. काही अधिकाऱ्यांनी यात स्तुत्य भूमिका बजावली.

तक्रार निवारण यंत्रणा

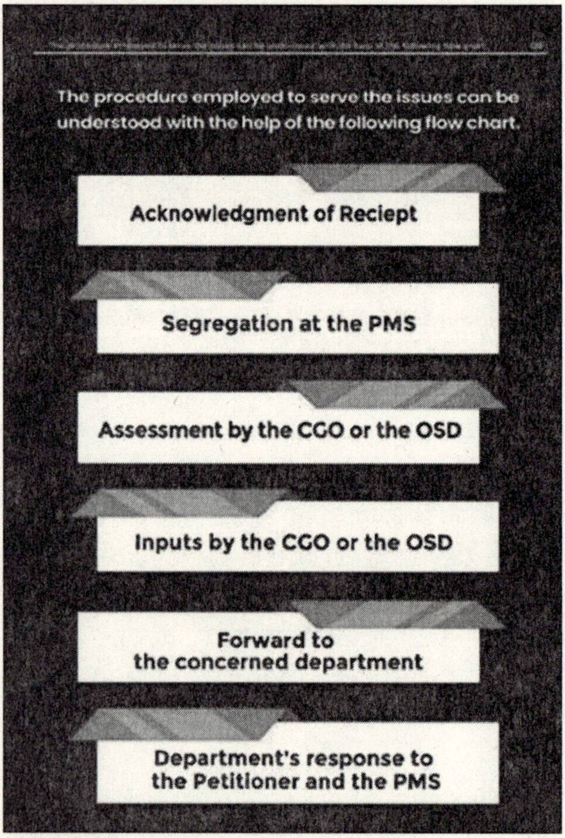

तक्रारी प्राप्त होण्याचे अनेक मार्ग होते. 'मुक्तद्वार' हा त्यापैकीच एक प्रमुख मार्ग होता. इतर मार्ग होते–

ई-मेल्स, पोलीस नियंत्रण कक्ष, टोल-फ्री नंबर्स, मुख्य तक्रार अधिकारी व विभागांचे व्हॉट्स ॲप नंबर (माझासुद्धा). या नंबरवर कुणीही संपर्क करू शकत असे.

कोणत्याही मेसेजची दखल घेतली नाही, असं होत नसे. आम्ही तंत्रज्ञानाचा पुरेपूर उपयोग करून घेतला. दाखल होणारी प्रत्येक तक्रार 'पिटिशन मॉनिटरिंग सिस्टिम' (पीएमएस) मध्ये नोंदवली जात असे व ती शोधता येत असे.

आम्ही प्रत्येक तक्रारीसंदर्भातील कागदपत्रांची पूर्तता केली व तिचा मागोवा घेत राहिलो. यासाठी अनेकदा पाठपुरावा करावा लागला, वृत्ती व संस्कृतीमुळे येणारे

अडथळे दूर करावे लागले.

ज्या ज्या अर्जांसाठी प्रत्यक्ष घटनास्थळी भेट देण्याची गरज होती, त्या त्या ठिकाणी उपलब्ध वेळेनुसार भेटी दिल्या. सगळ्या समस्या सोडवाव्याच लागणार होत्या. अनेक दशकांपासून प्रलंबित असलेली प्रकरणे निकाली निघू लागली. अक्षरश: जादूची कांडी फिरली. लोक यंत्रणेवर विश्वास ठेवू लागले, तशी तक्रारींची संख्या वाढली.

सामान्य माणसाच्या आशा व अपेक्षा वाढल्या.

शहर जसजसे अधिक सुरक्षित व स्वच्छ बनलं, लोकसहभाग वाढला, तसं अधिकाधिक लोकांना आपल्याला सेवा मिळत आहे, असं वाटू लागलं. याच साधनांचा वापर करून आम्ही कोविडशी लढा दिला.

माझ्या मोबाइल फोनवर भरपूर मेसेज आलेले असत. मी त्यांना उत्तर देत असे.

या साऱ्यासाठी झटणाऱ्यांमधील सर्वांत उल्लेखनीय नाव म्हणजे डॉ. भास्करन्. ते मुख्य तक्रार अधिकारी होते व 'टीम राजभवन'चे सदस्यही होते.

डॉ. भास्करन् व त्यांच्या टीमसोबत

सेवेत असलेले पोलीस अधिकारी डॉ. भास्करन् व त्यांची नियंत्रण कक्षाची टीम सर्व विभागांशी समन्वय राखण्यासाठी व मागोवा घेण्यासाठी अहोरात्र काम करत होती. ते २४ × ७ उपलब्ध असत. त्यांनी प्रतिसाद देण्यासाठी दोन व्हॉट्स ॲपवाले फोन ठेवले होते.

डॉ. भास्करन् यांनी वेगवेगळ्या विभागांच्या अधिकाऱ्यांची युतीही तयार केली होती. या यंत्रणेमुळं आम्ही कोविड १९च्या पहिल्या लाटेतील आव्हानांचा व पुदुच्चेरीला तडाखा देणाऱ्या 'निवार' चक्रीवादळाचा सामना करू शकलो.

'टीम राजभवन' सदैव उपलब्ध होती.

कोविडच्या काळात आम्ही तक्रारी ऑनलाइन ऐकल्या.

कोविड दरम्यान 'व्हर्च्युअल हिअरिंग्ज'

तथापि, स्क्रीनवर जास्त वेळ वाचल्यामुळे मला डोळ्यांचा त्रास (डिजिटल आय) सुरू झाला. मग मी बरेच आठवडे, मेसेज वाचणं व प्रतिसाद देणं हे काम सहायकाच्या मदतीनं करत होते. पुदुच्चेरीतील 'अरविंद आय हॉस्पिटल'ने माझी विशेष काळजी घेतली; पण तेव्हापासून मला डोळ्यांत नियमित औषध घालावे लागते.

माझा पुदुच्चेरीतील कार्यकाल संपला तेव्हा, आम्ही सर्व प्रकारच्या मिळून ३८,०६८ तक्रारी ऐकल्या होत्या.

आम्ही सामान्य माणसाचं म्हणणं पूर्णतः ऐकून घ्यायचो व ते अशा पद्धतीनं ऐकायचो की ते त्याच्या सदैव स्मरणात राहील.

तक्रारी - वर्षनिहाय अहवाल

प्रकार	२०१६*	२०१७	२०१८	२०१९	२०२०	२०२१*	एकूण
नागरी समस्या	१०२५	२२०७	८४८	५७८	६१८	६४	५३४०
सेवाविषयक	९६३	१२८८	११२८	७८६	१०८९	२१०	५४६४
शिक्षण	५०६	७३३	८१२	४७६	४८१	११३	३१२१
कायदा व सुव्यवस्था	४६७	७८१	७३६	६८९	८०२	८५	३५६०
जमिनीचे वाद	४५५	५६३	५४०	४८३	६८८	९४	२८२३
सरकारी नोकर	३४२	३४०	६३३	४८९	६३१	८६	२५२१
दुकाने व संस्था	३०८	४०८	५३८	३५८	५४२	१०१	२२५५
संकीर्ण (देय रकमेस विलंब व टेंडर)	३०५	५३५	५५३	२७४	३०८	६०	२०३५
अतिक्रमण	२५८	२५९	३२०	३१६	३३२	५२	१५३७
दारू दुकानाशी संबंधित	१९२	१८७	१३५	८१	१२७	२२	७४४
सूचना	१७१	१८५	३६२	३१७	५४८	६५	१६४८
अवैध कृत्ये	१४७	२५९	२४६	२३४	१९४	२२	११०२
जनहितार्थ	१२९	१३०	९५	८८	५७	१	५००
कल्याणकारी उपक्रम	१२४	१२३	३२६	२७८	४१५	५९	१३२५
कौटुंबिक वाद	१२३	१३५	९३	११८	१४६	१९	६३४
रोजगार	१२२	१५२	२३८	१४२	१९४	३५	८८३
शेतीविषयक समस्या	१०२	९६	६८	६८	५१	१८	४०३
कामगारविषयक समस्या	६६	८४	२०९	२७३	४४८	६९	११४९
वाहतूक समस्या	५३	६२	४४	५६	२५	४	२४४
प्रमाणपत्रांचा प्रश्न	३३	३३	८७	७४	८९	२३	३३९
आर्थिक साहाय्य	१६	१६	४५	४९	८२	८	२१६
न्यायालयीन समस्या	१४	१४	१२	२८	२४	४	९६
कोविड विषयक स्थलांतरित कामगार व नियमभंग	०	०	०	०	१२९	०	१२९
एकूण	५९२१	८५९०	८०६८	६२५५	८०२०	१२१४	३८०६८

* जून २०१६ ते फेब्रुवारी २०२१च्या मध्यापर्यंत

कागदपत्रे, बातम्यांच्या क्लिप्स व राजभवन प्रकाशनासाठी क्यूआर स्कॅन करा.

प्रकरण १५

शहर स्वच्छतेसाठी सायकलवारी

'टीम राजभवन'ची सायकलवारी

सर्व बाबतीत विश्वासार्ह संवाद- संपर्क हा विश्वासाचा व आत्मविश्वासाचा पाया असतो. मुक्तद्वार, वीकेन्ड फेऱ्या, तक्रार निवारण यंत्रणा, व्हॉट्स ॲप शेअरिंगसाठी नंबर उपलब्ध असणं, ग्रूप ई-मेल्स, एसएमएस व टोल फ्री नंबर हे सगळं याचाच भाग होतं. याला जोड मिळाली ती - सायकलवारीची.

पुदुच्चेरीच्या रस्त्यांवरून केलेल्या सायकलवारीमुळं राजभवन सामान्य जनतेच्या अधिक जवळ आला. त्यामुळं तळागाळातल्या लोकांशी ताबडतोब बंध जुळले. आम्ही कुठंही थांबून लोकांना अभिवादन करू शकत होतो, त्यांना भेटू शकत होतो. त्यांच्याशी हसतखेळत बोलू शकत होतो.

सायकलवारीत सहभागी होणाऱ्या आम्ही सर्वांनी स्वच्छतेच्या आघाडीवर सुधारणा घडवली, रस्त्यांवरचे खड्डे भरले व पोलिसांची उपस्थिती वाढवली. सायकलवारीमुळं एक प्रकारच्या सुरक्षिततेच्या जाणिवेचा संदेशही गेला, की त्यांच्या नायब राज्यपालांना सशस्त्र सुरक्षारक्षकाची गरज भासत नाही.

शिवाय, यामुळं सायकल हा गावातून फिरण्यासाठी मौल्यवान पर्यावरणपूरक पर्याय असल्याची संकल्पनाही अधोरेखित झाली.

या उपक्रमामुळं अनेक सरकारी अधिकारी, स्वयंसेवक, एनसीसी कॅडेट्स, पुदुच्चेरी विद्यापीठातील विद्यार्थी, शाळकरी मुले, बिगर सरकारी संस्था, पर्यटक, बीट पोलीस अधिकारी व इतर लोक अत्यंत सर्जनशील पद्धतीने व उत्साहाने एकत्र आले.

यामुळं प्रभात फेऱ्यांची उत्कंठा वाढली. आम्ही स्मृती मागे ठेवत होतो.

आजचा ब्लॉग

माझ्या मनात विचार येतो, जर सगळ्या महापालिका आयुक्तांनी वीकेन्डला / वीकेन्ड्सना अथवा त्यांनी ठरवलेल्या दिवशी सकाळी लवकर सायकलवरून फेरी मारली आणि त्यांना कचऱ्याच्या ढिगांजवळून जावं लागलं तर?

तर ते ढीग तिथं राहतील का जातील?

जातील.

जर अधिकाऱ्यांनी सकाळी पायी फिरायला अथवा जिमला जाण्याऐवजी, एखाद्या सार्वजनिक बागेत किंवा समुद्रकिनारी जाण्याऐवजी जर आठवड्यातून फक्त एकदा गावातून सायकलवरून फेरी मारून बदल पाहिला, तर कनिष्ठ स्तरातील कर्मचाऱ्यांना त्यांच्या कामाची पावती मिळेल.

यामध्ये लोकांचंसुद्धा सहकार्य मिळेल. या प्रयत्नांना दाद मिळाली, की सकारात्मक बदल घडेल. यामुळं जबाबदारी वाटून घेण्याची भावना निर्माण होईल.

पण, जेव्हा उच्चपदस्थ सरकारी अधिकारी सक्रिय असतील, हजर व सहज उपलब्ध असतील आणि वचनबद्ध असतील तेव्हा बदल घडेल.

आणि मग ते सहजसंस्कारक्षम तरुणाईसाठी मार्गदर्शक बनतील.

२२ मे, २०१७
नायब राज्यपाल, पुदुच्चेरी
यांच्या डेस्कवरून

व्हिडिओ आणि फोटोसाठी क्यूआर स्कॅन करा.

प्रकरण १६

गलिच्छ पुदुच्चेरी

गलिच्छ वेलरामपेट तलाव

मी पहिल्यांदा या कोरड्याठक्क व मरणासन्न तलावाला भेट दिली, तेव्हा तो मानवी विष्ठेनं भरलेला होता, डुकरं कचऱ्याच्या ढिगांभोवती फिरत होती.

या तलावाला 'वेलरामपेट तलाव' असं म्हटलं जात असे. आजूबाजूचे लोक त्याचा वापर केरकचरा टाकण्यासाठी व उघड्यावर मलविसर्जनासाठी करत असत.

मी पदभार स्वीकारल्यानंतर, पहिल्या काही आठवड्यांतच या ठिकाणी भेट दिली.

त्या प्रश्नाबाबत मला भयंकर उदासीनता दिसली. हे चित्र पालटायला किती दिवस लागतील... मी विचार करत होते. माझा अत्यंत संताप संताप होत होता.

अधिकाऱ्यांनी याबाबतीत हात टेकलेले दिसत होते. बऱ्याच विभागांमध्ये यासाठी कर्मचारी नव्हते किंवा या तलावाच्या देखभाल-दुरुस्तीसाठी बजेटही नव्हतं. या तलावाचं पुनरुज्जीवन करणं हे स्वप्न पाहण्यासारखंच होतं.

स्थानिक निर्वाचित प्रतिनिधीकडं मासेमारीचं कंत्राट होतं... अगदी छोट्याशा प्रवाहात दिसणारे इवले इवले मासेसुद्धा ओढून घेण्यासाठी. त्याला त्या भागाच्या भवितव्याची अजिबात फिकीर नव्हती. तो स्थानिक गुंड असल्यामुळं सगळेजण त्याला टरकून असत.

माझ्यासोबत आलेले माझे अतिरिक्त सचिव श्री. जी. श्रीनिवास यांनी आमदारांना मेसेज करून त्यांना तातडीच्या मीटिंगसाठी प्रत्यक्ष घटनास्थळी यायला सांगितलं. त्यांनी त्यांना माझे विचार तमिळमध्ये समजावले. त्यांनी आमदार महोदयांना सांगितलं, की या जलक्षेत्राचं रक्षण करावंच लागेल, त्याचं पुनरुज्जीवन करून ते स्वच्छ करावं लागेल. त्यामुळे आता नेहमीसारखा 'बिझनेस' करता येणार नाही. आमदार महोदय नायब राज्यपालांसमोर अवाक् झाल्यासारखे वाटले व आता आपले कंत्राट रद्द होण्याची शक्यता आहे ही गोष्ट त्यांनी पचवली असावी.

मग मी तिथं उपस्थित असलेल्या वरिष्ठ पोलिसांमार्फत वराहपालनवाल्याला तिथली डुकरं घेऊन जायला सांगितलं. पोलिसांच्या म्हणण्यानुसार ती डुकरं जवळच्या वराहपालन केंद्रातील होती.

त्यानंतर मी अधिकाऱ्यांना स्वच्छता सुरू करायला सांगितलं आणि कचरा गोळा करणाऱ्या गाड्या मागवून, आवश्यक तेवढे कार्यक्षम कर्मचारी नेमून, काम जलदगतीनं पूर्ण करण्यास सांगितलं. मी कामाच्या प्रगतीचा आढावा घेण्यासाठी पुन्हा इथे येणार असल्याचंही बजावलं.

माझा संदेश स्पष्ट होता : ही परिस्थिती बदलायलाच हवी.

मी एका जवळच्या वसाहतीत गेले होते. तिथं नव्याने बांधलेलं सार्वजनिक शौचालय कुलूपबंद असल्याचं माझ्या निदर्शनास आलं. मला त्याचं सबळ कारण हवं होतं. शौचालयाची देखभाल व व्यवस्था पाहायला कुणी नसल्याचं तिथल्या लोकांनी मला सांगितलं. त्याची किल्ली तिथल्या मंदिराच्या पुजाऱ्याकडे होती. विचार करा, लोकांच्या पैशातून सार्वजनिक शौचालय बांधलं होतं. त्याचा वापर केला जात नव्हता आणि लोक उघड्यावर मलविसर्जन करत होते; कारण काय तर नगरपालिकेच्या अधिकाऱ्यांनी त्या सार्वजनिक शौचालयाच्या देखभाल व व्यवस्थेची योजना नीट मार्गी लावली नव्हती.

मग मी जवळच्या शाळेतल्या मुलांना श्रमदानात सहभागी करून घेतलं. मी या परिस्थितीशी तडजोड करणार नव्हते. ही परिस्थिती बदलण्याची जबाबदारी आपली आहे असं मला वाटत होतं. यासाठी किती वेळ लागेल हे मात्र मला माहीत नव्हतं.

शालेय मुलांचा श्रमदानात सहभाग

मी तिथं काय चाललंय हे पाहायला जमलेल्या लोकांशी बोलले. त्यांना काय हवं आहे हे जाणून घेतलं. ते सर्वजण सार्वजनिक शौचालय वापरण्यासाठी उत्सुक दिसले.

मग मी त्यांना विचारलं, "तुमच्यापैकी कोण याची व्यवस्था बघायला तयार आहे?"

त्यावर एक महिला तत्परतेनं पुढे आली. तिने त्या शौचालयाची देखभाल व व्यवस्था पाहण्याची तयारी दर्शवली. ती स्वयंसहाय्यता ग्रूपचं नेतृत्व करणाऱ्या महिलांपैकी एक होती. तिचे लोकांशी चांगले संबंध होते. लोकांनी तिच्या नावाला मान्यता दिली. या कामासाठी तिला किती मोबदला द्यायचा तेही ठरलं. मग मी किल्लीसाठी पुजाऱ्याला फोन केला.

मी ती किल्ली घेऊन त्या महिलेकडे सुपूर्द केली. तिनं स्वयंस्फूर्तीनं जे पाऊल उचललं होतं त्याबद्दल मी तिला आलिंगन दिलं. मग मी जमलेल्या लोकांना वेलरामपेट तलावात मलविसर्जनासाठी न जाण्याबाबत सूचना केली आणि त्यांना त्याची कारणंही समजावून सांगितली. त्यावर त्यांनी तिथं मलविसर्जनासाठी न जाण्याचं वचन दिलं.

मुख्य अभियंत्यांनी त्या जलक्षेत्रात होणारी घुसखोरी थांबवण्यासाठी ताबडतोब

'सेल्फ हेल्प ग्रूप' मधील स्वयंसेविका

त्या भागाला कुंपण घालण्याचा प्रस्ताव दिला. मी याचा पाठपुरावा करणार हे त्यांना माहीत होतं. मी तिथल्या परिस्थितीवर अतिशय नाराज आहे, हे त्यांच्या लक्षात आलं होतं.

सर्वेक्षणात असं दिसून आलं होतं, की घर बांधणाऱ्या लोकांपैकी ७० टक्के लोकांनी शौचालय बांधलेलंच नव्हतं. ते त्याची जागा घराचा भाग म्हणून वापरत होते किंवा काहीजण घरात शौचालय असणं अपवित्र मानत होते, किंवा ते शौचाचा वेळ 'सोशल नेटवर्किंग'साठी वापरत होते.

एवढंच नव्हे, तर भारत सरकारने स्वच्छतेच्या बाबतीत केलेल्या तुलनात्मक शहरनिहाय सर्वेक्षणात पुदुच्चेरीचा क्रमांक सर्वांत खालचा होता.

पंतप्रधानांचे 'स्वच्छ भारत'चे आवाहन व भारतीय लोकांनी उघड्यावर मलविसर्जन बंद करणं, लोकांना घरी शौचालय बांधण्याचा आग्रह करणं या गोष्टींकडे संपूर्ण देशाचं लक्ष वेधलं होतं.

यासंदर्भात पंतप्रधानांकडून एकदा सुस्पष्ट आदेश आल्यानंतर आम्ही मागे वळून पाहिलं नाही.

शौचालये बांधण्यास प्रोत्साहन देण्यासाठी सर्व राज्ये व केंद्रशासित प्रदेशांना भरपूर निधीची तरतूद केली होती. त्यामध्ये राज्यांनीही योगदान द्यायचं होतं. 'गांधीजयंती' हे लक्ष्य ठेवून त्यानुसार अंतिम तारीख देण्यात आली होती. सर्वांना विशिष्ट कालावधीत काम पूर्ण करायचं होतं.

पंतप्रधान कार्यालय 'स्वच्छ भारत अभियाना'च्या प्रगतीवर थेट लक्ष ठेवून होतं. आम्हीसुद्धा शहरी व ग्रामीण भागांत घरगुती शौचालयांच्या बांधकामाचा आढावा घेत होतो व त्यावर लक्ष ठेवून होतो.

पुदुच्चेरीमध्ये स्थानिक पालिका मंडळे व ग्रामपंचायती नसल्यामुळं हा सर्व

कार्यभार ही फ्रन्टलाइन सरकारी अधिकाऱ्यांची थेट जबाबदारी बनली होती. या कामी निधीची कमतरता नव्हती. शौचालयांच्या बांधकामाला प्रोत्साहन दिलं जात होतं.

केंद्रीय यंत्रणांना पर्यवेक्षण करता यावं यासाठी हे सगळं 'जिओटॅग' केलं होतं. नीती आयोग कामाच्या प्रगतीवर बारकाईनं लक्ष ठेवून होता. आम्हाला निर्धारित कालावधीत मलविसर्जनमुक्त (ओडीएफ) झालेले भाग जाहीर करायचे होते. आमच्या कामाचं मूल्यांकन करून आम्हाला 'रेटिंग' देण्यासाठी नवी दिल्लीहून एक टीम आली होती. आमची जाहीर निर्भर्त्सना झाली. या दौऱ्यांमुळे सरकारी अधिकाऱ्यांना कामगिरी करून दाखवणं भाग पडलं.

प्रशासक या नात्यानं, मी माझ्या वीकेन्ड फेऱ्यांमध्ये 'स्वच्छ भारत अभियान' मध्यवर्ती ठेवून सर्वतोपरी प्रयत्न करत होते. माझ्या फेऱ्यांपैकी बहुतेक फेऱ्या ज्या भागांत स्वच्छतेची प्रचंड गरज आहे अशा ठिकाणी होत्या. आम्ही जमलेल्या केरकचऱ्याचे अक्षरशः डोंगर साफ करत होतो.

आम्ही 'अस्वच्छ पुदुच्चेरीला' 'समृद्ध स्वच्छ पुदुच्चेरी' बनवण्याच्या आमच्या उद्दिष्टाच्या दिशेने मार्गक्रमण करत होतो; कारण आता प्रत्येक नागरिकाला ते हवं होतं. आम्ही त्यावर सतत लक्ष ठेवून होतो. त्यामुळे हे उद्दिष्ट गाठता आलं. आता हे यश आमचं सर्वांचं मिळून होतं.

माझ्या कार्यालयाचा पुदुच्चेरी स्वच्छ राखण्याचा व उघड्यावर मलविसर्जन मुक्त करण्याचा निर्धार होता, काही गुंतलेले हितसंबंध आडवे येत असूनही. आम्ही व्यत्यय आणण्याचे बरेच प्रयत्न हाणून पाडले. आम्ही यासंदर्भात कसलीही तडजोड केली नाही. कोणत्याही विशिष्ट ताकदवान शक्तीच्या उपद्रवाचा आम्ही पूर्ण ताकदीनिशी मुकाबला केला.

आम्ही 'श्रमदाना'साठी एनएसएस, एनसीसी, स्वयंसेवक, विद्यापीठातील विद्यार्थी, महिला स्वयंसहाय्यता ग्रूप्स, तरुण मंडळे व इतर संघटित समूहांना एकत्र आणलं. त्याचा उपयोग झाला. संपर्काची सर्व साधने वापरून लोकांना पुनःपुन्हा संदेश देण्यामुळे लोक जागरूक बनले.

'स्वच्छता कॉर्पोरेशन'च्या शहरस्वच्छता करणाऱ्या कर्मचाऱ्यांना ऊर्जा मिळाली होती. ते सर्वजण स्वेच्छेनं या अभियानात सामील झाले. त्यांच्यात मुख्यत्वे महिला कर्मचारी होत्या. 'स्वच्छ पुदुच्चेरी' अभियानामागचा निर्धार त्यांनी व्यवस्थित समजून घेतला होता.

त्यांचे संचालक माझ्या प्रातःकालीन वीकेन्ड फेऱ्यांत सहभागी असत. ते व त्यांचे सहकारी आमच्यासोबत सायकलवरून फिरत असत. आम्हीही वेळोवेळी त्यांच्या कामाची दखल घेऊन त्यांचे कौतुक करत असू, महिला दिन व इतर सण-उत्सव एकत्र मिळून साजरे करत असू. त्यांना बक्षिसे देण्यासाठी आम्ही देणगीदार

मिळवले होते. त्यांना 'जेआयपीएमइआर' कडून, ज्याला दक्षिणेतील 'एम्स' (ऑल इंडिया इन्स्टिट्यूट ऑफ मेडिकल सायन्सेस) म्हटलं जातं, मोफत वैद्यकीय कार्ड मिळालं होतं.

आम्हा सर्वांच्या एकत्रित प्रयत्नांतून पुदुच्चेरीत हजारो घरगुती शौचालये उभी राहिली. आमच्या अथक पाठपुराव्यामुळे, आमची जलक्षेत्रे अधिक स्वच्छ झाली; पण याला लक्षणीय वेळ लागला.

ही स्वच्छता मोहीम 'कोविड' व्यवस्थापनात अत्यंत महत्त्वाची ठरली. त्यामुळं दुःखभोग बरेच कमी झाले.

फोटो, व्हिडिओ ग्राफिक्ससाठी क्यूआर स्कॅन करा.

प्रकरण १७

विष्ठा हटवणे- एक अपयश

पुदुच्चेरीतील स्वच्छता मोहिमेचा भाग म्हणून आम्ही अनेक दिवस सतत कुत्र्याची विष्ठा हटवत होतो. आमच्या स्वच्छता कर्मचाऱ्यांकडून आम्हाला कळलं, की भटक्या कुत्र्यांच्या दहशतीमुळं रात्रीच्या वेळी केर काढणं भयंकर धोक्याचं होत चाललं आहे. या विषयावर काहीतरी मार्ग काढावाच लागणार होता; कारण त्यांची रात्रीच्या वेळी स्वच्छता करण्यासाठी कंत्राटी नेमणूक होती आणि हे काम केलं नसतं, तर त्यांना दंड होऊ शकला असता. आता प्रश्न होता- यातून मार्ग कसा काढायचा?

त्यावेळी सर्वोच्च न्यायालयात या संवेदनशील विषयावर सुनावणी सुरू होती.

मानवी जीवनावरील अतिक्रमणाच्या संबंधातील जनहित याचिका विरुद्ध प्राणिप्रेमी असं हे प्रकरण होतं.

हे प्रकरण सर्वोच्च न्यायालयात अजूनही प्रलंबित आहे. भटक्या कुत्र्यांनी नागरिकांवर हल्ला करून त्यांना दुखापत केल्याची उदाहरणे विरुद्ध भटक्या कुत्र्यांना त्यांच्या त्यांच्या क्षेत्रांत मुक्तपणे फिरू द्यावं असं वाटणारे लोक... यामध्ये त्यांच्या अंतिम निकालाची देश वाट पाहतोय. प्राण्यांची काळजी घेताना, त्यांना जपताना आपण माणसांच्या, त्यातसुद्धा दुर्बलांच्या सुरक्षिततेबाबत कसलीही तडजोड करता कामा नये.

पुदुच्चेरीतील स्वच्छ भारत अभियानामध्ये रस्ते स्वच्छ व भटक्या कुत्र्यांच्या हल्ल्यांपासून सुरक्षित असणं गरजेचंच होतं. पुदुच्चेरीत पर्यटकांचा प्रचंड ओघ होता. ते समुद्रकिनारी भटकत असत, प्राचीन वास्तूंना भेट देत असत, पर्यटनस्थळी व सुप्रसिद्ध मार्केट्‌समध्ये जात असत.

खेदाची बाब म्हणजे, पुदुच्चेरीतील पशुकल्याण विभाग रस्त्यावर फिरणारी कुत्री व भटक्या जनावरांसाठी सुरक्षित ठिकाणे ठेवू शकत नाही, ज्या ठिकाणी प्राणिप्रेमी येऊन त्यांना खाऊ घालू शकतील. या केंद्रशासित प्रदेशातील हॉटेल्स व उपाहारगृहे या उपक्रमात सहभागी व्हायला तयार आहेत. ते या उपक्रमाशी जोडले गेले, की प्राण्यांना खाऊ घालायला भरपूर अन्न उपलब्ध होईल.

अशा धोक्यांपासून सर्वांचे रक्षण करण्यासाठी पुदुच्चेरी कटिबद्ध आहे. यासंदर्भात दोन्ही बाजूंनी भावना अत्यंत तीव्र असल्यामुळे सरकारने काही कठोर व जबाबदार निर्णय घेण्याची गरज आहे. मी हा प्रश्न सोडवण्यात अपयशी ठरले; कारण श्वानप्रेमी असोत वा लोकांचे प्रतिनिधी, कुणाचेच एकमत झाले नाही.

त्यामुळं कुत्र्याची विष्ठा राहणारच आणि कुत्र्याने लचका तोडण्याचा धोकाही.

या लेखातील काही भाग तेव्हाच्या 'एनडीटीव्ही ओपिनियन कॉलम'मध्ये प्रसिद्ध झाला आहे.

बातम्यांच्या क्लिप्ससाठी क्यूआर स्कॅन करा.

प्रकरण १८

मुख्यमंत्र्यांना सतर्क केले

उघड्यावरील मलविसर्जनासंदर्भात मुख्यमंत्र्यांना पत्र

माननीय मुख्यमंत्री,

७ डिसेंबर, २०१६

तुम्ही आपल्या माननीय पंतप्रधानांना २ ऑक्टोबर, २०१७ पर्यंत पुदुच्चेरीला उघड्यावरील मलविसर्जनमुक्त (ओडीएफ) करण्याचे लेखी वचन दिले आहे. माननीय पंतप्रधानांनी पुदुच्चेरी हा पहिला 'ओडीएफ' केंद्रशासित प्रदेश बनवण्याची जबाबदारी माझ्यावर सोपवली आहे. हे उद्दिष्ट गाठण्यासाठी मी विविध माध्यमांद्वारे सामूहिक प्रयत्न करत आहे. यासाठी वेगवेगळ्या उपाययोजना केल्या जात आहेत, तसेच ग्रामीण व शहरी अशा दोन्ही प्रदेशांतील घाणीचे साम्राज्य असलेल्या/ दुर्गंधीयुक्त / मलविसर्जन केले जाणाऱ्या ठिकाणांना वीकेन्डच्या प्रभातफेरी दरम्यान भेट देणेही सुरू आहे. तुम्ही लेखी वचन दिलेले आहे व माननीय पंतप्रधानांनी हे उद्दिष्ट साध्य करण्याचे मला व्यक्तिश: निर्देश दिले आहेत. ग्रामीण भागात ४६१६४ व शहरी भागात नऊ हजार शौचालये बांधण्याचे प्रचंड काम आपल्यासमोर आहे, ते पाहता मला आपल्या हातात फार वेळ उरलेला दिसत नाही.

जनजागृती व सर्व मतदार संघांत शौचालये बांधणे या दोन्ही गोष्टी करणे ही काळाशी शर्यत आहे. आपण बाह्य लेखापरीक्षणास तयार होण्याआधी आपल्याला 'प्रोटोकॉल्स' काटेकोरपणे पाळावे लागणार आहेत.

त्यामुळे, जर आपल्याला हे उद्दिष्ट गाठायचे असेल, तर आपण दोघांनीही संयुक्तरीत्या प्रयत्न केले पाहिजेत.

तुम्ही कृपया निर्वाचित प्रतिनिधींवर याची जबाबदारी देण्यासाठी प्रयत्न कराल का? मला त्यांच्यासोबत स्वतंत्ररीत्या काम करून त्यांना या विषयाची निकड लक्षात आणून द्यायची आहे व या आपल्या संयुक्त उद्दिष्टपूर्तीमध्ये ते किती महत्त्वाची भूमिका बजावू शकतात, हेही त्यांना

सांगायचं आहे.

त्यामुळे माझी तुम्हाला विनंती आहे, की मी आमदारांना त्यांच्या मतदार संघातील 'ओडीएफ'चा आढावा घेण्यासाठी पूर्वनियोजित वेळी भेटेन तेव्हा तुम्ही तुमचा कोणताही प्रतिनिधी पाठवावा.

आपल्यापाशी वेळ खूप कमी आहे आणि आव्हान प्रचंड मोठे आहे, त्यामुळे हा थोडा काळजीचा विषय आहे. आपली गाडी चुकता कामा नये, आपण 'फास्ट फॉरवर्ड मोड'वर जाऊया.

विथ बेस्ट विशेस,

किरण

प्रत : पीएमओ, यूएचएमओ

पण, मला त्यांच्या निष्काळजीपणाचं दर्शन घडलं.

माननीय मुख्यमंत्र्यांनी केंद्रातील कुणा ताकदवान व्यक्तीकरवी मला मीटिंग न घेण्याबाबत कळवलं. यामागचं कारण मला तेव्हा समजलं नव्हतं.

या मीटिंग्ज झाल्या नाहीत.

प्रकरण १९

पुदुच्चेरी स्वच्छ करा, नाहीतर मी चालले

तेथील अस्वच्छता

रविवारचा दिवस होता. स्वच्छ, सुरक्षित व शिस्तबद्ध पुदुच्चेरी हे माझं ध्येय असल्यामुळे मी वीकेन्डला सकाळी सहा वाजता नेहमीप्रमाणे पाहणी फेरीला निघाले होते. वेलरामपेट तलाव परिसराच्या स्वच्छतेबाबत काय प्रगती झाली आहे हे पाहण्यासाठी मी पुन्हा तिथं गेले होते.

तिथं गेल्यावर माझ्या लक्षात आलं, की आदल्या पाहणीच्यावेळी जी जी कामे ठरवली होती त्यासंदर्भात काहीही प्रगती झालेली नाही. मग मी तिथं हजर असलेल्या कनिष्ठ अधिकाऱ्यांना चांगलंच सुनावलं. मुख्य अभियंता व संबंधित सचिवांचा पत्ताच नव्हता. मी तिरीमिरीतच तिथून निघाले. माझ्या मनात आलं, जर नायब राज्यपालांच्या पाहणीनंतर ही अवस्था आहे, तर यंत्रणेच्या अधिकारपरंपरेत दुसरं कोण काम करून घेऊ शकेल? आणि त्यापुढचा मुद्दा म्हणजे, राजकीय आस्थापनाला स्वच्छ पुदुच्चेरी मोहिमेत काही रस होता का?

त्यानंतर मला एका कार्यक्रमाला जायचं होतं. 'जेआयपीएमइआर' व लायन्स क्लब यांनी आयोजित केलेल्या मॅरॅथॉनमध्ये तरुणाई मोठ्या संख्येने सहभागी होणार होती. मला हजारो तरुण मुलामुलींना संबोधित करायचं होतं. मी त्या कार्यक्रमाला

निघाले. रस्त्यावर पाऊल टाकताक्षणी मला रस्त्यावर कागदी पेले व वापरून फेकलेल्या पाण्याच्या बाटल्यांचा खच दिसला.

आदल्याच दिवशी, मी करईकलच्या दौऱ्यावर गेले असताना, मला तिथल्या जिल्हाधिकाऱ्यांनी सांगितलं होतं, की मी पाठपुराव्यासाठी जो दौरा करीन त्यावेळी शहर स्वच्छ करायला त्यांच्याकडे निधी नाही.

'स्वच्छ पुदुच्चेरी' कुणाच्याच दृष्टीनं महत्त्वाचं दिसत नव्हतं. त्याचवेळी एका बाजूला आमच्याकडे पैशाची कमतरता होती आणि दुसरीकडे, लोक अस्वच्छता करतच होते आणि आस्थापना उदासीन होती.

मी स्वतःला प्रश्न केला, 'नायब राज्यपालांना सगळीकडे बदल घडवायचा असेल, तर त्यांना अशा किती प्रभातफेऱ्या कराव्या लागतील?'

मग मी तिथं जमलेल्या तरुणांना विचारलं, "मी आता कुठून आले आहे तुम्हाला माहीत आहे का?"

"मी वेलरामपेट तलावाच्या परिसरातल्या कचरा डम्प यार्डमध्ये गेले होते. तिथली विष्ठा अजून माझ्या बुटांवर आहे. मी दर वीकेन्डला सकाळी अशा फेऱ्या करून तुंबलेले गलिच्छ नाले आणि रस्ते स्वच्छ करून घेत आहे; पण या कामी ना तुम्ही कुणी, ना लोक, ना सरकारी अधिकारी कुणीच जबाबदारी घेत नाहीये. हे जर असंच सुरू राहिलं, तर मी बॅग भरणार आणि परत जाणार. मी इथं घाण साफ करायला आलेली नाही. जर आपल्याला 'स्वच्छ पुदुच्चेरी' हे ध्येय साकार करायचं असेल, तर ते आपण सर्वांनी मिळून केलं पाहिजे, मी एकटीनं नाही," मी त्यांना सांगितलं.

त्यावर उपस्थितांतून गजर घुमला, "आम्ही तुम्हाला जाऊ देणार नाही."

मग मी त्यांना सांगितलं, "ठीक आहे, मी तुम्हाला पुढच्या महिनाखेरीपर्यंत वेळ देते. आता कराईकलमध्ये जसं सुरू आहे तसं करा.... तुम्ही आपापला भाग स्वच्छ करा आणि या कामात वरिष्ठ अधिकाऱ्यांनीही सहभागी झालं पाहिजे, नाहीतर मी परत जाणार."

त्यानंतर जे घडलं ते सर्वांना माहीत आहेच. मुख्यमंत्र्यांनी माझी भेट घेऊन सगळी यंत्रणा व्यवस्थित कार्यरत करण्याची मला खात्री दिली. मंत्रिमंडळाची बैठक झाली. त्यांनी कचरा व्यवस्थापनाच्या पद्धतींबाबत निर्णय घेतला. सरकारी कर्मचाऱ्यांचे नेतृत्व व्यवस्थित काम करत नसल्याचं त्यांच्याही लक्षात आलं.

मी मुख्यमंत्र्यांना सांगितलं, "तुमचा पुदुच्चेरीच्या नायब राज्यपालांच्या कार्यालयाशी संबंध आहे. कृपया इथल्या कामात सहभागी व्हा व तुमची कर्तव्यं पार पाडा. पुदुच्चेरीला स्वच्छ व समृद्ध बनवण्यासाठी मी तुम्हाला पाठबळ द्यायला इथे आहे."

प्रकरण २०

ब्रॅन्ड ॲम्बॅसडर- रजनीकांत

सुपरस्टार रजनीकांत यांच्या पत्नी श्रीमती लता रजनीकांत यांच्यासोबत

'**स्व**च्छ पुदुच्चेरी' अभियानाचा प्रचार करण्यासाठी तमिळ सिनेमा जगतातील सुपरस्टार श्री. रजनीकांत 'ब्रॅन्ड ॲम्बॅसडर' होऊ शकतील का याची शक्यता आजमावण्यासाठी मी श्रीमती लता रजनीकांत यांना भेटले.

ग्रामीण व शहरी भागातील उघड्यावर मलविसर्जनाची अत्यंत घाणेरडी व अपायकारक सवय घृणास्पद होती. तिथं महिला जवळच्या विहिरींतून पाणी काढत असत, त्यामुळे उघड्यावर पसरलेली व खेड्यातल्या तळ्यांत तरंगणारी मानवी विष्ठा ही आरोग्याच्या दृष्टीने अत्यंत धोकादायक गोष्ट होती. या सवयीला विरोध करणे म्हणजे ही सामाजिक कुप्रथा थेट शिंगावर घेण्यासारखं होतं.

मानवतेवरील हा कलंक दूर करण्यासाठी आदेशांच्या परिपत्रकांपेक्षा आणखी बरंच काही करावं लागणार होतं. लोक घर बांधताना त्यात शौचालय बांधत नव्हते, त्यामुळे उघड्यावर मलविसर्जनाचं प्रमाण मोठं होतं, त्यासाठी ठोस उपाययोजनांची गरज होती. पुरुषांच्या दृष्टीने ही समस्या नव्हती; पण महिला व मुलींचं काय? त्यांची सुरक्षितता हा सर्वांत मोठा काळजीचा विषय नव्हता का?

पंतप्रधानांच्या स्वच्छ भारत अभियानाचा एक भाग म्हणून भारत सरकारने

घरगुती शौचालयांसाठी प्रोत्साहनपर निधी आणि शहरी व ग्रामीण भागांत सार्वजनिक शौचालयांसाठी निधी दिला होता. तसंच, या सुविधांची देखभाल-दुरुस्ती, अनुपालन व मालकी यांसाठीही निधी होता.

पण, फक्त निधी देऊन भागणार नव्हतं. लोकांना त्यांच्या जागेत शौचालये बांधायला राजी कसं करायचं किंवा त्यांना सार्वजनिक शौचालयाचा सशुल्क अथवा निःशुल्क वापर कसा करायला लावायचा हा प्रश्न होता.

यासंदर्भात वर्तणुकीत व्यापक बदल घडणं आवश्यक होतं.

या प्रश्नाची उत्तरे सोपी नव्हती. त्यासाठी जबाबदार घटकांकडून मोठ्या प्रमाणात संदेश जाणं गरजेचं होतं. राजकीय प्रतिनिधी, जिल्हाधिकारी, गट विकास अधिकारी, म्युनिसिपल अधिकारी, महिला स्वयं- साहाय्यता गट, बिगर-सरकारी संस्था अशा घटकांकडून.

या पार्श्वभूमीवर, मी सुप्रसिद्ध कलाकार रजनीकांत यांना 'स्वच्छ पुदुच्चेरी' अभियानाचे ब्रॅन्ड ॲम्बॅसडर होण्याबाबत विचारले. त्यांच्या संदेशामुळे लोक स्वतंत्ररीत्या शौचालये बांधण्यास कबूल होतील, सरकारच्या मदतीने अथवा मदतीविना, असं मला वाटत होतं. त्यांच्या संदेशामुळे वर्तणुकीत बदल घडेल आणि ही परिस्थिती जलदगतीने बदलण्यात तो महत्त्वाची भूमिका बजावेल, असं माझ्या लक्षात आलं होतं. यामुळे आपल्या मुलांचे प्राण वाचतील, हागणदाऱ्यांमुळे पसरणाऱ्या आजारांना ती अगदी सहज बळी पडू शकतात – ही गोष्ट लोकांच्या लक्षात येणं गरजेचं होतं.

पुदुच्चेरीचे जिल्हाधिकारी पी. जवाहर यांच्या डोक्यातून एक कल्पना आली. आपापल्या घरात जे लोक शौचालय बांधतील त्यांना रजनीकांत यांच्या 'कबाली' सिनेमाची तिकिटे मोफत देऊन आपण याची झलक अनुभवू शकतो, अशी त्यांची कल्पना होती. त्यांच्या या कल्पनेला उदंड प्रतिसाद मिळाला.

मग कल्पना करा. या परिवर्तनासाठी स्वतः रजनीकांत यांनी त्यांचा चेहरा व आवाज दिला तर? लोकांना जर काही तिकिटांनी इतकं आकर्षित केलं होतं, तर स्वतः रजनीकांत या संपूर्ण अभियानाला प्रचंड गती देऊ शकले असते.

त्याचवेळी माझ्या मनात त्यांना 'ब्रॅन्ड ॲम्बॅसडर' करण्याचा विचार आला.

मग मी त्यांच्या भेटीची वेळ घेतली. ते प्रवासात असल्यामुळे त्यांची पत्नी मला भेटायला आली. आमची चेन्नईत भेट झाली.

मी त्यांच्यासमोर प्रस्ताव ठेवला. श्रीमती रजनीकांत यांनी 'घरी गेल्यावर कळवते' असं सांगितलं.

काही दिवसांनी मला त्यांच्याकडून विनम्र नकाराचा मेसेज आला.

मी जेव्हा पुदुच्चेरीची नायब राज्यपाल म्हणून शपथ घेतली होती, त्यावेळी मी जो 'समृद्ध पुदुच्चेरी'चा मंत्र दिला होता, तो सर्वांचा समावेश असलेले सामुदायिक

ध्येय म्हणून दिला होता.

पण, ते किती शिणवणारं काम असेल याचा अंदाज त्यावेळी मला आला नव्हता; मात्र आमची मनोवृत्ती, आंतरिक इच्छाशक्ती व टीमवर्क यामुळे परिवर्तनाला दिशा मिळत गेली.

बातम्यांच्या क्लिप्ससाठी क्यूआर स्कॅन करा.

भाग ३
लांच्छने, उल्लंघने व कटुता

प्रकरण २१

कॅबिनेटबरोबर पहिलं डिनर

राजभवनमधील दरबार हॉल व डायनिंग रूम

शिष्टाचारानुसार, पुदुच्चेरीच्या विधानसभेतील नवनिर्वाचित सदस्यांना राजभवनमध्ये माझ्यासोबत औपचारिक मेजवानीसाठी आमंत्रित केलं होतं. त्यातील एका सदस्याचा अपवाद वगळता मला बाकी कुणी माहीत नव्हते.

मला तमिळ येत नसल्यामुळे, त्यांच्याशी बोलताना भाषेची अडचण होती. त्या सहाजणांपैकी फक्त दोघे बऱ्यापैकी इंग्रजी बोलू शकत होते. परस्परांना नमस्कार वगैरे झाल्यानंतर आम्ही स्थानापन्न झालो तेव्हा माझं बाई असणं व पार्श्वभूमी आडवी येतीय असं दिसत होतं.

मग मी त्यांना तुम्हाला कशाबद्दल बोलायचं आहे, असं विचारलं. त्यांची आपापसात नेत्रपल्लवी झाल्याचं माझ्या लक्षात आलं. बहुधा, ते जे ठरवून आले होते ते बोलण्यास त्यांनी सर्वांची अनुमती घेतली असावी. त्यानंतर त्यांच्यापैकी एकजण, जे तुलनेनं बऱ्यापैकी इंग्रजी बोलत होते, ते जरासे अडखळतच मुद्द्यावर आले.

''मॅडम, आम्ही तुम्हाला नियुक्त्या व बदल्यांच्या फाइल्स पाठवणार आहोत. तुम्ही त्यांना मंजुरी द्यावी अशी आमची अपेक्षा आहे. मॅडम, आधीपासून हे असंच होत आलं आहे. आणि तुम्हीही तसंच करावं अशी आमची इच्छा आहे.''

मला त्यांच्या बोलण्यातली धास्ती जाणवत होती.

मी अजिबात घाई न करता त्यांना सांगितलं, ''मला तुमच्या अपेक्षा समजतात. मी तुमच्या शिफारशी अभ्यासेन. माझं कार्यालय तुम्हाला निर्णय कळवेल. त्यावर जर तुमचं काही वेगळं मत असेल, तर ते कृपया मला मोकळेपणे सांगा. लोकांच्या हिताच्या दृष्टीनं जर निर्णय बदलावे लागणार असतील तर त्यासाठी मी सदैव तयार आहे.''

पण, आमच्या संभाषणादरम्यान त्यांच्यापैकी एका सदस्याच्या तोंडून चुकून 'रबर स्टॅम्प' शब्द गेला.

मी त्यांना 'म्हणजे काय' असं विचारलं असता, आमदार महोदय म्हणाले, ''मॅडम, त्यांना तसं म्हणायचं नव्हतं.''

आपण चूक केल्याचं त्यांच्या लक्षात आलं आणि त्यांना लाजिरवाणं वाटलं. मला तमिळ समजत नाही हे माहीत असल्यामुळं ते आपापसातच चर्चा करून मार्ग शोधू लागले.

आता त्यांच्याजवळ बोलण्यासारखं काहीही नाही हे माझ्या लक्षात आल्यावर, मी सूप आणायला सांगितलं आणि त्यांना आणखी अवघडल्यासारखं होऊ नये म्हणून त्यांना डिनरसाठी डायनिंग हॉलमध्ये यायला सांगितलं.

मग ते जेवणात मग्न झाले.

मंत्रिमंडळातले एक सदस्य म्हणाले, ''मासेही हवे होते.''

ते हातानं जेवत होते. जेवताना बोटं चाटत होते. त्यांनी अंगठासुद्धा सोडला नाही. ते ज्या प्रकारे मचमच करत खात होते आणि ढेकर देत होते ते पाहणं अत्यंत किळसवाणं होतं. त्यानंतर, त्यांना जेव्हा आणखी खाणं शक्य नाही अशी अवस्था

आली, तेव्हा ते सरळ उठले आणि निघून गेले. माझ्या आयुष्यातील तो सर्वांत अप्रिय अनुभव होता. या निर्वाचित 'राज्यकर्त्यांशी' कसा व्यवहार करायचा या विचारात मी गढले होते.

या अनुभवाबद्दल मन मोकळं करायला माझ्या घरी कुणी जिवलग नव्हतं. त्या रात्री मी झोपू शकले नाही. मग मी ठरवलं, की हा सत्त्वपरीक्षा घेणारा अनुभव कागदावर लिहून काढायचा. माझ्या दृष्टीनं, त्या मेजवानी दरम्यान जे घडलं त्याचा हा जणू 'एफआयआर' होता... फर्स्ट इन्फॉर्मेशन रिपोर्ट. मी लाल पेनानं मनातलं सगळं लिहून काढलं आणि दुसऱ्या दिवशी सकाळी, ते कागद माझे सचिव श्री. नीती धस यांच्याकडं जपून ठेवायला दिले. माझा त्यांच्यावर विश्वास होता. ते कागद अजूनही माझ्याकडे आहेत.

मी कुठंतरी वाचलं होतं – आपण लोकांवर विश्वास न ठेवण्याची दोन कारणे असतात - पहिलं, आपण त्यांना ओळखत नसतो, आणि दुसरं - आपण त्यांना ओळखत असतो.

प्रकरण २२

मुख्यमंत्र्यांनी प्रतिज्ञेशी प्रतारणा केली

डॉ. किरण बेदी
नायब राज्यपाल

राजभवन
पुदुच्चेरी -६०५००१

नववर्षाची प्रतिज्ञा

आम्ही पुदुच्चेरी सरकारचे जनसेवक, नववर्ष २०१७च्या सुप्रभाती प्रतिज्ञा करतो, की आम्ही राज्यघटना सर्वोच्च मानू, नैतिक मापदंड उच्च राखू, फक्त जनहिताचेच निर्णय घेऊ आणि सार्वजनिक साधनस्रोतांचा कार्यक्षमतेने, परिणामकारक व काटकसरीने वापर करण्याची दक्षता घेऊ. आम्ही आमचे कर्तव्य परम व्यावसायिकतेने पार पाडण्याचा प्रयत्न करू आणि सचोटीने, पारदर्शकपणे व न्याय्य रीतीने आमच्या सर्वतोपरी सेवा बजावू.

या पवित्र दिनी, आम्ही ही प्रतिज्ञा करतो आणि पुदुच्चेरीच्या जनतेला व 'समृद्ध पुदुच्चेरी' या अत्यंत महत्त्वपूर्ण ध्येयासाठी समर्पित सेवेची खात्री देतो.

२०१७ सालचा पहिला आठवडा सुरू झाला, तो एका उपयुक्त उद्देशाबाबत माननीय मुख्यमंत्र्यांकडून मिळालेल्या अनाकलनीय प्रतिसादाने.

मी मुख्यमंत्री महोदयांना, आचरण नियमावलीच्या योग्य प्रकारे चौकटीत राहून, नववर्ष प्रतिज्ञेसाठी राजभवनमध्ये आमंत्रित केलं होतं; पण त्यांनी त्याला स्पष्ट नकार दिला आणि उलट, नायब राज्यपाल या नात्याने अशी प्रतिज्ञा मीटिंग आयोजित करण्याबाबत प्रश्न उपस्थित केला.

त्यांनी या मीटिंगला उपस्थित राहणे त्यांच्यादृष्टीने उचित नसल्याचे लेखी कळवले; पण हे आमंत्रण नाकारण्याची कोणतीही पटण्याजोगी कारणे त्यांनी दिलेली नव्हती.

या प्रतिज्ञेत गैर काय आहे तेच मला कळत नव्हतं.

हा वरिष्ठ नेतृत्वाला सहभागी करून घेऊन त्यांचा पाठिंबा मिळवण्याचा आणि जनतेच्या गरजा पूर्ण करण्याच्या दृष्टीनं, सरकारी अधिकाऱ्यांना अधिक चांगल्या प्रकारे प्रतिसाद देण्यासाठी प्रेरित करण्याचा तळमळीचा प्रयत्न होता.

मुख्यमंत्र्यांनी त्यांच्या सरकारी अधिकाऱ्यांना अधिक चांगल्या प्रशासनासाठी एकत्र आणण्याची संधी गमावली होती.

मला पुदुच्चेरीची नायब राज्यपाल होऊन अवघे सहा महिने झाले होते. त्या तुलनेत, ते तिथलेच रहिवासी होते. तिथल्या जनतेनं त्यांना सेवा करण्यासाठी निवडून दिलं होते.

आम्ही त्यांच्याविना प्रतिज्ञा घेतली.

प्रकरण २३

बोध

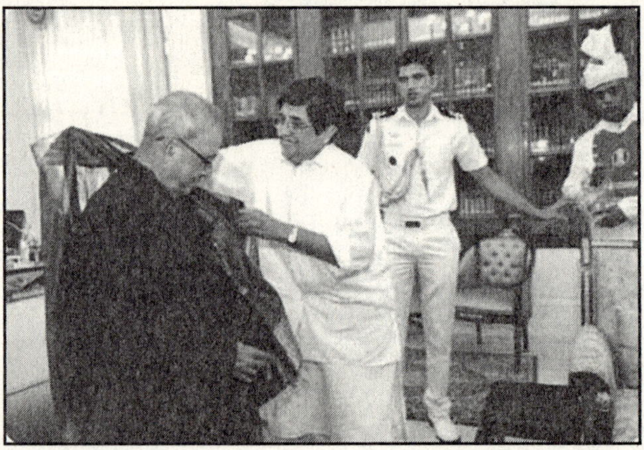

माझ्या पहिल्या राज्यपाल परिषदेचे अध्यक्षपद तत्कालीन माननीय राष्ट्रपती (स्वर्गीय) श्री. प्रणब मुखर्जी यांनी भूषविलं होतं.

केंद्रशासित प्रदेशाची नायब राज्यपाल म्हणून माझ्या सात महिन्यांच्या अनुभवावर आधारित असलेलं माझं सादरीकरण दुश्चिन्हसूचक होतं.

मी माझी जवळजवळ सगळी मतं मांडली.

माननीय राष्ट्रपती सर, माननीय राज्यपाल, माननीय नायब राज्यपाल आणि आदरणीय मित्रांनो,

मी पुदुच्चेरीची नायब राज्यपाल म्हणून गेल्या सात महिन्यांतील माझ्या अनुभवाधारे बोलणार आहे. या पदावर काम करणाऱ्या व्यक्तीसमोर या प्रदेशाच्या समृद्धीच्या दृष्टीने जी आव्हाने असतात त्याबद्दल मी बोलणार आहे.

बऱ्याच लोकांना व विशेषत: तरुण पिढ्यांना पुदुच्चेरी हा केंद्रशासित प्रदेश असण्यामागची मूलभूत तर्कमीमांसा व त्याचा अर्थ काय हे माहीत

नसते.

त्याची व्यवस्था वेगळ्या प्रकारे कशी चालवली जाते? त्यामध्ये निर्वाचित व केंद्र सरकारची काय जबाबदारी असते?

त्याला आर्थिक पाठबळ किती असते?

केंद्रशासित प्रदेशात, कायद्यान्वये, नायब राज्यपाल विशिष्ट निर्णयप्रक्रियेचा भाग नसतात, तर ते फक्त सल्लामसलत करू शकतात.

नायब राज्यपालांना इतर राज्यांच्या राज्यपालांप्रमाणे केलेल्या अथवा न केलेल्या कृतीसाठी कसलेही सुरक्षाकवच नसते. (अतिरिक्त महाअधिवक्ता श्री. संजय जैन यांनी दिलेल्या माहितीनुसार)

राजकीय लोक यातील कायदेशीरता स्वीकारत नाहीत व सोयीस्कर भाग वाचतात. त्यांच्या जाहीर विधानांमुळे सामान्य जनता व सरकारी अधिकाऱ्यांच्या मनात प्रचंड गोंधळ निर्माण होतो. प्रसारमाध्यमे माहिती सादर करतात. त्यामुळे काही वेळा गुंतागुंतीत आणखी भर पडते.

पण, सर्वांत महत्त्वाची गोष्ट म्हणजे याचा सरकारी अधिकाऱ्यांवर दुष्परिणाम होतो. त्यांना दोन सत्ताकेंद्रांमध्ये आपले सँडविच झाल्यासारखे वाटते.

परिणामी, सरकारी सेवांवर त्याचा दुष्परिणाम घडतो. मी याचा थेट अनुभव घेतला आहे; जिथे मंत्रिमंडळाची अपेक्षा आहे, की नायब राज्यपालपद फक्त औपचारिक असावे, किंवा त्यांच्याच शब्दांत सांगायचे तर 'रबर स्टॅम्प.'

नायब राज्यपाल प्रशासक असतात. सेवा, आर्थिक व धोरणविषयक बाबींमध्ये त्यांच्यावर असलेल्या कायदेशीर जबाबदाऱ्या सुस्पष्ट दिलेल्या आहेत, हे मानण्यास ते नकार देतात.

सर, मी सांगू इच्छिते, की आपण सर्व संबंधित घटकांना शिक्षित करण्यासाठी मुख्यत्वे राज्य नागरी सेवेतील अधिकाऱ्यांच्या प्रशिक्षणाला बळ देण्यासाठी, उत्तमरीत्या मांडलेली धोरणे लक्षात घेण्याची गरज आहे. हे अधिकारी बरेचदा गोंधळलेले असतात. विभागांचे सचिव नेहमी विचारत असतात, की नायब राज्यपालांना ही माहिती घेण्याचा अधिकार आहे का?

मी आणखी काही मुद्दे आदरपूर्वक सुचवू इच्छिते :

भारत सरकार ज्या ज्या ठिकाणी वस्तुरूप अथवा आर्थिक साधन स्रोतांची गुंतवणूक करते, त्या ठिकाणी आपण नियंत्रक व महालेखा परीक्षकांच्या वार्षिक अहवालाची वाट पाहण्याची गरज नाही, आपण त्या

त्या ठिकाणी नियमित व वरचेवर भेटींद्वारे सामाजिक व कामगिरीविषयक परीक्षणे करू शकतो. यामुळे सचोटी राखता येईल व साधनस्रोत अन्यत्र वळवले जाणार नाहीत.

अन्यथा, काही ठिकाणी, नुकसान भरून निघणार नाही (जी परिस्थिती सध्या आहे) किंवा त्यावर वेळीच उपाय करता येणार नाहीत.

आणि अखेरचा मुद्दा म्हणजे हा पदभार सांभाळणाऱ्या आपण लोकांनी देशातील तरुणाईपर्यंत पोहोचले पाहिजे. हे काम आपण शैक्षणिक व सामाजिक संस्थांद्वारे आणि स्वच्छ भारत, लाभार्थींच्या थेट बँक खात्यात पैसे जमा करणे, महिला सबलीकरण आदी राष्ट्रीय कार्यक्रमांना प्रोत्साहन देण्याद्वारे करू शकतो.

मला माझी प्रांजळ मते व्यक्त करण्याची संधी दिल्याबद्दल मी माननीय राष्ट्रपतींचे आभार मानते.

जय हिंद.

माझी ही मते माझ्या अनुभवावरून बनली होती. पुढील नुकसान टाळण्यासाठी, यासंदर्भात वेळीच उपाययोजना करणे गरजेचे होते.

फोटो आणि नवीन क्लिप्ससाठी क्यूआर स्कॅन करा.

प्रकरण २४

मुख्यमंत्र्यांवर नियंत्रण हवे

एके दिवशी मुख्यमंत्र्यांनी 'समृद्ध पुदुच्चेरी' हा व्हॉटस्‌ॲप ग्रूप बंद करण्याचा लेखी आदेश दिला. हा व्हॉटस्‌ॲप ग्रूप वेगवेगळ्या विभागांना 'गतीशक्ती' देण्यासाठी तयार केला होता. तंत्रज्ञानाच्या या आयुधाचा 'रिअल-टाइम' माहितीच्या आदान-प्रदानासाठी व 'हवाबंद कोठारे' मुक्त करण्यासाठी होत होता. माननीय पंतप्रधान जे करतात, नेमकं तेच काम याद्वारे होत होतं.

हा व्हॉट्स ॲप ग्रूप बंद करण्याचा मुख्यमंत्र्यांचा आदेश अत्यंत प्रतिगामी होता. त्यामुळे अंतर्गत संपर्क - संवादाला खीळ बसणार होती, जो अत्यंत मेहनतीने जपला होता. मला अशा प्रतिगामी आदेशात काहीही तार्किकता दिसली नाही. बहुधा त्यांना विभाग विभागलेले ठेवणं सोयीचं असावं.

मुख्यमंत्र्यांच्या आदेशानंतर काही मिनिटांतच, मुख्य सचिवांच्या नेतृत्वाखालील बऱ्याच सर्वांत वरिष्ठ अधिकाऱ्यांनी ग्रूप बंद होण्याची वाटच पाहत असल्यासारखा

तो ग्रूप सोडला. यामुळं त्यांना हायसं झालं असणार यात शंकाच नाही; कारण कामगिरी समोर येणं हे त्यांच्यादृष्टीनं वैतागवाणंच होतं. काहींनी हा ग्रूप माननीय मुख्यमंत्र्यांना राग येईल या भीतीमुळे सोडला; कारण त्यांच्या कामगिरीचं वार्षिक मूल्यमापन माननीय मुख्यमंत्रीच लिहिणार होते.

काहीजणांनी मात्र सावध भूमिका घेतली. त्यांना ग्रूप सोडणं बरं वाटत नसल्याचं व ते या आदेशाशी सहमत नसल्याचं त्यांनी मला थेट कळवलं. मुख्यमंत्र्यांनी काही अधिकाऱ्यांना धमकी दिली - त्यांनी जर हा ग्रूप ताबडतोब सोडला नाही तर त्यांच्यावर विभागीय कारवाई केली जाईल. या ग्रूपची शिल्पकार व प्रशासक मी आहे, परस्परसहयोग मजबूत करण्यासाठी व्हॉट्स ॲपवर अधिकाधिक गोष्टी 'शेअर' करण्यास माझं प्रोत्साहन असतं, मी या ग्रूपची जडणघडण केली आहे ही गोष्ट या सर्वांना माहीत होती.

अशा प्रकारच्या अडेल मानसिकतेचा मला अनुभव होता. मला त्याचं आश्चर्य वाटलं नाही. संगणकाधारित संपर्कपद्धतीशी जुळवून घेण्याचा बऱ्याच वरिष्ठांना त्रास होत होता याची मला जाणीव होती. या पद्धतीमुळे संपर्काचे जे नवे मार्ग खुले झाले होते त्याची त्यांना सवय नव्हती. त्यांना जाहीर प्रसारणाच्या या नव्या प्रकाराशी जुळवून घेणं भाग पडत होतं.

काही अधिकाऱ्यांना घाण, कचऱ्याचे ढीग, तुंबलेल्या गटारींचे फोटो, खंडणीच्या तक्रारी, जमीन बळकावण्याच्या वैचित्र्यपूर्ण घटना, प्रभावशाली लोकांची अतिक्रमणे, वाहतूक कोंडी, पोलिसांची वर्तणूक, पक्षपातीपणा वगैरे गोष्टी 'शेअर' होण्यामुळं लाजिरवाणं वाटत होतं; पण 'सूर्यप्रकाश' हा सर्वांत चांगला 'जंतुनाशक' नव्हे का?

मुख्यमंत्र्यांना उणिवांवर 'सूर्यप्रकाश' पडण्याची भीता वाटतीय हे स्पष्ट दिसत होतं. भारत सरकारचे इलेक्ट्रॉनिकी व सूचना प्रौद्योगिकी मंत्रालय, संचार मंत्रालय यांनी सरकारी संस्थांनी प्रसारमाध्यमांचा वापर करण्यासंदर्भात जारी केलेली चौकट व मार्गदर्शक तत्त्वांकडे त्यांनी दुर्लक्ष केलं होतं.

हा ग्रूप बंद करण्याचा लगेचच घडलेला परिणाम म्हणजे अंतर्गत समन्वय संपुष्टात आला. कुठं काय घडतंय हे कुणालाच कळत नव्हतं. पुदुच्चेरीतल्या मुख्य डम्प यार्डला आग लागली, तेव्हा त्याच्या झळा संपूर्ण परिसराला बसल्या. विषारी वायूंनी प्राण गुदमरले. अनेकांचे जीव टांगणीला लागले; पण कुणीही तिथं फिरकलं नाही. मी त्यावेळी दिल्लीच्या अधिकृत दौऱ्यावर होते. मी हे बातम्यांत पाहिलं. परस्परांतील अंतर्गत 'शेअरिंग' बंद झाल्यामुळं प्रशासनाचा संपर्क तुटला होता, त्यामुळे समन्वय व सुसंवाद निर्माण करणं अवघड झालं होतं. दरवेळी दोन पावलं पुढे टाकली, की तीन पावलं मागे अशी अवस्था होती.

आम्ही आमच्या विभागांना नागरिकांच्या बऱ्याच ग्रूप्सशी जोडलं होतं. माझे

चिकाटीचे प्रयत्न आणि प्रामाणिक कृतीवरील विश्वास यांमुळे जे लोक सोडून गेले होते, ते परत आले. काळाच्या ओघात समन्वयाची तत्परताही परत आली.

भारत सरकारला आपलाच केंद्रशासित प्रदेश आपली धोरणे उघडपणे जुमानत नसल्याचं कळण्याच्या दृष्टीनं पुदुच्चेरी दिल्लीपासून बरंच दूर होतं. आस्थापना या अंतराचा फायदा घेत होती, पण किती काळ?

मी मुख्यमंत्र्यांचा आदेश नाकारला आणि परिस्थिती 'जैसे थे' राखली. आमचे हात बळकट होत होते... ग्रूप ते ग्रूप आमची ताकद वाढत होती.

हळूहळू आमचं नेटवर्क प्रचंड विस्तारलं. आता आम्ही २४ बाय ७ संपर्क राखू शकत होतो. आमच्यात अपूर्व समन्वय होता. यामुळं अधिकार परंपरेची सगळी उतरंड मोडीत निघाली व आम्ही सगळेजण एक झालो. टीम राजभवन व मी अशा सगळ्या ग्रूप्सचा अविभाज्य भाग होतो.

'टीम पुदुच्चेरी' हे आता या 'गतीशक्ती' तंत्रज्ञानाचे आश्चर्यकारक मॉडल बनले होते. कोविड-१९च्या वर्षांत त्याने आम्हाला 'हॉटलाइन' सारखी सेवा दिली.

बातम्यांच्या क्लिप्स, व्हिडिओ व
लेखी माहितीसाठी क्यूआर स्कॅन करा.

प्रकरण २५

अनर्थकारी वारसा

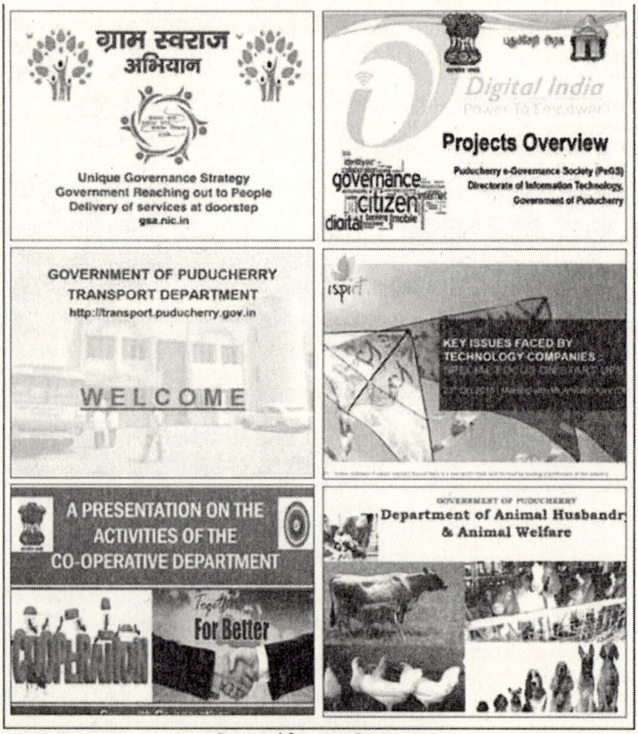

विभागांचे सादरीकरण

मी पदभार स्वीकारल्याच्या पहिल्या आठवड्यापासूनच, मी विभागप्रमुखांना त्यांच्या कामाची स्थिती 'स्वॉट ॲनालिसिस' सह सादर करायला सांगितलं होतं.

आपण कुठे आहोत हे समजून घेण्यासाठी, मला त्यांची बलस्थाने, कमकुवत बाबी, संधी व धोके, त्याचबरोबर त्यांचं 'मिशन स्टेटमेन्ट' जाणून घ्यायचं होतं.

ही सादरीकरणे म्हणजे जणू परिस्थितीबाबतची श्वेतपत्रिका होती. प्रत्येक विभाग समस्यापूर्ण होता. त्याला प्रशासनातील प्रचंड दिवाळखोरीची झळ बसत

होती. यावर उपाय काय करायचे, मी विचार करत होते. प्रशासनाशी संपर्क करण्याचा एकमात्र दुवा होता सेवेत असलेले मुख्य सचिव. याआधीची राजकीय आस्थापना आता नव्हती, त्यांनी सत्ता गमावली होती. त्यांच्याजागी आता सत्तेत होते नवनिर्वाचित सदस्य.

सादरीकरणांतून, मागील प्रशासनाची पूर्ण उदासीनता समोर आली.

सर्व सादरीकरणे व सर्व विभागांच्या आढाव्याच्या पहिल्या फेरीनंतर, मी नूतन मंत्री व विभागप्रमुखांसाठी माझ्या निरीक्षणांवर आधारित एक टिपण तयार केलं. यामुळे त्यांना सुधारणा करण्याची प्रेरणा मिळेल अशी मला आशा होती.

माझ्या निरीक्षणांवर आधारित संक्षिप्त टिपण

१. धोरण सूत्रीकरण व प्रत्येक विभागाची 'स्टॅन्डर्ड ऑपरेटिंग प्रोसीजर' (एसओपी) निश्चित करण्याची आत्यंतिक निकड आहे. सध्या परिस्थिती अत्यंत वाईट आहे, हे काल आलेल्या बेंगलोर टीमशी झालेल्या संवादादरम्यान दिसून आले. ही टीम आपल्या आमंत्रणावरून, पुदुच्चेरीच्या सर्वांगीण विकासासंदर्भात आपल्याला मार्गदर्शन करण्यासाठी आली होती. आम्ही त्यांना काहीही दाखवू शकलो नाही. ही अवस्था काही बरी नव्हती.

२. कर्मचाऱ्यांच्या संदर्भातील विषय प्रचंड प्रमाणात प्रलंबित होते. मग तो विषय रिक्त जागांचा असो वा सेवानियमांच्या सूत्रीकरणाचा वा अन्य कोणता.

३. सर्व विभागांमध्ये, अंतर्गत व आंतरविभागीय समन्वय असण्याची आत्यंतिक गरज आहे, अन्यथा त्याचा कामावर दुष्परिणाम दिसत आहे. परिणामी, प्रचंड तक्रारी व सर्व प्रकारचा अपव्यय होत आहे.

४. सादरीकरणादरम्यान, काही विभागांनी त्यांच्या कमकुवत बाबी प्रामाणिकपणे ओळखल्या; पण त्यांवर मात करण्यासाठी त्यांच्याकडे कुठले घोषित धोरण नाही.

५. शिक्षण क्षेत्र, मान्यताप्राप्त 'प्रोफेशनल्स', बिगर-सरकारी संस्था आदींकडून येणाऱ्या मानवी साधनस्त्रोतांचे प्रचंड भांडार आहे; पण त्यापैकी कशाचाही उपयोग करून घेतला जात नाही अथवा ते सामावून घेतले जात नाही.

६. कौशल्यांचा विकास सतत करत राहण्याची गरज असते. खात्यांनी नियमित प्रशिक्षण दिले पाहिजे, त्यादृष्टीने विश्लेषणाची गरज आहे

(टीआयएनए) आणि उच्च कौशल्यप्राप्तीसाठी जवळपास काय उपलब्ध आहे त्याचा शोध घेतला पाहिजे.

आत्ता या ठिकाणी मी मला जशी आठवतील तशी काही निरीक्षणे नोंदवली आहेत; पण अद्याप बऱ्याच बाबींत सुधारणा आवश्यक आहे.

सादरीकरणाबद्दल तुमचे आभार, त्यामुळे मला तुमच्यासोबत विचार करून, आवश्यक बदल घडवण्यास त्वरित गती देण्याचे ज्ञान मिळाले.

माझ्या ध्यानात आलेल्या गोष्टी मी तुम्हाला वेळोवेळी पाठवेनच. आपण कृपया आपापल्या सादरीकरणाबाबत नोंदवलेली निरीक्षणे वाचून त्याची सुयोग्य अंमलबजावणी कराल का?

संबंधित विभागाच्या माननीय मंत्री महोदयांनाही भावी आढावा बैठकीची माहिती व निमंत्रण देण्यात येईल. त्यांनी त्यांच्या सहभागाबाबत रस दाखवला आहे. त्यामुळे निर्णयप्रक्रिया गतिमान होण्याचा मार्ग सुकर होईल व अंमलबजावणीमध्ये मुख्य भूमिका बजावणाऱ्या मुख्य सचिवांशी जो समन्वय साधला जाणे अत्यंत आवश्यक आहे, तो साधला जाईल.

शुभेच्छा,

किरण

माहिती व आवश्यक त्या कारवाईसाठी, माननीय मुख्यमंत्री व सर्व मंत्रिगण, सर्व सचिव, पोलीस महासंचालक व सर्व विभागांचे सर्व संचालक.

सादरीकरणांतून माझ्यासमोर जी परिस्थिती आली होती, तिचा मी माननीय राष्ट्रपतींना पाठवण्याच्या मासिक अहवालात उल्लेख केला नाही; पण नोकरशाही व राजकीय आस्थापनेनं पुदुच्चेरीच्या जनतेला निराश केलं होतं हे स्पष्ट होतं. लोकांनी मतांच्या जोरावर राजकारण्यांना दूर केलं होतं; पण ते नोकरशाहीच्या बाबतीत काहीही करू शकले नव्हते. मलाही तोच वारसा होता.

यावर मला माननीय मंत्र्यांकडून अथवा मुख्य सचिवांकडून काहीही प्रतिसाद मिळाला नाही.

पण, मी थांबू शकत नव्हते. मी बदलाचं नेतृत्व स्वीकारलं.

जवळजवळ सर्व विभागांत समोर आलेली दिवाळखोरी वेगवेगळ्या मुद्द्यांच्या बाबतीतली होती.

१. जलधोरणाचा अभाव

जलस्तर प्रचंड प्रमाणात कमी होत असूनही, पुनर्भरणाच्या दृष्टीने कोणत्याही गांभीर्यपूर्वक योजना नव्हत्या आणि तरीही जमिनीतील पाण्याचा प्रचंड उपसा

सुरू होता.

पाण्याच्या अतिरिक्त उपशामुळे भूस्तराची हानी होऊन खारे पाणी गोड्या पाण्याच्या स्तरात घुसत होते.

२. औद्योगिक धोरणाचा अभाव

सेवा 'ऑनलाइन' नसल्यामुळे एकूणच विलंब होत होता. बिझनेस करणे सुलभ नसल्याकारणाने मानवी 'इंटरफेस'मुळे भ्रष्टाचाराला प्रोत्साहन मिळत होते. कामगार संघटनांच्या प्रतिगामी कृतींमुळेही विकासाला खीळ बसत होती. यासंदर्भात कालबद्ध कृती कार्यक्रम आखला जाणार नसेल, तर आत्ता इथे असणारे उद्योग दुसरीकडे जातील.

३. घनकचरा व्यवस्थापनाची अत्यंत केविलवाणी पद्धत

कसल्याही प्रकारच्या प्रक्रियेसंदर्भातील योजना नसल्यामुळे कित्येक टन केरकचरा फेकण्यात आला आहे. यासंदर्भात कसलाही सामाजिक सहभाग अथवा सामाजिक जबाबदारी नाही. कुठल्याही प्रकारच्या शिक्षण अथवा संपर्क योजना नाहीत.

लोक मृत गायी व डुकरे गटारीत फेकत होते, पोतीसुद्धा फेकत होते.

शहराची स्वच्छता राखणाऱ्या 'स्वच्छता कॉर्पोरेशन'ला पाठबळ देण्याची राजकीय व नोकरशाहीची इच्छा व तयारी नव्हती. त्यामुळे स्वच्छता कर्मचाऱ्यांना वेतन मिळण्यास विलंब होत होता. स्वच्छतेच्या कामावर दुष्परिणाम होत होता.

४. गाळ निष्कासन योजनांचा अभाव

लोक केरकचरा गटारांत टाकत असल्यामुळे एका पावसातच शहरात पूर येतो. शहरातील गटारींच्या गाळ निष्कासनाच्या कसल्याही योजना नाहीत.

५. नागरी सेवा 'लक्ष द्या' म्हणून आकांत करत आहेत

याचा राजकीय लोकांनी प्रचंड लाभ घेतला आहे. नेतृत्वाचा अभाव जाणवतो. आपत्ती व्यवस्थापन युनिट व्यवस्थित नाही, त्यांच्यावर देखरेखही नाही व त्यांच्याकडे उपकरणेही नाहीत. कर्मचाऱ्यांना महसूल विभागात वळवलेले होते. या केंद्रशासित प्रदेशाला चक्रीवादळाचा मोठा धोका असूनही आकस्मिक निधीची तरतूद नव्हती. रेड क्रॉस, एनएसएस, सिव्हिल डिफेन्स अशा कुठल्याही संस्थेला आपत्ती व्यवस्थापनात सहभागी करून घेतलेले नव्हते.

६. पूरप्रवण निवासी वसाहती

सखल भागांत असलेल्या वसाहतींमध्ये नेहमी पूर येतो. त्यासंदर्भात कोणतीही योजना दृष्टिपथात नाही.

७. सार्वजनिक बांधकाम विभागाच्या कर्मचाऱ्यांचे 'रोस्टर' नाही

सार्वजनिक बांधकाम विभागाच्या शेकडो 'मल्टी-टास्किंग' कर्मचाऱ्यांपैकी कितीजण वेतनपटावर आहेत हे तपासण्यासाठी 'रोस्टर' नाही. या विभागात मोठ्या प्रमाणात अतिरिक्त कर्मचारी आहेत. या टीमला प्रभावशाली व्यक्तीच्या सेवेकडे वळवण्यात आले होते, तेसुद्धा जनतेच्या पैशाने. तसेच, कर्मचारी धोरणांमध्ये उणिवा आहेत व नियुक्त्या खटल्यांत अडकल्या आहेत.

८. वाहतूक विभागात मूलभूत पायाभूत सुविधांचा अभाव आहे

वाहतूक विभागात स्वयंचलित वाहन तपासणी सुविधा, रोड- टेस्टिंग ट्रॅक अथवा रडार गन इंटरसेप्टर्स अशा मूलभूत पायाभूत सुविधांचा अभाव आहे, तसेच रस्ता सुरक्षेच्या बाबतीत मोठ्या प्रमाणात अज्ञान आहे. अतिरिक्त नियुक्ती, गुंतवणूक, वित्त व कुशल तांत्रिक कर्मचाऱ्यांचा अभाव यांमुळे वाहतूक सेवा तोट्यात आहेत.

९. पर्यटनविषयक धोरणाचा अभाव, 'एसओपी' नाही किंवा प्रशिक्षणही नाही

'वॉटर स्पोर्ट्स' व जलवाहतुकीच्या संधींसाठी योजना नाहीत.

ऑटो चालकांच्या संघटनांकडून पर्यटकांची पिळवणूक होते. ऑटो भाडे, वाहतूक कॅमेरे, उबर व अन्य कॅब सेवांना विरोध केला जातो.

१०. केंद्रशासित प्रदेशातील भाग आर्थिकदृष्ट्या लाल शेऱ्यात

त्यांची महसूलनिर्मिती खर्चांच्या निम्मी होती, त्यामुळे त्यांना मुख्य कार्यालयाकडून मिळणाऱ्या आर्थिक मदतीवर मोठ्या प्रमाणात अवलंबून राहावे लागत होते. प्रशासनाने अनेकदा शिफारशी करूनही ११ कालबाह्य कापडगिरण्या बंद केलेल्या नाहीत, उलट तेथील कर्मचारी काम न करता वेतनपटावर राहिले आहेत. ही सरकारी तिजोरीला लागलेली मोठी गळती आहे.

११. घाट्यातील सहकारी सोसायट्या

या ठिकाणी लेखापरीक्षक हेच अध्यक्ष असल्यामुळे स्वारस्य संघर्ष होता.

तिथे निवडणुका होत नव्हत्या, लेखापरीक्षण होत नव्हते, प्रचंड राजकारण होते आणि राजकीय उमेदवारांची गर्दी होती. काही नोकऱ्या टिकवण्यासाठी या सोसायट्या केवळ सरकारी अनुदानावर अवलंबून होत्या. ज्या निबंधकांनी या सहकारी सोसायट्यांचे लेखापरीक्षण करणे अपेक्षित होते, ते या सोसायट्यांचे अध्यक्ष होते.

१२. खंडणी व गुंडगिरी

खंडणीखोरी व गुंडगिरी, या जोडीने निहित राजकीय 'इंटरेस्ट' हे आणखी एक तातडीने लक्ष देणे आवश्यक असणारे आव्हान होते- अनुपस्थित भारतीय फ्रेंच ज्येष्ठ नागरिकांकडून घरे बळकावण्यासाठी खोटे एफआयआर नोंदवण्याचे प्रकार घडत होते.

इतर विभाग

१. राजकीय कृपाप्रसादासाठी एनपीए प्रमाणाबाहेर गेल्यामुळं राज्य सहकारी बँक दिवाळखोर घोषित होण्याच्या उंबरठ्यावर होती.

२. नागरिकांची सनद हा विषय दुर्लक्षित होता. विभागांमध्ये त्यासंदर्भात आवश्यक ती जागरूकता नव्हती.

३. प्रशासकीय कामकाजामध्ये नेतृत्वात समन्वयाचा संपूर्ण अभाव होता.

४. हा प्रदेश संपन्नतेने नटलेला असूनही, अतिरिक्त कर्मचारी, उत्पन्नाला प्रचंड गळती व गैरव्यवस्थापन यामुळे पर्यटन उद्योग लाल शेऱ्यात होता.

५. हवाई वाहतुकीची सुविधा नसल्याने पर्यटक रस्त्याचा वापर मोठ्या प्रमाणात करत होते. त्यामुळे पार्किंगसाठी जागा कमी पडत होती. तसेच, 'पे ॲन्ड राइड' योजना नव्हत्या.

६. पुदुच्चेरी गृहनिर्माण मंडळांकडे त्यांच्या कर्मचाऱ्यांचा पगार देण्यासाठी पैसे नव्हते. त्यामुळे कर्मचारी संख्या निम्मी होती.

७. नागरी सेवा व ग्राहक विभागाच्या कक्षेत बहुसंख्य जनता आलेली असूनही हा विभाग डबघाईला आलेला व आजारी होता. या विभागात अपात्र लाभार्थी कार्डधारकांची संख्या प्रचंड होती आणि तिथे नियमित आढावा यंत्रणा नव्हती.

८. तिथे राज्य नियोजन मंडळ होते; पण त्यांच्या बैठका क्वचितच होत असत.

९. भविष्यासाठी कसलेही 'व्हिजन डॉक्युमेन्ट' नव्हते.

१०. देशात दुचाकींमुळे डोक्याला दुखापत व मृत्यूंची नोंद पुदुच्चेरीत सर्वाधिक होती. कुणीही हेल्मेट वापरत नव्हते.

११. पुदुच्चेरी सागरी मासेमारी नियमन कायद्याची अजिबात अंमलबजावणी होत

नव्हती. बंदर व्यवस्थापनाकडून मत्स्यपालन क्षेत्रात नियमित ‘ड्रेजिंग’ सुविधा नव्हती. ते मासेमारीमध्ये अडथळे आणत होते.

१२. महसुलाचा मोठा स्रोत असणारे करईकलमधील बंदर भाडेपट्टीने दिल्यामुळे राज्याच्या तिजोरीचे नुकसान होत होते. अनियमिततेमुळे ते खटल्यातही अडकले होते.

१३. बंदर विभागाला प्रमुख नव्हता. १९९२ सालापासून इथे मुख्य कप्तान नव्हता.

१४. सांस्कृतिक विभाग नावापुरताच होता. त्याला व्यवस्थित इमारत वगैरे नव्हती, विभागप्रमुख नव्हते. या विभागाचे कामही जेमतेमच चालत होते.

१५. पुदुच्चेरी विद्यापीठ छात्रवृत्ती किंवा तरुणाईच्य प्रचंड उपस्थितीत सामाजिक सहभाग असे एकात्मिक कार्यक्रम घेत नव्हते.

१६. दक्षता विभागाचे तर अस्तित्वच नव्हते.

१७. समग्र माहितीसाठी ‘डिजिटल’ व्यवस्था सुस्थितीत राखणे व संगणकीकरणाचा अभाव होता.

१८. पोलीस विभागात अचूक संगणकीकृत कर्मचारी नोंदीचा अभाव होता.

१९. प्रसारमाध्यमविषयक धोरण नव्हते. प्रेसला माहिती देण्याची व्यवस्था नव्हती

२०. बिझनेस संबंधीच्या कृपाप्रसादाव्यतिरिक्त लोकांचा कोणत्याही प्रकारे सहभाग नव्हता.

राष्ट्रपती भवनाला पाठवलेल्या मासिक अहवालात, मी तिथे ज्या प्रचंड उणिवा पाहिल्या होत्या, तितक्या तीव्रतेची नोंद नव्हती. ते माझं आव्हान होतं. त्यांचा सामना करणं ही माझी जबाबदारी होती. या चालत आलेल्या परिस्थितीत बदल करायचा तर आमच्या कामामध्ये कायापालट घडवावा लागेल व त्याचं प्रमाणही बरंच वाढवावं लागेल, हे मी जाणून होते.

वार्षिक बजेटपेक्षा कर्जाचं प्रमाण अधिक असल्यामुळं प्रशासनानं आर्थिक आघाडीवर सारासार विचार करण्याची अत्यंत निकड होती. त्यामुळं या केंद्रशासित प्रदेशाला कर्जाच्या सापळ्यात अडकण्यापासून वाचवणं हा प्राधान्याचा विषय होता.

यात समस्या कुठं आहे ते मला दिसत होतं. त्यामुळं मी त्यानुसार त्यातून मार्ग काढायचं ठरवलं. विभागनिहाय, अधिकारीनिहाय... दररोज, थोडा थोडा, परिस्थितीनुसार.

सादरीकरणांद्वारे, नायब राज्यपालांच्या कार्यालयाला अधिक स्पष्ट, नेमके दिसले आणि तत्कालीन परिस्थिती लक्षात आली.

लेखी माहिती, सादरीकरण व हस्तलिखित टिपणांसाठी
क्यूआर स्कॅन करा.

सादरीकरणांचे ‘डॉकेट’ : माझ्या निरीक्षणांचा स्रोत

विभागांचे सादरीकरण

विभागांचे सादरीकरण

प्रकरण २६

टाउनहॉलने आरसा दाखवला

महसूल, सार्वजनिक बांधकाम व विद्युत विभाग

माझ्या सुरुवातीच्या भाषणात मी 'टी (TEA) मंत्र' दिला होता – Trust, Empowerment & Alignment

मी 'समृद्ध पुदुच्चेरी' हे 'मिशन स्टेटमेन्ट' ही जाहीर केले होते; पण या भाषणाला राजभवनमध्ये फक्त निमंत्रित सरकारी अधिकारीच उपस्थित होते.

प्रत्यक्ष काम करणाऱ्यांचं काय? इतर सर्व कर्मचाऱ्यांचं? विभागांमध्ये काम करणाऱ्या व अन्य लोकांचं? जनतेशी त्यांचा प्रत्यक्ष संबंध येत होता, ते 'पब्लिक इंटरफेस' होते.

त्यांची जागरूकता बातम्यांपुरतीच मर्यादित राहावी का, त्यांनी स्वत: वाचलेल्या अथवा न वाचलेल्या किंवा दुसऱ्याकडून ऐकलेल्यावर आधारित?

थेट संपर्क-संवाद व प्रत्यक्ष नजरभेट यांना पर्याय नसतो. टाउनहॉलमध्ये आयोजित सभांमुळे या सगळ्याला प्रचंड गती मिळाली.

मी टाउनहॉलमधल्या सभा बोलावल्या. आम्ही सर्व उपस्थितांमध्ये प्रश्नावली वितरित केली व त्यांच्याकडून सूचना मागवल्या. त्यांचं काय म्हणणं आहे हे जाणून घेण्यासाठी आम्ही 'डीप टेस्ट' घेतली, त्यामुळं सहभागी लोकांना 'आवाज' मिळाला,

मात्र अनामिक.

याचा उपयोग झाला.

पोलीस कर्मचाऱ्यांची 'डीप टेस्ट'

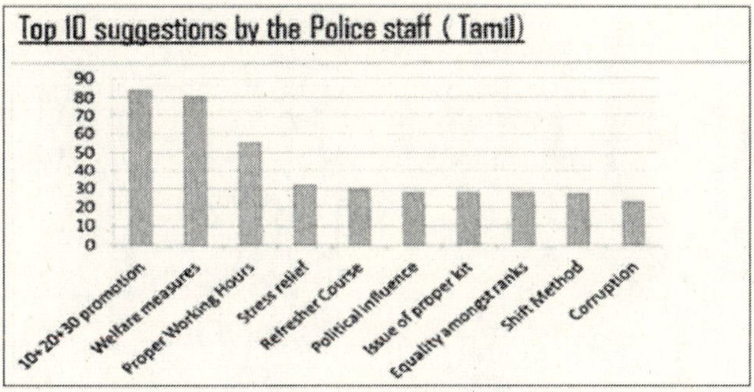

पोलीस कर्मचाऱ्यांनी तीन सर्वांत आवश्यक बाबी सांगितल्या : बढती, कल्याणकारी योजना व कामाचे योग्य तास.

Top 5 Most Suggested Suggestions from the Public

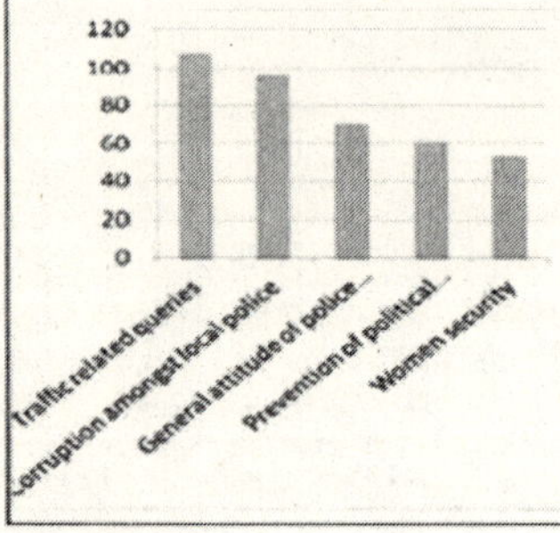

Sl. NO	Suggestions	Frequency
1	Traffic related queries	108
2	Corruption amongst local police	95
3	General attitude of police officers towards the public	70
4	Prevention of political interference	61
5	Women security	53

जनतेकडून आलेल्या तीन सर्वांत आवश्यक बाबी होत्या : वाहतूक समस्या, भ्रष्टाचार व पोलिसांची एकूणच वृत्ती.

नागरी सेवेतील कर्मचाऱ्यांची 'डीप टेस्ट'

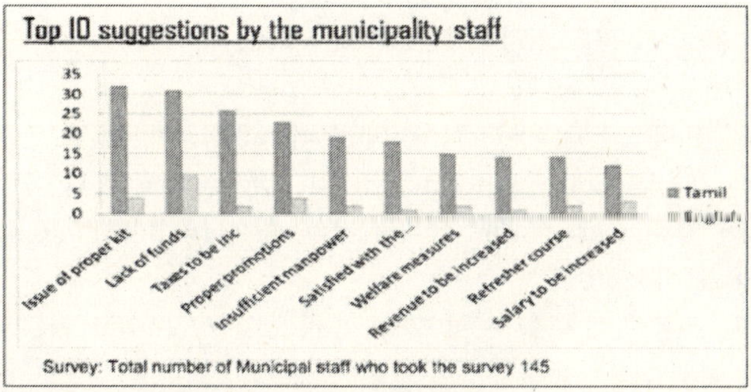

नागरी सेवेतील कर्मचाऱ्यांकडून आलेल्या तीन सर्वांत आवश्यक बाबी होत्या : योग्य 'किट', निधीची कमतरता व वाढलेले कर.

टाउनहॉलमधील सभा हा सरकारी अधिकाऱ्यांमध्ये आपलेपणाची व सामुदायिक मालकीची जाणीव रुजवण्याचा जाणीवपूर्वक प्रयत्न होता. त्या जोडीने, त्यांना अपेक्षांनुसार उद्दिष्टांबाबत स्पष्टताही द्यायची होती. ते प्रतिक्रियाशील व स्वयंप्रेरित का असले पाहिजेत? प्रशासनातील परस्परसंलग्नतेसाठी त्यांचा सहयोग किती महत्त्वाचा होता? प्रशासन एकसंध असणं त्यांच्या दृष्टीनं किती आवश्यक होतं?

मी त्यांना वृत्तपत्रांत येणाऱ्या गोष्टी – लोकांची मते व इतर बातम्यांच्या

स्लाइड्स दाखवून सचेत करण्याचा प्रयत्न केला. या दुर्लक्षासाठी कोण जबाबदार आहे यावर मी त्यांना विचार करायला लावला.

या थेट संदेशामुळे वृत्तीत जलद बदल घडला.

मी विभागांना एकत्र आणून या ध्येयपूर्तीमध्ये त्यांच्या वैयक्तिक व परस्परसंलग्न भूमिकांचं कौतुक केलं. त्यांनी नेतृत्वाला असं प्रत्यक्ष कधी ऐकलं नव्हतं. या टाउनहॉल सभांनी त्यांची प्रतिसाद देण्याची, हजर असण्याची व जबाबदारी मानण्याची आंतरिक जाणीव वाढली.

पण, अजून खूप मोठा पल्ला गाठायचा होता. मनोवृत्तीत बदल घडण्यास वेळ लागतो.

जेव्हा हितसंबंध गुंतलेले असल्यामुळे त्यांच्यात असुरक्षित भावना असते व मनात संघर्ष सुरू असतो तेव्हा तर जास्तच वेळ लागतो.

या उपक्रमामुळे परिवर्तनाला चालना मिळण्यास मदत झाली व बरेचजण ताज्या हवेचा आनंद घेऊ लागले.

आम्ही ध्येयाच्या दिशेने कूच करू लागलो होतो.

फोटो व व्हिडिओंसाठी क्यूआर स्कॅन करा.

प्रकरण २७

शाळा भेटींचा वेदनादायक अनुभव

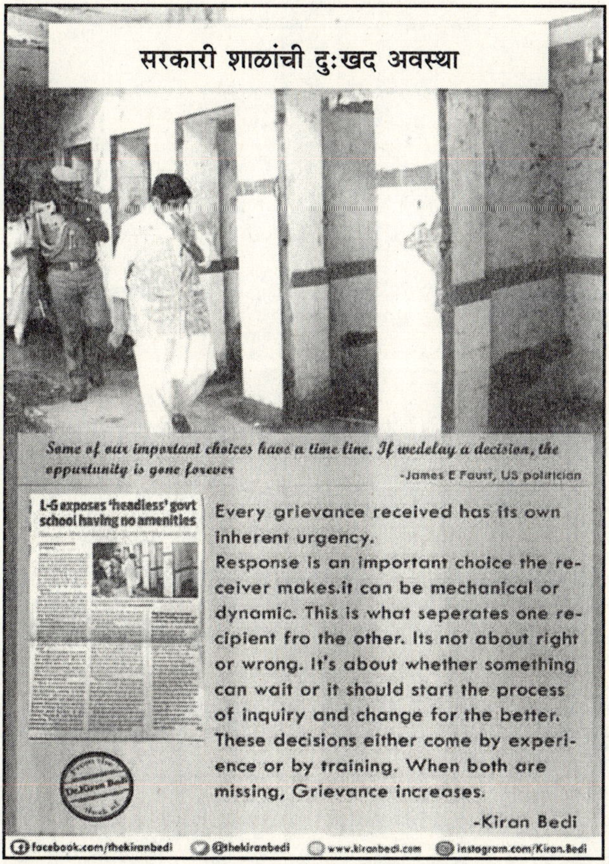

मला शाळा व महाविद्यालयांच्या दुरवस्थेबद्दल पालक व विद्यार्थ्यांकडून बरेच विनंतीअर्ज आले होते.

त्यांनी मला या संस्थांना भेट देण्याची आग्रही विनंती केली होती. या तक्रारी

गंभीर व तातडीच्या दिसत होत्या. मी शिक्षण संचालकांना माझ्यासोबत येऊन या सर्व समस्यांची पडताळणी व तपासणी करण्यासाठी बोलावले.

मी सर्वप्रथम शाळांच्या विनंतीअर्जाची दखल घेतली. मी प्राथमिक ग्रामीण सहशिक्षण शाळांपासून सुरुवात केली. तिथं तक्रार केली होती की, मुले माध्यान्ह भोजनानंतर शाळेतून निघून जातात आणि त्यानंतर राहिलेल्या तासांना बसत नाहीत.

एका विद्यार्थ्याचा प्रश्नावलीला प्रतिसाद

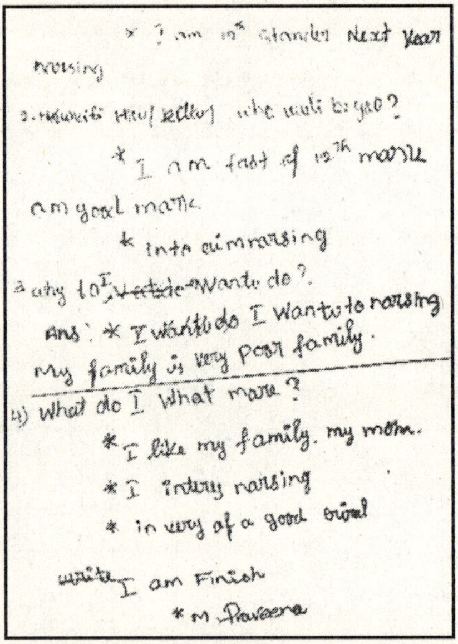
* I am 10th Standard Next Year
nursing
who would be you?
* I am fast of 12th marks
am good marks
* Into aim nursing
why 10 I Wante do?
Ans: * I want to do I Want to nursing
My family is very poor family.
4) What do I What more?
* I like my family. my mom.
* I intery nursing
* in very of a good
I am Finish
* M Praveena

तिथली अवस्था अत्यंत शोचनीय होती... तक्रारीपेक्षाही भयंकर. विद्यार्थ्यांनी माझ्या प्रश्नांना थेट उत्तर देण्यासाठी काहीतरी मार्ग शोधावा लागणार होता; कारण भाषेचा अडसर होताच आणि पर्यवेक्षकही तिथं उपस्थित होते.

मग मी विद्यार्थ्यांना कागदावर त्यांचं म्हणणं लिहून द्यायला सांगितलं.

त्या प्रश्नावलीत त्यांना त्यांची इयत्ता कोणती, मोठं झाल्यावर त्यांना कोण व्हायचं आहे, त्यांना शाळेकडून अथवा पालकांकडून आणखी काय हवं आहे अशासारखे प्रश्न होते. हे परिस्थिती समजून घेण्यासाठी मूलभूत प्रश्न होते.

याला विद्यार्थ्यांनी दिलेली उत्तरे वाचून मी अत्यंत बेचैन व पश्चात्तापदग्ध झाले. काय चुकतंय व ते कुठं चुकतंय हे मला दिसत होतं. आता सुरुवात कुठून करायची

हे माझ्यासमोर आव्हान होतं. किती प्रमाणात आणि कुणासोबत? आणि कुणाकुणासाठी?

पुदुच्चेरीमध्ये सुमारे ५०० सरकारी शाळा आहेत. तिथं अल्प उत्पन्न गटातील पालक, रोजंदारीवर काम करणारे, स्कूटर चालक व बांधकाम कामगारांची हजारो मुले शिकतात.

मुलांना शालेय शिक्षण नि:शुल्क होतं, तसंच शाळेचं दप्तर, पुस्तकं, गणवेश, बूट, येण्या-जाण्याची व्यवस्था, न्याहरी, माध्यान्ह भोजनही मोफत दिलं जात होतं, त्यांना शिष्यवृत्ती दिली जात होती. खासगी शाळांतल्या शिक्षकांपेक्षा या शाळांतल्या शिक्षकांना पगार चांगले होते.

सर्वेक्षणाच्या अहवालानुसार, या विद्यार्थ्यांच्या वडिलांपैकी जवळजवळ ९५ टक्के त्यांची मर्यादित मिळकत दारूवर खर्च करत होते. सरकार कोणत्याही प्रकारे त्यांना परावृत्त करत नव्हतं. त्यांना पापाचा पैसा हवा होता.

मोठं झाल्यावर तुम्हाला कोण व्हायचं आहे, या प्रश्नाला बऱ्याच विद्यार्थ्यांनी 'डॉक्टर' असं उत्तर दिलं होतं; पण त्यांच्या इच्छा-आकांक्षा पूर्ण करण्यात त्यांना मदत व मार्गदर्शन करू शकतील अशा करिअर-समुपदेशकांची किंवा त्यांची त्यादृष्टीने तयारी करून घेतील अशा मार्गदर्शकांची सोय नव्हती. 'शिक्षक-पालक सभे'ची स्थापना झालेली नव्हती किंवा त्यादृष्टीनं कुणी भेटतही नव्हतं. शिक्षकांनी विद्यार्थ्यांच्या घरी भेट देणं वगैरे प्रश्नच नव्हता. विद्यार्थ्यांसाठी जादा तासही घेतले जात नव्हते. हे विद्यार्थी बारावीच्या बोर्डाच्या परीक्षेत कसे उत्तीर्ण होणार, असा मला प्रश्न पडला होता. शाळेत कार्यक्रमांचं वेळापत्रक नव्हतं, कुठले वार्षिक समारंभ, क्रीडा दिन नव्हते, एवढंच नव्हे तर विद्यार्थ्यांना मार्गदर्शन करण्यासाठी कुणी प्रमुख पाहुणेही शाळेत बोलावले जात नव्हते. पुदुच्चेरीतील माझ्या पाच वर्षांच्या कार्यकालात, मला अनेक खासगी शाळांच्या वार्षिक समारंभांची निमंत्रणे आली; पण एकाही सरकारी शाळेकडून मला निमंत्रण आले नाही.

पुदुच्चेरीमध्ये तमिळनाडू बोर्डाचा अभ्यासक्रम होता; पण त्यात पुदुच्चेरीच्या इतिहासाबद्दलचे धडे नव्हते. विद्यार्थ्यांना पुदुच्चेरीच्या इतिहासाबद्दल फारसं माहीत नव्हतं. शिक्षकांनीसुद्धा या मुद्द्याकडं लक्ष न दिल्याचं कानावर येत होतं.

शाळा सोडणाऱ्या मुलांना सामावून घेणाऱ्या सुयोग्य कौशल्य विकास व व्यवसाय प्रशिक्षण संस्था नव्हत्या, मला त्यासंबंधीचा कुठलाही कार्यक्रम आढळला नाही. मुलांना शाळेत पाठवण्यासाठी पालकांना 'भोजन' हेच मुख्य आकर्षण होतं.

मी माननीय शिक्षणमंत्र्यांना माझ्या निरीक्षणांवर व मूल्यमापनावर आधारित एक अभिप्रायात्मक अहवाल पाठवला. हा अहवाल पाहून त्यांना चिंता वाटेल व सुधारणा घडण्याच्या दृष्टीनं तो उत्प्रेरकाचं काम करेल अशी मला आशा होती.

मी हा अहवाल माझ्या कार्यालयातील कर्मचाऱ्यांकडून टंकलिखित होऊन

येण्याचीही वाट पाहिली नाही. मी शाळेला भेट देऊन आल्यानंतर हस्तलिखित पत्र पाठवलं.

माझ्याकडे विनंतीअर्जांचा ओघ सुरूच होता आणि मी त्या त्या ठिकाणी भेट देत होते.

मी त्यानंतरच्या भेटीत एका शहरी शाळेत गेले. तिथं अकरावीतल्या विद्यार्थ्यांनी त्यांचे रसायनशास्त्राचे शिक्षक काही काळापासून येतच नसल्याची तक्रार केली. या विद्यार्थ्यांना पुढील शिक्षणासाठी महाविद्यालयात प्रवेश घ्यायला अथवा वर्षभराचा काळ उरलेला असताना ही परिस्थिती होती.

माझ्या लक्षात आलं की, आपल्याकडं तरुण सुशिक्षित आहेत; पण ते अकुशल व बेरोजगार आहेत. या तरुण मुलांपैकी बरीच मुले पैशाच्या गरजेसाठी गुंड टोळ्यांमध्ये सामील झाल्याचं म्हटलं जात होतं. यातील विरोधाभास असा की, सर्वेक्षणानुसार त्यांचे प्राधान्य पोलीस सेवा, शिक्षक बनणे व अभियांत्रिकी विभागांना होतं.

मी महिला महाविद्यालयाला व पूर्णत: मुलींच्या शाळेलाही भेट दिली. त्यांनी मला सांगितलं की, कित्येक महिन्यांपासून त्यांना 'वाणिज्य' विषय शिकवायला शिक्षक नाहीत. मग मी पुन्हा त्या मुलींना प्रश्नावली व उत्तरे लिहायला कागद दिला.

एका विद्यार्थिनीने प्रश्नावलीला दिलेली उत्तरे

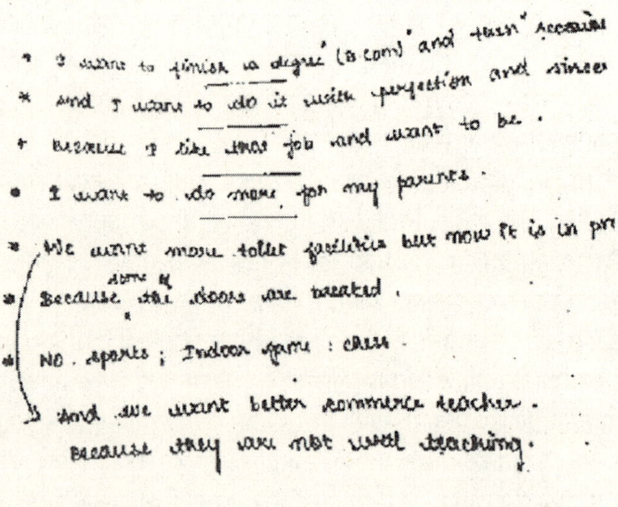
* I want to finish a degree (B.com) and then Accounts
* And I want to do it with perfection and sincere
* because I like that job and want to be.
* I want to do more for my parents.
* We want more toilet facilities but now it is in pro
* Because some of the doors are breaked.
* NO. sports ; Indoor game : chess.
* And we want better commerce teacher.
Because they are not well teaching.

मुली मुलांपेक्षा खूप चांगल्या होत्या.

मी अत्यंत स्वयंप्रेरित शिक्षक पाहिले; पण सरकारी शाळांत विद्यार्थ्यांचे आयुष्य सुरक्षित करण्याची दीर्घकालीन, विशिष्ट दृष्टी (व्हिजन) त्यांच्याकडे नव्हती.

मी या संदर्भात अचानक भेट देण्याची पद्धत ठेवली होती, त्यामुळं माध्यान्ह भोजनात व अधूनमधून केल्या जाणाऱ्या शाळा स्वच्छतेत नियमितता आली.

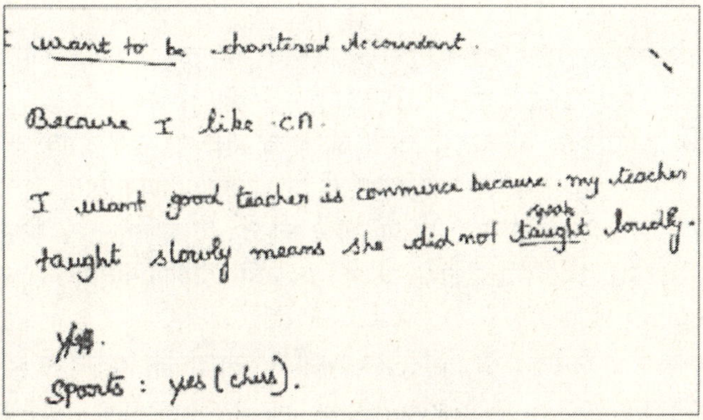

I want to be chartered Accountant.

Because I like CA.

I want good teacher is commerce because my teacher taught slowly means she did not taught (speak) loudly.

Sports : yes (chess).

मुलांच्या शाळेला भेट

आम्ही शाळांना संगणक व क्रीडासाहित्याची मदत करू इच्छिणाऱ्या काही बिगर सरकारी संस्थांना आमच्यासोबत घेतलं. काही शाळांमध्ये सुधारणा दिसू लागली. मंत्री अधूनमधून भेट देऊ लागले. शाळांत देखरेखीत सुधारणा झाली व अनेक संवेदनशील गोष्टी शिक्षकांपर्यंत पोहोचू लागल्या. विभागामध्ये शिस्त येण्यास सुरुवात झाली. सगळ्या गोष्टी जशा सुरळीत घडू लागल्या, तशा तक्रारी कमी झाल्या.

या आघाडीवर काम व्यवस्थित सुरू झाल्यावर, मी उच्चशिक्षणाच्या संदर्भातील तक्रारींकडं लक्ष वळवलं.

इथली परिस्थिती अवघडच होती; कारण बऱ्याच संस्थांना अनेक वर्षांपासून प्रमुखच नव्हता. ते कमी पैशाच्या करारांवर शिक्षकांची नेमणूक करत होते. तसंच अतिरिक्त अध्ययनासाठी कसलंही प्रोत्साहन नव्हतं. अनेक वर्षांपासून रिक्त जागा भरल्या नव्हत्या, व्यवस्थित देखरेख केली जात नव्हती आणि पायाभूत सुविधा नीट राखल्या जात नव्हत्या.

पालकांच्या विनंतीवरून मी दिलेल्या भेटी व वृत्तपत्रांतील बातम्यांनी व्यवस्थेचा भांडाफोड करण्याचा व परिवर्तनाला गती देण्याचा प्रयत्न केला; पण माझ्या लक्षात आलं की, त्यामुळं वेळेच्या मर्यादेत फक्त सुधारणेचं ठिगळ लावलं जात आहे. ज्या प्रमाणात गुंतवणूक केलेली होती, त्या प्रमाणात सुधारणा झाली नव्हती.

समर्पित वृत्तीनं काम करणारे शिक्षक व कर्तव्यदक्ष प्रशासनाच्या अभावी, व्यावसायिक, डॉक्टर, अभियंता, चार्टर्ड अकाउंटंट व परिचारिका होऊ इच्छिणाऱ्या महत्त्वाकांक्षी भावी पिढ्यांना पुदुच्चेरी कसा न्याय देणार, असा मला प्रश्न पडला होता. ते सरकारच्या बेकारभत्त्यावर अवलंबून राहणार आणि मोफत गोष्टींसाठी

'व्होट बँक' बनून राहणार.

इथल्या विद्यार्थ्यांची आख्खी पिढी बदलून टाकण्यासाठी या केंद्रशासित प्रदेशाला फक्त एका दमदार शिक्षणमंत्र्याची व कर्तव्याप्रति वचनबद्ध असलेल्या शिक्षण सचिवांची गरज होती. त्यांनी जर शाळा-महाविद्यालयांना रोज भेट देऊन आधीची परंपरा पुसून परिवर्तन घडवलं असतं तर हे साध्य होऊ शकलं असतं. त्यांनी जर यादृष्टीने प्रयत्न सुरू केले, तर परिवर्तनाला मिळालेली गती दृश्य रूपात लक्षात येईल. मग त्यांचे सगळे कर्मचारीही हजर राहतील. मग त्यांना शिक्षक-पालक सभा घेणं, गैरहजर विद्यार्थ्यांच्या घरी भेट देणं आणि स्वत: नियमित आढावा घेणं शक्य होईल ना?

ते उन्हाळी सुट्टीतील वर्गात विद्यार्थ्यांना व्यवसाय कौशल्ये शिकवू शकतील, त्यांच्यासाठी एखाद्या अतिरिक्त भाषेचे वर्ग घेऊ शकतील, त्यांची 'नीट' व अन्य स्पर्धा परीक्षांसाठी तयारी करून घेऊ शकतील.

मला या संदर्भात अपवाद अगदीच आढळले नाहीत असं नाही. मी काही यशस्वी संस्थांनाही भेटी दिल्या; पण त्यांच्या यशाचं श्रेय उत्तम शिक्षकांना होतं. या शिक्षकांनी त्यांच्या गुणवत्तेवर राष्ट्रीय पुरस्कार मिळवले होते आणि प्रतिकूलतेवर मात करून ते यश मिळवलं होतं.

त्याचबरोबर, सर्व नोकरभरतीमध्ये पारदर्शकता असणं व कर्मचारी धोरणे बाह्य प्रभावांपासून मुक्त असणं आवश्यक होतं. त्यामुळं वादविवाद टाळणं शक्य होईल.

वरिष्ठांच्या पर्यवेक्षणासाठी कुठल्या अतिरिक्त बजेटची आवश्यकता नाही. त्यासाठी आवश्यक असते ते फक्त 'पॅशन' आणि चिकाटीयुक्त निर्धार. हितसंबंध गुंतलेले असतील तर त्यासाठी 'जैसे थे' परिस्थिती असणं सोयीचं असतं; पण ते भारताच्या भविष्यासाठी योग्य नाही.

पुदुच्चेरीतील तरुणाई शिकण्याची भुकेली आहे, त्यांना जपण्याची गरज आहे, त्यांच्या मानसिकतेवर लक्ष देण्याची, त्यांचं भरणपोषण करण्याची आणि त्यांचा हात घट्ट धरण्याची गरज आहे. त्यांना फक्त 'एसओपी'ची नव्हे, तर नेतृत्वाच्या गोवणुकीची गरज आहे.

सर्वांत महत्त्वाचं, त्यांना घरामध्ये जबाबदार पित्याची गरज आहे, जे मुलांच्या शिक्षणाकडे लक्ष देतील आणि त्यांचं भवितव्य राजकीय लहरीवर आणि प्रशासनाची सुस्ती व स्वारस्य यांवर सोडून देणार नाहीत.

फोटो, व्हिडिओ आणि इतर
माहितीसाठी क्यूआर स्कॅन करा.

प्रकरण २८

'सर्जिकल' भेटी

'यावर पैसे वाया घालवू नका' आज सकाळी समाजकल्याण विभागाला दिलेल्या भेटीदरम्यान डॉ. किरण बेदी म्हणाल्या. त्यांनी ताबडतोब फलक हटवले.

– ७ डिसेंबर, २०१८, पुदुच्चेरी

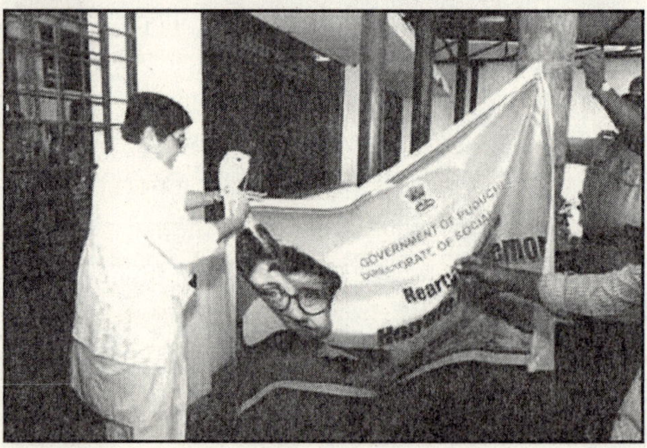

'टाउन हॉल'मधील मीटिंग्जचा, पुढे काय घडण्याची शक्यता आहे हे सांगणाऱ्या 'टीजर्स'सारखा उपयोग झाला. त्यामुळं फक्त कुजबूज सुरू झाली.

सरकारी अधिकारी याचा अर्थ काय, यावर विचार करत होते. राजभवनमध्ये थेट प्रवेशामुळं प्रशासनाची जबाबदारी वाढली होती. त्यातून पुढं चालू स्थिती बदलण्याची जबाबदारीही वाढली.

विभागीय सादरीकरणांना प्रारंभ करून मी माझी जबाबदारी पार पाडण्यास सुरुवात केली, यामुळं राजभवनने स्वत:साठी आव्हानाला आमंत्रण दिलं होतं. माझ्या कार्यालयाला वस्तुस्थिती माहीत होती. 'स्वॉट'मुळे समग्र उणिवा आधीच समोर आल्या होत्या. आता दायित्व माझ्या कार्यालयावर होतं : जे आहे ते स्वीकारण्यापासून, काय असलं पाहिजेपर्यंतच्या बदलाला दिशा व गती देण्याचं दायित्व.

सादरीकरण, मुक्तद्वार, फेऱ्या, तक्रार निवारण यंत्रणा हे सगळं कृती करण्यास भाग पाडत होतं, प्रत्यक्ष समोर येण्याच्या व बदल घडण्याच्या प्रतीक्षेत होतं.

हे साध्य करण्यासाठी, मी वेगवेगळ्या कार्यालयांना पूर्वसूचना देऊन भेटी देत होते, तर काही वेळा अचानक भेटी देऊन 'सरप्राइज चेक्स' घेत होते. यामुळं सर्वजण दक्ष असत; मात्र बरेचजण मी निराश होऊन हार मानेन या आशेनं दक्षता न घेण्याचे धोके पत्करत होते; पण मी हार मानली नाही, उलट मी जितक्या जास्त भेटी देत गेले, तितकं माझ्या लक्षात येत गेलं की, अशा भेटी देत राहणं आवश्यक आहे.

मला जे चित्र दिसलं त्यामुळं काहीजणांना लाजिरवाणं झाल्याचं लक्षात आलं; पण बऱ्याच जणांना त्याचा खेदबिद मुळीच नव्हता. बऱ्याच अधिकाऱ्यांना माझ्या फार काळ सगळं लक्षात राहणार नाही असं वाटत होतं.

मला जिथं जिथं भयावह दृश्यं दिसली, तिथं तिथं मी फोटो घेतले. आपण सगळीकडे तपासणी केली, या गोष्टीनं मला चिंतामुक्त झाल्यासारखं वाटत होतं; कारण मला एकूणच सगळीकडं कर्तव्यात हयगय असल्याचं दिसलं होतं.

मला दंतमहाविद्यालयाच्या विद्यार्थ्यांनी व कर्मचाऱ्यांनी तिथल्या अवस्थेबद्दल सांगितलं होतं. मी ते ऐकलं होतं तरी मला तिथं प्रत्यक्ष भेट देईपर्यंत तिथल्या भयंकर अवस्थेची कल्पना आली नव्हती.

मी त्या महाविद्यालयात प्रवेश केला, तेव्हा सुरुवातीलाच तिथलं आवार अतिशय वाईट अवस्थेत असल्याचं दिसलं.

मग मी थेट उपचार विभागात गेले.

तिथल्या फरश्या फुटलेल्या होत्या, न वापरलेल्या उपकरणांची दुरवस्था झालेली होती, लॅबमध्ये सगळा गोंधळ होता, वॉशबेसिन्स अस्वच्छ होती... अनारोग्यकारक उपकरणे, मोडलेली यंत्रे व खुर्च्या...

दातांच्या उपचारासाठी ज्या खुर्च्या असतात त्यातील बहुतेक खुर्च्यांमुळे रुग्णांना इजा होण्याचा धोका होता – तिथली ओपीडी अस्वच्छ होती. दंतोपचाराची उपकरणे वेडीवाकडी झालेली होती. अशा परिस्थितीत आपण रुग्णांवर उपचार कसे करू शकणार... मी विचार करत होते.

डीन व वैद्यकीय सेवा संचालकांनी कर्मचाऱ्यांची आवश्यक ती संख्या भरण्याचा प्रयत्न केला होता. त्यांनी कंत्राटदाराच्या निवडीसंदर्भात चालढकल केल्याबद्दल मंत्रिमहोदयांवर आरोप केला.

तिथून मी डीन कार्यालयात गेले. तिथल्या फाइल्स तपासल्यानंतर, अधिकाऱ्यांनी जो आरोप केला होता त्यावर शिक्कामोर्तब झालं; पण त्यामुळं विद्यार्थ्यांना प्रत्यक्ष व्यावहारिक प्रशिक्षण देऊ न शकल्याबद्दल डीनना निर्दोष मानता येणार नव्हतं.

कर्मचाऱ्यांना पगार मिळाला नव्हता व विद्यार्थ्यांना छात्रवृत्तीही मिळाली नव्हती.

मग मी 'डेन्टल कौन्सिल ऑफ इंडिया'ला इथल्या कामकाजाची तपासणी करण्यासाठी एक टीम पाठवण्याबाबत कळवलं. त्यानुसार एक समिती आली. त्यांनी सर्व आढावा घेतला आणि सगळ्या गोष्टी पुन्हा रुळावर आणल्या.

प्रत्यक्ष भेटीद्वारे एका महत्त्वाच्या शिक्षण संस्थेचं अपयश जाणून घेण्यास कशी मदत झाली याचं उदाहरण म्हणजे मी पुदुच्चेरीतील 'लॉ कॉलेज'ला दिलेली भेट होय.

'डॉ. आंबेडकर लॉ कॉलेज'मधील विद्यार्थ्यांसोबत

विधी शाखेचे विद्यार्थी मुक्तद्वारमध्ये मला भेटायला आले होते, त्यावेळी त्यांनी मला दिलेल्या आमंत्रणावरून मी 'लॉ कॉलेज'मध्ये गेले होते.

तिथल्या परिसराची स्वच्छता व देखभाल अजिबात दिसत नव्हती. विद्यार्थ्यांसाठी कॅन्टिनचं उद्घाटन मोठ्या धुमधडाक्यात झालं होतं; पण ते विनावापर पडून होतं.

कॉलेजचं ग्रंथालय पदवीपूर्व विद्यार्थ्यांसाठी खुलं नव्हतं. पाचशेपैकी फक्त दहा विद्यार्थ्यांना ग्रंथालयात जाण्याची परवानगी होती. मी तिथल्या ग्रंथपालाला यामागचं ठोस कारण काय असं विचारलं असता, ग्रंथपालांनी सांगितलं की, विद्यार्थी पुस्तकांची पाने फाडतात किंवा चक्क पुस्तके ढापतात.

तो परिसर जंगलासारखा दिसत होता, कसलीही देखभाल वगैरे नसलेला. वीज नसल्यामुळे वर्गखोल्या अंधारात बुडालेल्या होत्या. आवारात कुत्री फिरत होती. वसतिगृहात राहणाऱ्या विद्यार्थ्यांना अगदी मूलभूत सुविधासुद्धा मिळत नव्हत्या. तिथल्या परिस्थितीबद्दल न बोललेलंच बरं अशी अवस्था होती. तिथले विद्यार्थी सदैव आंदोलनाच्या पवित्र्यात होते व त्यांची दुर्लक्षित असल्याची भावना होती, यात आश्चर्य नव्हतं.

प्राचार्यांच्या नियुक्तीसंदर्भात कुठले नियमच नव्हते. व्यवस्था तात्कालिक होत्या. विद्यार्थ्यांनी मी त्यांच्या तक्रारी ऐकून घेतल्याखेरीज तिथून जाऊ नये यासाठी

बाहेर पडण्याची दारे बंद करण्याचा प्रयत्न केला. कॉलेजमध्ये काही खोडसाळ घटक अशांतता* निर्माण करत असल्यामुळे वर्ग नियमित होत नव्हते.

द न्यू इंडियन एक्स्प्रेस, १८ ऑक्टोबर, २०१८

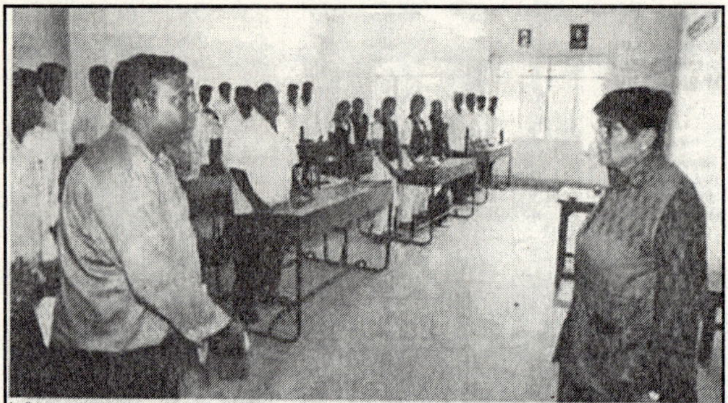

Lt Governor Kiran Bedi visiting Dr Ambedkar law college at Kalapet in Puducherry on Wednesday | EXPRESS

Law college students block L-G in campus, demand redressal of woes

यानंतर मी एक आढावा बैठक आयोजित केली आणि प्रशासनावर देखरेख करण्यासाठी एका जबाबदार अधिकाऱ्याची नियुक्ती केली.

---

* संपूर्ण बातम्यांच्या क्लिप्ससाठी क्यूआर स्कॅन करा

अशा प्रकारे तपासण्या सुरू राहिल्या!

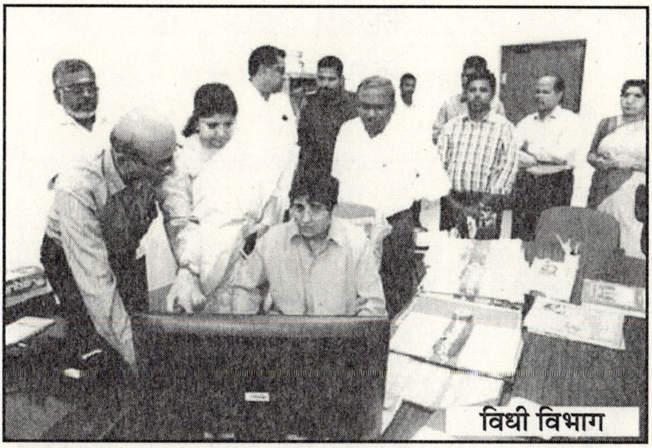

विधी विभाग

नागरी पुरवठा आणि ग्राहक व्यवहार विभाग

फोटो, व्हिडिओ इ.साठी क्यूआर स्कॅन करा.

प्रकरण २९

वक्तशीर पोलीस

पोलिसांशी भेट

वरवर पाहता, संख्येच्या दृष्टीनं पोलीस बळ ठीकठाक दिसत होतं; पण यंत्रणांच्या दृष्टीनं नाही.

वर्षानुवर्षे, त्या त्या वेळच्या सरकारांनी सामाजिक व कल्याणकारी बाबींकडं दुर्लक्ष केलं होतं. भ्रष्टाचार प्रचंड माजला होता. काही पोलीस कर्मचारी जमीन बळकावणे, अवैध वाळू उपसा, अतिक्रमणांना परवानगी, रस्ता सुरक्षा नियमांचे उल्लंघन, अमली पदार्थ, अनधिकृत लॉटरी विक्री, सदोष तपासकामे, समन्वयाचा अभाव असलेला दयनीय अभियोग – ज्यामुळे निर्दोष मुक्ततेचे प्रमाण प्रचंड अशा गोष्टींत गुंतलेले असल्याचा आरोप केला जात होता.

तिथं सुव्यवस्थित पोलीस बीट पद्धत नव्हती आणि पोलीस ठाण्याच्या तपासण्यांतही नियमितता नव्हती. कर्मचारी धोरणे मनमानी होती. पोलीस ठाण्याचे 'डेटा' व्यवस्थापन, माहिती-तंत्रज्ञानविषयक प्रशिक्षण व कायद्यांची अद्ययावत माहिती हे निकडीच्या प्राधान्याचे विषय नव्हते.

प्रचंड राजकीय हस्तक्षेपामुळे, सर्व नियुक्त्या व बदल्या गुणवत्तेपेक्षा मोबदल्यावर आधारित होत्या.

पुदुच्चेरीसारख्या छोट्या प्रदेशात 'नेपोटिजम' प्रचंड होता. त्याचा सर्व कर्मचाऱ्यांच्या उत्साहावर वाईट परिणाम होत होता. पोलीस निरीक्षक व उपनिरीक्षक दीर्घ काळ बढत्यांच्या प्रतीक्षेत होते. हे सर्वजण अत्यंत असंतुष्ट होते.

राजकीय निर्णयप्रक्रियेच्या अभावी व अंतर्गत भांडणांमुळे त्यांच्या बढतीची प्रकरणे प्रदीर्घ खटल्यांत अडकलेली होती. हितसंबंध गुंतलेल्या लोकांच्या दृष्टीनं हे विषय लटकत ठेवणं सोयीचं होतं. या सगळ्यामुळं प्रतीक्षायादीतील अनेकजण दबावाला व उपकारांना सहज बळी पडू शकत होते.

जागा मालक – भाडेकरू आणि जमिनीच्या मालकीचे वाद यासंदर्भात खोट्या केसेस नोंदल्या जाण्याचे प्रकारही घडत होते.

दक्षता विभाग फक्त नावापुरताच होता. तिथं तक्रारींच्या पाठपुराव्याची यंत्रणा नव्हती. तिथं भ्रष्टाचारविरोधी विंग नव्हता.

महिला पोलिसांना संबोधित करताना

पोलीस ठाण्यातील 'रेकॉर्ड' व्यवस्था अत्यंत गलथान होती. तिथं वाईट चारित्र्याच्या लोकांबद्दलच्या माहितीची कागदपत्रे असुरक्षित पद्धतीने व सुट्या कागदांच्या स्वरूपात ठेवलेली होती. अशा प्रकारचे गोपनीय 'रेकॉर्ड' पोलीस ठाण्याचा कार्यभार सांभाळणाऱ्या व्यक्तीच्या ताब्यात सुरक्षित असायला हवे व फक्त त्या व्यक्तीलाच ते मिळायला हवे. भारत सरकारने त्यांच्या योजनांद्वारे पुरवलेल्या आयटी व्यवस्थांचा पोलीस ठाण्याचे प्रमुख पुरेसा वापर करत नव्हते.

महिला पोलीस प्रशिक्षण कसदार नव्हते. या तुकडीमुळे इतक्या मोठ्या गुंतवणुकीचा उद्देशच सफल होत नव्हता. त्यांना महिला व मुलांसंबंधीच्या गुन्ह्यांच्या तपासापुरते मर्यादित काम देऊन त्यांना गौण स्थान दिलेलं होतं. त्यांना सर्वसमावेशक पोलिसी कामासाठी पुरुषांसोबत बीट व्यवस्थेत समाविष्ट केलेलं नव्हतं.

दरवर्षी रस्ता सुरक्षा आठवडा मोठ्या धुमधडाक्यात साजरा केला जात असूनही, या विभागात कसलीही रस्ता सुरक्षा वाहतूक योजना नव्हती. कायदा असूनही दुचाकी चालवणारी कुणीही व्यक्ती हेल्मेट वापरत नव्हती. 'जागीच दंड' हा नियम नव्हता. केंद्राचा नियम असूनही हा विभाग वाहतुकीच्या नियमांचा भंग करणाऱ्यांसह त्यांच्या वाहन परवान्यांचीही नोंद ठेवत नव्हता. मुख्यत्वे, शहरातील सराफांनी वाहतुकीचे सिग्नल प्रायोजित केले होते. पोलीस बजेटमध्ये त्यासाठी तरतूद नव्हती.

वरिष्ठांना, पोलीस ठाण्यांना व इतर पोलीस आस्थापनांना भेट देऊन, हजेरीला उपस्थित राहण्याची अथवा थेट माहिती घेण्याची सवय नव्हती. मुख्यालये व 'फिल्ड युनिट्स' संबद्ध नसल्याचं चित्र होतं.

राजपत्रित अधिकाऱ्यांकडून वार्षिक तपासणी तुरळक प्रमाणात होत होती. गत गुन्हेगार, गुंड, रेकॉर्डवरील गुन्हेगार यांची आयटी सिस्टिम्समध्ये अद्याप व्यवस्थित यादी झालेली नव्हती. उत्तम पोलीस सेवा देण्यासाठी वापरता येण्याजोगी उपकरणेसुद्धा गचाळ व दुर्गंधीयुक्त भांडारात सुस्त पडून होती.

विभागाने त्यांचे फिल्ड कर्मचारी गैरजरुरी कामांकडे वळवल्यामुळे 'ग्राउंड पोलिसिंग' कमी झाले होते. समाज, निवासी कल्याण संस्था, बिगर-सरकारी संस्था अथवा स्वयंसेवकांना भेटण्यासाठी कसलेही घोषित वेळापत्रक नव्हते. खासगी सुरक्षा कर्मचाऱ्यांशी कसलाही संपर्कदुवा नव्हता. सगळ्या सुरक्षा एजन्सीज जणू हवाबंद कोठारात काम करत होत्या... त्यांच्यात माहितीचे आदान-प्रदान किंवा

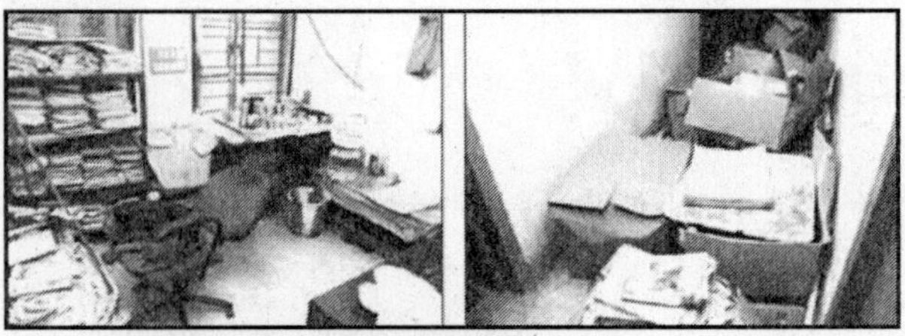

रक्षक भांडारात सुस्त होते

संयुक्त प्रशिक्षण व्यवस्था नव्हती.

पोलीस खात्याचे स्थानिक पोलिसांना मदत करण्यासाठी नागरिक सुरक्षा दलाशी कसलेही संपर्कसूत्र नव्हते. गृहरक्षक दल हा नियमित पोलिसांचाच अविभाज्य भाग होता, काहीजण तर नियुक्त पोलिसांपेक्षा चांगले होते.

कुटुंबकल्याण योजना तर अस्तित्वातच नव्हत्या. पूर्वाधिकाऱ्यांनी ज्या कल्याणकारी योजना आणल्या होत्या त्या आता बंद पडल्या होत्या. मी त्या बंद होताना पाहिल्या. आता त्या फक्त स्मृती बनून राहिल्या होत्या. पोलीस प्रशिक्षण केंद्राचा कम्युनिटी हॉल वापरात नव्हता, तिथं कोळिष्टके भरली होती. परस्परांशी संपर्कात राहण्यासाठी कोणतेही पद्धतशीर व्हॉट्स ॲप ग्रूप्स नव्हते. रहिवाशांसाठी निर्देशिका नव्हती. परिसरामध्ये कार्यक्रमांचे वेळापत्रक नव्हते – रहिवासी लोक, तरुण, महिला व मुलांसाठी काहीही सुविधा नव्हत्या. खेळाचं मैदान नव्हतं, मुलांसाठी पाळणाघर नव्हतं, कौशल्यविकास केंद्रे नव्हती. या लोकांसाठी व्यायामशाळा किंवा योगकेंद्राचीही सोय नव्हती.

तत्पर संपर्कासाठी बिनतारी यंत्रणेखेरीज दुसरा पर्याय ठरू शकेल असा पोलीस ठाण्याच्या प्रमुखांना व्हॉट्स ॲप ग्रूप नव्हता.

आम्ही दररोज, एकेक करत, या सगळ्या समस्यांतून मार्ग काढण्याचा आणि हे सगळं सुरळीत करण्याचा प्रयत्न करत होतो.

पोलीस कर्मचाऱ्यांनी कायद्याचे अद्ययावत ज्ञान मिळवण्यासाठी स्व मूल्यमापन चाचणीसुद्धा दिली.

'तपासणी'बाबतचा 'ब्लॉग'

आज पोलीस ठाण्यातील कर्मचाऱ्यांनी त्यांच्या 'बीट' व्यवस्थेसाठी 'एसओपी' बनवली.

यामुळे पुदुच्चेरीतील बीट पोलिसिंगमध्ये समग्र सुधारणा होईल. प्रत्येक पोलीस अधिकाऱ्यावर – मग तो पुरुष असो वा स्त्री, विशिष्ट क्षेत्राची जबाबदारी असेल आणि तो / ती सकाळी आठच्या 'ब्रिफिंग्ज'चा व सायंकाळी पाचच्या 'डिब्रिफिंग रोल कॉल'चा अविभाज्य भाग असतील. महिलांना सामान्य स्तरावरील फिल्ड पोलिसिंगमध्ये पूर्णतः सहभागी केले जाईल आणि पुरुषही कौटुंबिक बाबींचा भाग असतील, जिथं त्यांची भूमिका महत्त्वाची असते.

पर्यवेक्षी अधिकारी सकाळच्या हजेरीला व सायंकाळच्या 'डिब्रिफ्स'ना उपस्थित राहतील.

बीट पोलीस यंत्रणेत 'स्टॅन्डर्ड ऑपरेटिंग सिस्टिम'ची (एसओपी) ताबडतोब अंमलबजावणी झाल्यास, या केंद्रशासित प्रदेशाची अधिक काळजीपूर्वक सेवा केली जाईल आणि रहिवासी व समाजाला सहयोग लाभेल. एकूणच गुन्हेगारीचा दर कमी होईल आणि गुन्हेगारी घटकांना पळता भुई थोडी होईल. त्यांना त्यांची वाट बदलावी लागेल.

–किरण बेदी

भेटींनंतरचे मार्गदर्शक टिपण

पोलीस विभागासाठी मार्गदर्शक टिपण

पोलीस सेवेत लक्षणीय सुधारणा घडवण्याची रहस्ये :–

१. पोलीस ठाण्यात 'ब्रिफिंग्ज'च्या वेळी दररोज 'जीओ' हजर असणे.

२. कर्मचाऱ्यांचे ऐकून घेणे. बीट कर्मचाऱ्यांचेही. ते काय करतात? त्यांना काय काय माहीत आहे? ताजी खबर काय आहे?

३. सर्व आघाड्यांवरील प्रगती जाणून घेणे व दुसऱ्या दिवशीची योजना आखणे.

४. त्यांचे म्हणणे ऐकून घेतल्यानंतर त्यांना सल्ला देणे, मार्गदर्शन करणे व पाठिंबा देणे आणि धोरणात्मक व्यूहरचना आखणे.

५. कोणत्याही सुरक्षेच्या मुद्द्यासाठी 'एसएसपी व्हिजिलन्स'सुद्धा पोलीस ठाण्याला देण्याच्या वेळाचे नियोजन करू शकतात. फक्त लेखी अहवाल मागवण्याऐवजी त्यांचे म्हणणे थेट ऐकून घेण्यासाठी व ऐकण्यासाठी.

६. आपल्याला ज्ञात झालेल्या गोष्टींचे आदानप्रदान करणे.

७. रेकॉर्ड्स अद्ययावत करणे, वापर व डिजिटायजेशन या गोष्टींत फक्त तेव्हाच सुधारणा होईल, जेव्हा सकाळच्या 'ब्रिफिंग'मध्ये तपासाधीन प्रकरणांच्या स्थितीचा आढावा घेतला जाईल.

८. दैनंदिन डायरीतील नोंदींचे व प्राप्त झालेल्या तक्रारींचे अहवाल देणे.

९. हा शिरस्ता बनवणे. एडीजी, एसएसपी व जीओएस यांनी तर आवर्जून.

१०. 'बीट ब्रिफिंग्ज़'मध्ये बीट अधिकाऱ्यांचे म्हणणे ऐकून घेणे व त्यांचे क्षेत्राचे ज्ञान तपासणे आवश्यक आहे.

११. तसेच, व्हॉट्सॲप ग्रूप तयार करणे.

विरोधाच्या पार्श्वभूमीवर, परिवर्तनाला चालना देण्यासाठी प्रचंड सहनशीलता व चिकाटी आवश्यक होती. दररोज तीव्र संघर्ष करावा लागत होता; पण मी निग्रहपूर्वक इंच इंच लढवत सुधारणेच्या दिशेने पुढं सरकत होते.

त्यानंतरच्या पोलीस नेतृत्वाने नि:संशय सुधारणा घडवल्या. त्यांना खोलवर पाळेमुळे रुजलेली गुंडगिरी मोडून काढण्यासाठी संघर्ष करावा लागला.

राजकीय 'इन्टरेस्ट्स' व बंद झालेली खंडणीखोरी या पार्श्वभूमीवरसुद्धा प्रशासनाने जमीन बळकावण्याचे प्रकार 'स्कॅनर'खाली आणले. त्यांनी बीट व्यवस्था तयार केली.

'सायबर सेल' अस्तित्वात आला; पोलीस ठाण्यात सकाळची 'ब्रिफिंग्ज' ताबडतोब सुरू झाली. 'हिस्ट्री शीट्स'बाबत लहरी समाप्ती व देखरेख याला आळा बसला. पोलीस मुख्यालयात जनतेला प्रवेश सुकर झाला.

नियंत्रणात न आलेले गुन्हे म्हणजे वाळू तस्करी व वाहतुकीसंदर्भातील गुन्हे. या प्रकरणांचे खटले मंदावलेलेच राहिले. पोलीस ठाण्यांच्या आवारांच्या देखभालीचा विषय जुन्या प्रकरणातील वस्तू व निरुपयोगी वाहनांचे ढीग यामुळे तसाच राहिला. तिथं अत्यंत अस्वच्छताच राहिली.

जुनी वाहने नियमित बदलून त्याजागी नवी वाहने आणण्यात प्रशासन सपशेल अपयशी ठरल्यामुळे पोलीस विभागाची गतिशीलता दुबळी झाली होती.

पुदुच्चेरी पोलिसांकडे अजूनही अधिसूचित नियमपुस्तिका (मॅन्युअल) नाही. ते तमिळनाडूच्या नियमपुस्तिकेनुसार काम करतात.

मात्र, पुदुच्चेरी पोलिसांनी अवैधरीत्या जमीन बळकावण्याच्या प्रकारांना काही प्रमाणात आळा घातला आणि कोविड व्यवस्थापन व 'निवार' चक्रीवादळाचा तडाखा बसला त्या काळात अत्यंत प्रशंसनीय काम केलं. त्यांच्या नेतृत्वाने त्यावेळी सर्वोत्तम कामगिरी केली.

सर्व प्रकारच्या वारशांची दखल घेण्यास एक आयुष्य अगदीच अपुरे आहे.

मला तरुण मुले नेहमी विचारतात, 'मॅडम, ज्यांच्यावर कायद्याच्या अंमलबजावणीची जबाबदारी सोपवलेली आहे, त्यांना आपण कायद्याचा आदर करायला शिकवू शकत नाही का?'

त्यावर मी त्यांना सांगते, **'नक्कीच... आपण त्यांना ते नक्कीच शिकवू शिकतो! जर तुम्ही सगळेजण नेते बनण्याआधी जबाबदार नागरिक बनलात तर.'**

फोटो, व्हिडिओ व ग्राफिक्ससाठी क्यूआर स्कॅन करा.

प्रकरण ३०

निर्वाचित प्रतिनिधी हेल्मेट्स फोडतात

द न्यू इंडियन एक्स्प्रेस, १३ फेब्रुवारी, २०१९

HELMET RULE LETS LOOSE HELL

AIADMK legislators break headgears in the Assembly against 'forceful' implementation

AIADMK MLAs A Anbazhagan, Vaiyapuri Manikandan and A Bhaskar break helmets on the Assembly premises on Tuesday | EXPRESS

या निर्वाचित प्रतिनिधींनी हेल्मेट्स जमिनीवर फोडून ती पायदळी का तुडवावीत? दुचाकी चालवताना हेल्मेट न घातल्यामुळं अपघातात त्यांच्या जनतेचे मोठ्या प्रमाणात बळी जातात हे माहीत असूनही हे प्रतिनिधी वाहतूक पोलिसांना कायद्याची अंमलबजावणी करू देत नाहीत.

सार्वजनिक सुरक्षा हा त्यांच्या आस्थेचा विषय नाही का? या विषयामध्ये माझे माझ्या कार्यकालाच्या अगदी सुरुवातीपासूनच राजकीय आस्थापनेशी सतत खटके उडत होते.

माननीय सर्वोच्च न्यायालय समिती व मद्रास उच्च न्यायालयाने वाहन चालवताना हेल्मेट वापरणं अनिवार्य केलं आहे. यासंदर्भात त्यांनी दिलेल्या सर्व निर्देशांचं हे स्पष्ट उल्लंघन आहे, याची व्यवस्थित कल्पना असूनही त्यांच्यामुळे याची अंमलबजावणी

होऊ शकत नव्हती.

पोलिसांना दोन परस्परविरोधी निर्देश होते; एक होता – कायद्याचे नेमके पालन करा आणि दुसरा होता – कायद्याची अंमलबजावणी करू नका, तर फक्त शिफारस करा. राजकारणी त्यांना हवं ते करत होते.

पण, मी हार मानली नाही. मी कायद्याच्या अंमलबजावणीची जबाबदारी पोलिसांवर पुन:पुन्हा देत राहिले, त्याच्या अंमलबजावणीची कायदेशीर जबाबदारी त्यांच्यावर आहे, या गोष्टीचं त्यांना स्मरण देत राहिले.

यासंबंधीचा आढावा घेतल्यानंतर मी ताबडतोब काही पावले उचलली, त्यातील एक म्हणजे मी इन्स्टिट्यूट ऑफ रोड ट्रॅफिक एज्युकेशनचे (आयआरटीई) अध्यक्ष रोहित बलुजा यांना रस्ते सुरक्षा व्यवस्थापनासंदर्भात क्षमतानिर्मितीला आरंभ करताना पुदुच्चेरी पोलिसांना मदत करण्यासाठी आमंत्रित केलं.

ते रस्ते सुरक्षा अभियंत्यांच्या टीमसह स्वखर्चाने आले. त्यांच्या टीमने पुदुच्चेरीत व्हिडिओ आधारित ऑडिट केले. त्यामध्ये त्यांनी वाहतुकीच्या नियमांचा भंग, वाहतूक नियंत्रण उपकरणे, जसे, रस्त्यावरील मार्गदर्शक फलक, सिग्नल्स, रस्त्यावर आखलेल्या खुणा, व्यवहारातील नियमांचे मापदंड, वाहतूक व्यवस्था, रस्ता वापरणाऱ्या लोकांच्या एकूण वर्तनाचे मूल्यमापन करण्यासाठी 'ब्लॅक स्पॉट' शोधणे या गोष्टींकडे विशेष लक्ष दिलं.

त्यांचा प्राथमिक अहवाल लाज वाटण्याजोगा होता. रस्ता वापरणारा प्रत्येक माणूस त्याच्या प्रवासादरम्यान अनेक प्रकारचे नियमभंग करत होता – मार्गिका बदलणे, जादा वेग, चुकीच्या ठिकाणी पार्किंग, धोकादायकरीत्या ओव्हरटेकिंग, वाहन चालवताना मोबाइल फोन वापरणे. जवळजवळ एकाही मोटरसायकलस्वाराने हेल्मेट घातलेलं नव्हतं.

सर्वेक्षणात वाहतूक सिग्नल्स सदोष असल्याचं दिसून आलं.

रस्त्यावरील मार्गदर्शक फलक व रस्त्यावर आखलेल्या खुणांपैकी दोन तृतीयांशहून अधिक नियमांना धरून नव्हते.

वाहतूक व्यवस्था सदोष अथवा सुरचित नसणं, वाहतूक इंजिनिअरिंग सुरचित नसणं, भूमिका स्पष्ट नसणं, वाहतूक व्यवस्थापनातील जबाबदाऱ्या निश्चित नसणं आणि राजकीय इच्छाशक्तीचा संपूर्ण अभाव बेशिस्त वर्तनाला कारणीभूत ठरतात.

त्यांनी पोलीस अधिकारी, रस्ते बांधणी संस्थांचे अभियंते, शाळा शिक्षक, वाहन परवाना अधिकारी व 'इंटरसेप्टर्स'साठी प्रशिक्षण कार्यक्रम आयोजित केले.

आम्ही जनजागृती करत होतो, दरम्यान, 'आयआरटीई'ने 'डेटा' व्यवस्थापनासाठी

एक छोटे वाहतूक व्यवस्थापन केंद्र उभारले, रस्त्यांचा भूमितीय विचार अधिक चांगल्या प्रकारे होण्यासाठी व वाहतूक नियंत्रण साधने मापदंडांनुसार बसवली जावीत यासाठी त्यांनी रस्ते सुरक्षा ऑडिट्स केली.

पोलीस अधिकारी यासंदर्भातली जबाबदारी घेऊ लागले. त्यांनी आवश्यकतेनुसार, वाहतूक नियंत्रणासाठी उपाययोजना सुरू केल्या. परिणामी, रस्ते अपघातात होणाऱ्या मृत्यूंचं प्रमाण लक्षणीय घटलं.

हे यश राजकीय व्यवस्थेच्या कसल्याही अर्थपूर्ण पाठिंब्याविना साध्य झालं होतं. पुदुच्चेरीतील निर्वाचित प्रतिनिधींनी जर याला पाठबळ दिलं असतं, तर तिथं भीषण अपघातांचं प्रमाण लक्षणीय घटलं असतं आणि वाहतूक व्यवस्थापनात खूप सुधारणा झाली असती.

आयआरटीईच्या अभियंत्यांनी जिथे 'ब्लॅक स्पॉट्स' होते व जिथं दररोज किमान तीन पोलीस अधिकाऱ्यांची उपस्थिती गरजेची होती, अशा दोन चौकांत, कशा प्रकारे सुधारणा करता येतील हे सोदाहरण दाखवले.

या सगळ्या उपाययोजना अल्प खर्चात करता येण्याजोग्या होत्या– मध्यक, अनिवार्य वळणे यांची दुरुस्ती-सुधारणा, रस्त्यावरील मार्गदर्शक फलक व वाहतूक सिग्नल व्यवस्थेत सुधारणा.

आम्ही अपघातांचं प्रमाण रोखलं. आता दिवसभर पोलिसांच्या उपस्थितीचीही गरज नव्हती. प्रत्येक चौकात वर्षाला किमान चार मृत्यू तरी रोखले गेले. वाहतुकीच्या संदर्भातील या आवश्यकतेनुसार केलेल्या शास्त्रीय उपाययोजनांमुळे पोलीस अधिकारी उत्साहित झाले. त्यांनी इतर चौकांत व रस्त्यांवर अशा प्रकारे सुधारणा करण्याची जबाबदारी स्वत:कडे घेतली.

सुरक्षेसाठी हेल्मेट घालण्याबाबतची तीव्र नकारात्मकता व द्विधा मन:स्थिती कायम राहिली. त्यामागे काय कारणे होती कोणी जाणे. त्यामुळे हेल्मेट न घातल्यामुळं अपघातात मृत्युमुखी पडणाऱ्यांची संख्या लक्षणीय राहिली. या वृत्तीमुळे आमची गाडी पुन्हा मागे जात राहिली. तज्ज्ञांच्या मदतीनं जी प्रगती साध्य केली होती, त्यावर याचा परिणाम घडत होता.

आजचा ब्लॉग

आज सकाळी वाहतूक नियमन पाहण्यासाठी मला गुप्तपणे जाणे भाग पडले. या फेरीत मला वाहतूक नियंत्रण व्यवस्थापनात उणिवा असल्याचे दिसले. वाहतूक नियमनात मी गंभीर त्रुटी पाहिल्या. बहुतेकशा मार्गांवर वाहतूक पोलीस तैनात नव्हते.

जिथे जिथे ते दिसले, तिथे ते त्यांची कर्तव्य योग्य प्रकारे पार पाडत नव्हते. पोलिसांनी योजनाबद्ध रीतीने स्वत:साठी मोक्याची स्थाने निवडली नव्हती. मला गस्तीवर आलेला अथवा रस्त्यावरून निघालेला एकही पोलीस अधिकारी दिसला नाही. वाहतूक सिग्नल्स मंद व अस्वच्छ दिसले. तसेच ते नीट दिसतील अशा ठिकाणी लावलेले नाहीत. त्यांच्याभोवती जाहिरातींची दाटीवाटी दिसली किंवा ते झाडाच्या फांद्यात लपत होते.

जाहिरातींच्या गर्दीतून माणसाला सिग्नल शोधावा लागत होता. काही ठिकाणी फलकांजवळच रस्ता वळण घेत होता; पण तिथे सूचना फलक नाहीत.

आज अधिकाऱ्यांना समज देण्यासाठी राजभवनमध्ये बोलावले होते. मी 'सरप्राइज चेकिंग'साठी खासगी कारमधून माझी गस्त सुरूच ठेवणार आहे. लोकांनीही १०३१ अथवा १०० क्रमांकावर तक्रार द्यावी, अशी विनंती आहे.

किंवा सोमवार ते शुक्रवार यादरम्यान, सायंकाळी पाच वाजता मुक्तद्वारमध्ये या. त्यासाठी 'अपॉइन्टमेन्ट'ची गरज नाही.

मी सर्वांना ताकीद दिली आहे. सर्व पारितोषिके व शिक्षा हातात हात घालून चालतील. त्यामध्ये समतोल असेल.

मला एक दु:खदायक प्रसंग आठवतोय. आपल्या कुटुंबासमवेत पुदुच्चेरीत सुटी घालवून फ्रान्सला परत गेलेल्या एका तमिळ-फ्रेंच भारतीयाने मला ई-मेल केली होती.

त्याच्या ई-मेलमधून पुदुच्चेरीतील वाहतूक व्यवस्थेतील ढिलाई आणि वेगवेगळ्या

विभागांनी त्याच्या जखमी बहिणीला कशा प्रकारे प्रतिसाद दिला याची थोडक्यात कहाणी समजली. रस्ते सुरक्षेच्या ढिसाळ उपाययोजना व वैद्यकीय उपचार मिळण्यास विलंब अशा सपशेल दुर्लक्षामुळं त्याच्या बहिणीला प्राण गमवावे लागले होते.

त्या माणसाची ई-मेल

'मला तुम्हाला तुमच्या सर्व संबंधित विभागांचा निष्काळजीपणा व त्यांनी आम्हाला दिलेल्या अत्यंत वाईट अनुभवाबद्दल सांगायचे आहे. माझी बहीण स्कूटरवरून पडली; कारण मला रस्त्यातला गतिरोधक दिसला नाही. याचे कारण रस्त्यावर दिवे नसल्यामुळे पूर्ण अंधार होता.

मी माझ्या जखमी बहिणीला घेऊन जवळच्या दवाखान्यात धावलो. तिच्या डोक्यातून रक्तस्राव होत होता.

खासगी दवाखान्यात स्कॅनिंग मशीन नसल्यामुळे, त्यांनी मला तिला 'जेआयपीएमईआर'मध्ये न्यायला सांगितले. मग मी रुग्णवाहिका बोलवायला सांगितले, तेव्हा त्यांनी मला तिथे रुग्णवाहिका चालक नसल्याचे सांगितले.'

गतिरोधक हा अत्यंत काळजीचा विषय होता; कारण ते स्थापत्य व रस्ता सुरक्षा या दृष्टिकोनातून तांत्रिकदृष्ट्या मान्यताप्राप्त नव्हते आणि ज्या भागात उजेड कमी होता – रस्त्यावर अजिबात दिवे नसलेल्या अथवा कमी दिवे असलेल्या भागात – त्या भागात तर ते काही अंतरावरून दिसतही नसत. रस्त्यांची अशी अवस्था व दुचाकीचालक हेल्मेट वापरत नसल्यामुळे ते तोल जाऊन गाडीवरून पडण्याचा धोका होता.

त्यामुळे हेल्मेट फोडणं सोडून, लोकप्रतिनिधींपैकी कुणीही गतिरोधक योग्य प्रकारे बनवले जावेत यासाठी किंवा रस्ते सुरक्षाविषयक उपाययोजना अधिक बळकट होण्यासाठी काही केल्याचं माझ्या पाहण्यात नव्हतं.

पोलीस अधिकाऱ्यांनी नायब राज्यपालांच्या कार्यालयाकडून आलेल्या कायदेशीर आदेशांचं पालन केलं, तर राजकीय आस्थापना त्यांना त्रास देत होती.

फोटो, व्हिडिओ व अन्य बाबींसाठी क्यूआर स्कॅन करा.

प्रकरण ३१

सोडले नाही... व्यंगचित्रे झळकली!

द टाइम्स ऑफ इंडिया (२१ जुलै, २०१७)

दिनमलर (१५ ऑगस्ट, २०१८)

आमच्या कार्यानं पुदुच्चेरीतील कलाकारांना कार्यमग्न ठेवलं. माझ्यावर व्यंगचित्रे बनली! त्यामुळं रोजगारनिर्मितीही झाली. त्यामुळं प्रसारमाध्यमे कार्यमग्न राहिली व

लोक चर्चा करत राहिले.

यामुळे मनोरंजन सुरू होतं.

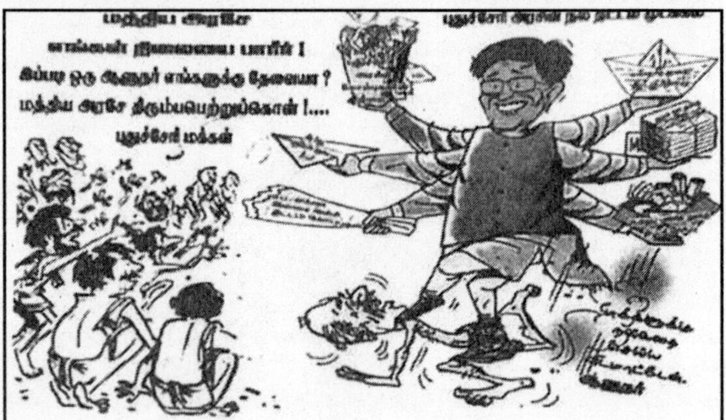

Cartoons about Kiran Bedi shared by the Congress men on social media

Cong men take to cartoon war with Bedi

'द न्यू इंडियन एक्सप्रेस' (११ एप्रिल, २०१७)

Congress takes to Twitter to counter Bedi's 'upper hand'

Party members share cartoons questioning L-G's claims; tweets counter questions

'द टाइम्स ऑफ इंडिया' (२२ जुलै, २०१७)

Bedi, CM supporters launch poster war

சே... என்ன மனுஷன் இவரு...
குப்பை போடாதீங்கன்னு
சொன்னாலும் குத்தம்ங்கிறாரு...
'ஹெல்மெட்' போடுங்கன்னு
சொன்னாலும்
தப்புங்கிறாரே...!
கவர்னருக்கு எதிராக, முதல்வர் 'தர்ணா'

Cartoon:
Chief Minister accuses Lt. Governor of committing financial irregularity -

Chief Minister: You have to occupy the LG post & enjoy the sophisticated life till the end of the tenure. Otherwise, if you start going out for cleaning Puducherry and all... we will do nasty things like this only... Be careful !

या व्यंगचित्रांकडे पाहिल्यावर हे लक्षात येत होतं की, उद्देशपूर्ण सेवेमुळे राजकीय आस्थापना अंतर्गत गोंधळातून पार होत आहे आणि त्यांना सापळ्यात अडकल्यासारखी व असहाय्य भावना घेरून आली आहे.

'टीम राजभवन'साठी व्यंगचित्रे हा 'रिंगसाइड व्ह्यू' होता.

प्रकरण ३२

माझा प्रश्न

वृत्तपत्रांमध्ये येणाऱ्या नकारात्मक राजकीय विधानांच्या भडिमाराला मी एकूणच जनतेचा फायदा डोळ्यांसमोर ठेवून, एका खुल्या पत्राद्वारे उत्तर दिलं.

प्रसारमाध्यमांमध्ये जे विविध आरोप करण्यात आले होते, त्यातील मुद्द्यांचा मी पायरीपायरीने समाचार घेतला.

योग्य प्रकारे व समाधानकारकरीत्या प्रशासन चालवण्यात काय गैर आहे, असा मी लोकांना स्पष्ट सवाल केला.

पायरी १ : आम्ही (नायब राज्यपालांचे कार्यालय) दररोज सकाळी १० वाजता दिवसभराचा, गतकाळाचा व चालू काळाचा आढावा घेतो. राजभवनमधील प्रमुख अधिकारी या मीटिंगला उपस्थित असतात. आवश्यकतेनुसार, आम्ही पुदुच्चेरीतील – करईकल, माहे व यानम या प्रदेशांना 'व्हिडिओ कॉन्फरन्स' द्वारे सहभागी करून घेतो; कारण ते अंतराने दूर आहेत. त्याचबरोबर, आम्ही आवश्यकतेनुसार तो तो विषय समजून घेण्यासाठी तज्ज्ञांना निमंत्रित करतो. आम्ही वृत्तपत्रांतील सर्व बातम्यांचा आढावाही घेतो आणि लोकांच्या आस्थेचे विषय – ते किती तातडीचे आहेत यानुसार त्यात सुधारणा / बदल घडवण्यासाठी – सोशल नेटवर्कचा वापर करून 'शेअर' करतो. उदाहरणार्थ, नागरिकांचे प्रश्न, आरोग्यविषयक धोका किंवा घोटाळ्यासंदर्भातील अन्वेषण-अहवाल.

आम्ही आमच्या तक्रार निवारण मंचांकडे – वेबसाइट्स, व्हॉट्स ॲप, ट्विटर, फेसबुक, पत्रे व ई-मेल्स – येणाऱ्या सर्व तक्रारींचा आढावा घेतो. आम्ही प्रत्येक तक्रारीची दखल घेऊन त्यावर काम करतो. आम्ही मीटिंगचा वृत्तान्त लिहितो आणि तो संबंधित सर्व विभागांशी 'शेअर' करतो.

माझा तुम्हाला प्रश्न आहे – यात काही गैर आहे का?

पायरी २ : सकाळी १० वाजताच्या मीटिंगनंतर आमची सचिव अथवा विभाग प्रमुखांसोबत समोरासमोर मीटिंग होते. त्यामध्ये कधी त्यांना कशाबद्दल तरी

चर्चा करायची असते किंवा आम्हाला त्यांच्याकडून काहीतरी जाणून घ्यायचे असते. यामुळे प्रश्न सुटण्यास मदत होते व नायब राज्यपालांच्या कार्यालयाला अधिक माहितीवर आधारित निर्णय घेता येतो.

माझा तुम्हाला प्रश्न आहे – यात काही गैर आहे का?

पायरी ३ : यानंतर, आम्ही आमच्याकडे आलेल्या फाइल्सवर काम करतो आणि त्या अत्यंत सकारात्मक पद्धतीने निकाली काढतो. या फाइल्समध्ये आर्थिक व प्रशासकीय नियम अनुसरलेले आहेत याची आम्ही खात्री करतो – ज्या फाइल्स नियमांत बसत असतील त्या आम्ही मंजूर करतो व ज्या फाइल्स मंजूर होत नाहीत त्यांची आम्ही कारणे देतो. अथवा अधिकाऱ्याला बोलावून घेऊन त्याच्याकडून स्पष्टीकरण घेतो. आम्ही कोणत्याही फाइल्स अडवून ठेवत नाही व विलंब करत नाही. जो कुणी अनिश्चितता अथवा पक्षपातीपणाचा आरोप करत असेल, त्याच्यावर कोणतीही फाइल सार्वजनिक करण्याची जबाबदारी आहे. माझे म्हणणे आहे की, फक्त आरोप करत राहू नका, कृपया ते दाखवा.

माझा तुम्हाला प्रश्न आहे – यात काही गैर आहे का?

पायरी ४ : दुपारी ४ नंतर 'अपॉइन्टमेन्ट्स' सुरू होतात. ज्या लोकांना व्यक्तिशः भेटायचे असते, त्यांना वेळ दिली जाते. काहीजण आमंत्रणे देण्यासाठी येतात, काहीजण एखादी कल्पना घेऊन, तर काहीजण समस्या सोडवून मिळण्यासाठी. आम्ही त्या त्या विषयात आवश्यकतेनुसार निर्णय घेतो.

माझा तुम्हाला प्रश्न आहे – यात काही गैर आहे का?

पायरी ५ : संध्याकाळी ५ नंतर नायब राज्यपालांचे कार्यालय मुक्तद्वार असते. इथे कुणीही व्यक्ती तक्रार घेऊन येऊ शकते, आम्ही त्या सर्व तक्रारी ऐकतो. आम्ही आवश्यकतेनुसार, प्रत्येक तक्रार सोडवण्याचा प्रयत्न करतो.

आम्हाला कायदेविषयक बाबींत मदत करणारे 'पॅरालिगल्स', कौटुंबिक समुपदेशक, पोलीस अधिकारी व आमचे तक्रार निवारण अधिकारी साहाय्य करतात. राजभवन टपाल कार्यालय म्हणून काम करत नाही, तर शक्य ते उपाय मिळवून देणारे समस्या – निवारक म्हणून काम करते.

माझा तुम्हाला प्रश्न आहे – यात काही गैर आहे का?

पायरी ६ : वरील सर्व पायऱ्यांमध्ये विचलित होण्याचे काय कारण आहे?

नायब राज्यपालांचे कार्यालय अजिबात सार्वजनिक नसलेली व त्रासदायक अशी कोणती गोष्ट करत आहे? ते काय, कधी आणि का हे आपण समजून घेऊ.

नायब राज्यपालांच्या कार्यालयाकडे कोणत्या प्रकारच्या फाइल्स येतात?

बदल्या, पदे, बढती, नियुक्त्यांचे नियम, पदांना मुदतवाढ, पदांची निर्मिती, शिस्तभंगाची प्रकरणे, सुरक्षा आणि कायदा व सुव्यवस्थेच्या मुद्द्यांना मंजुरी, दहा कोटी रुपयांच्या वरील प्रकल्प प्रस्ताव, धोरणांना मंजुरी, मंत्रिमंडळाचे निर्णय, करारांना व सामंजस्य करारांना मंजुरी यासंदर्भातील फाइल्स.

या फाइल्स का येतात?

कारण 'बिझिनेस रूल्स' व केंद्रशासित प्रदेश कायद्यान्वये त्यांना नायब राज्यपालांची मंजुरी आवश्यक असते.

या फाइल्सची यथायोग्य तपासणी केली जाते, का त्यावर फक्त मंजुरीची मोहोर उमटवली जाते?

जेव्हा फाइल्स व्यवस्थित तपासल्या जातात, तेव्हा शंका उपस्थित होऊ शकतात, त्यात दुरुस्त्या सुचवल्या जातात, मतभिन्नत्वाचा आदर राखून चर्चेसाठी बोलावले जाते. यातील बहुतेकशा फाइल्स निकाली निघतात. अगदी मोजक्या फाइल्सबाबत आणखी माहितीची गरज असते.

कायदा व नियम स्पष्टपणे सांगतात की, अंतिम निर्णय राज्यपालांचा असतो. मग याबाबतीत काय करायचे? हे स्वीकारायचे की, आक्षेप घ्यायचा?

बऱ्याच फाइल्समध्ये माननीय मुख्यमंत्री त्यांच्या हस्ताक्षरात अधिकाऱ्यांनी नायब राज्यपालांना भेटू नये, असे लिहीत आहेत; 'नायब राज्यपाल हस्तक्षेप करू नका...' काही वाक्ये तर उल्लेख करता येणार नाही इतकी वाईट आहेत.

माझ्या कार्यालयाकडून जाणारे ठरावीक उत्तर असते– नियम बारकाईने वाचा. मुख्यमंत्री व त्यांच्या मंत्रिमंडळाला काम करण्याचा अधिकार असला, तरी त्यामुळे नायब राज्यपालांचे अधिकार व जबाबदाऱ्या कमी होत नाहीत. कृपया हे स्वीकारा व त्याचा मान राखा. सध्याच्या परिस्थितीत आपल्यासमोर दुसरा पर्याय नाही.

वादविवाद सुरू ठेवण्यामुळे फक्त ऊर्जेचा अपव्यय होत आहे. त्याऐवजी ही ऊर्जा लोकांसाठी काम करण्यावर का खर्च करू नये?

गृहमंत्रालयाने निर्वाचित प्रतिनिधी व नायब राज्यपाल यांच्या भूमिका व जबाबदाऱ्या

अनेकदा स्पष्ट केल्या आहेत; पण तरीही केवळ लावलेला अर्थ म्हणून ते विचारात घेतले नाही, तर त्यात दोष कुणाचा?

याचा अर्थ ऊर्जा विखुरलेली व विचलित झालेली राहणार व त्याचा प्रशासनावर दुष्परिणाम घडणार, जसे पुदुच्चेरीत घडत आहे.

निर्वाचित प्रतिनिधी का पुढे येत नाहीत? अर्थात, हे वरिष्ठ पोलीस अधिकाऱ्यांसोबत अथवा त्यांच्याविना परिणामकारकपणे काम करत असते तर या कायमच्या तक्रारी अस्तित्वातच नसल्याशिवाय निर्वाचित प्रतिनिधींना दरवेळी सहभागी होण्याचे आमंत्रण देऊनही ते सहभागी होत नसतील, तर नायब राज्यपालांनी काय करायचे? वाट पाहत राहायचे का काम करत राहायचे?

माझा तुम्हाला प्रश्न आहे – यात काही गैर आहे का?

पायरी ७ : प्रत्येक नायब राज्यपालाला त्याच्या प्रदेशामध्ये फिरण्याची मोकळीक आहे. प्रशासक मित्रमंडळी व नातेवाइकांसोबत पर्यटनस्थळांना भेटी देण्याऐवजी, गलिच्छ गटारी व गुदमरलेल्या तळ्यांना भेटी देऊन समस्या प्रत्यक्ष पाहण्यास व लोकांना भेटण्यास प्राधान्य देत असेल तर काही संबंधित लोकांची हरकत नसावी, असं दिसत होतं.

जर एखाद्याला आमंत्रण देऊनही तो सोबत येत नसेल, तर अशावेळी नायब राज्यपालांनी काय करायचं? वाट पाहायची का पुढे जायचं?

नोकरशाहीतील सर्वांत वरिष्ठ अधिकाऱ्याने, 'मॅडम, आता बदलाला तर उशीर झाला आहे, असं वाटत नाही? ही सेवा कुणाला दिसणारही नाही,' असं म्हणून 'फिल्ड व्हिजिट्स'ना येण्यास नकार दिल्यास प्रशासकाने काय करायचं?

तुम्ही व्यंगचित्र काढावं, असं नायब राज्यपाल काय बोलत आहेत?

तुम्ही तुमचे कर्तव्य पार पाडा, कार्य हीच ईश्वरपूजा माना, जनतेच्या पैशाचा काळजीपूर्वक वापर करा, न्याय्य, उचित व तत्पर राहा. धाडसी व स्पष्ट राहा. जर तुम्ही फसवणूक केलीत तर तुम्हाला शिक्षा मिळायलाच हवी – मेहनत करा – फिल्डवर जा, लोकांच्या समस्या ऐका, त्या सर्वसमावेशकतेने सोडवा, लोकांसाठी उपलब्ध राहा, नियमांचा आदर करा, कायदा पाळा, तुमचा उत्साह टिकवून ठेवा. तुमच्या जबाबदाऱ्यांप्रति कर्तव्यदक्ष राहा आणि संवेदनशीलही राहा. तुमच्या निर्वाचित प्रतिनिधींना योग्य सल्ला द्या – तोंडी व लेखीही, जबाबदार बना.

जर आपण सर्वांनी एकत्र येऊन काम केलं, तर आपण अवघ्या काही महिन्यांत

पुदुच्चेरीला सर्वोत्कृष्ट केंद्रशासित प्रदेश बनवू शकू... लोकांनाही हेच हवे आहे. मग अडचण कुठे आहे?

प्रशासन प्रतिक्रियाशील व प्रामाणिक असण्यात गैर काय आहे?

हाच माझा प्रश्न आहे. माय बिग आस्क.

१८ नोव्हेंबर, २०१७

फोटो व व्हिडिओंसाठी क्यूआर स्कॅन करा.

भाग ४
नोकरशाही

प्रकरण ३३

वैद्यकीय माफिया

■ Deemed universities and pvt medical colleges under scanner too

CBI raids Pondy govt Centac offices

संघटित गुन्हेगारीमध्ये वैद्यकीय माफियाने माजवलेला भ्रष्टाचार हा अनेक डोक्यांचा राक्षसच होता.

या इवल्याशा केंद्रशासित प्रदेशात, एवढ्याशा लोकसंख्येसाठी सात वैद्यकीय महाविद्यालये व चार अभिमत विद्यापीठे आहेत. त्यांपैकी काहींना अंध:कारमय इतिहास होता.

ती फसव्या व अपारदर्शी 'विश्वस्त संस्थां'तर्फे संस्थापित असल्याचं, ती त्यांच्या मालकीची असल्याचं व त्यांच्यातर्फे चालवली जात असल्याचं, तसंच रोख रक्कम अथवा 'छत्रछाये'मुळे प्रवेशाची हमी असल्याचं बोललं जात असे.

पात्र नसलेल्या संबंधितांना सीट मिळाल्या होत्या, तर पात्र पण संबंधित नसलेल्यांनी प्रचंड पैसे भरले होते. हा जवळपास पिळवणुकीचाच पैसा होता.

भारताची वैद्यकीय शिक्षणविषयक धोरणे बदलल्यामुळे, वैद्यकीय शिक्षणासाठी प्रवेश हवा असलेल्या; पण कसले संपर्कसूत्र नसलेल्या सामान्य माणसांना राजभवनमधील दैनंदिन मुक्तद्वाराने संधी पुरवली.

या साऱ्याची सुरुवात झाली ती मुक्तद्वारमध्ये पालक व विद्यार्थ्यांचं प्रतिनिधिमंडळ भेटायला आलं तेव्हा. त्यांनी खासगी वैद्यकीय महाविद्यालये व सीइएनटीएसी केंद्रीय प्रवेश समिती यांच्या अनेक गैरव्यवहारांबाबत लेखी निवेदन दिलं. आम्ही 'राजभवन'मध्ये शेवटचा उपाय म्हणून आलो आहोत, असं त्यांनी सांगितलं. या विषयाचा भूतकाळ अत्यंत गुंतागुंतीचा व दूषित असल्यामुळे याबाबत कुठले उपाय ताबडतोब मिळणार नाहीत, हे मी जाणून होते.

मी त्यांचं म्हणणं ऐकून घेतलं. मग मी स्वतःला प्रश्न केला, जर मी त्यांच्या जागी असते, तर माझी नायब राज्यपालांकडून काय अपेक्षा असती?

त्यावर उत्तर आलं, 'समस्या कितीही मोठी असली, तरी मी कोणताही अन्याय

रोखणारच.’

मी त्यांना ‘सर्वतोपरी प्रयत्न करीन,’ असं सांगितलं. याचा अर्थ संघटित गुन्हेगारीत सहभागी असलेल्या ताकदवान माफियाशी दोन हात करणं असा आहे, हे मी जाणून होते. मला प्राथमिक पुरावा मिळणं आवश्यक होतं; पण तो कोण देणार? बहुधा कुणीच नाही. सर्वजण घाबरत होते!

३० मे, २०१७ रोजी मी केंद्रीय प्रवेश समितीच्या कार्यालयात गेले, तेव्हा मला जे पाहिजे आहे ते मिळणार आहे, हे मला माहीत नव्हतं. राजकीय आस्थापनेचा पाठिंबा असलेल्या, पुदुच्चेरीतील खासगी वैद्यकीय महाविद्यालयांच्या एकत्रित ताकदीशी माझा कटू संघर्ष सुरू झाला होता.

तिथं सात वैद्यकीय महाविद्यालये व चार अभिमत विद्यापीठे यांचा गट होता.

मी तिथल्या हॉलमध्ये आतुरतेने वाट पाहणारे पालक व त्यांच्या शंकांना उत्तरे द्यायला तयार नसलेले अधिकारी असं चित्र पाहिलं. मला समुपदेशन प्रक्रियेत कपटी उद्देशांचा पुराव्यानिशी सुगावा लागला. माझ्या लक्षात आलं, की कामावर असलेल्या अधिकाऱ्यांनी बऱ्याच सरकारी ‘सीट्स’ खासगी विद्यापीठांकडे स्वैरपणे वळवल्या आहेत. या जागा व्यवस्थापन कोट्याकडे वळवण्याचा एकमात्र निकष होता–ते उकळू शकत असलेले अवाजवी शुल्क, हे स्पष्ट होतं.

हे यू-ट्यूबवर व्हायरल झालं. *लोक या प्रसंगाचे चित्रीकरण करत होते.

विभागीय अनियमिततांबरोबरच, प्रथमदर्शनी दिसणाऱ्या फसवणुकीमुळं पात्र व्यक्तींचं नुकसान झालं होतं व गुन्हेगारी हेतूची शंका निर्माण झाली होती. मी हे प्रकरण केंद्रीय तपास यंत्रणेकडं (सीबीआय) प्राथमिक तपासासाठी व त्यांनी ताबडतोब पुरावा गोळा करण्यासाठी यावं, यासाठी पाठवलं.

पुदुच्चेरीसाठी हे प्रचंड स्फोटक होतं.

वैद्यकीय माफियाची वस्त्रे उतरली होती.

सीबीआयने एफआयआर (फर्स्ट इन्फॉर्मेशन रिपोर्ट) दाखल केला, त्यात पुदुच्चेरी प्रशासनातील सहा वरिष्ठ नोकरशहांची नावे होती.

यामुळे शरणागती पत्करलेल्या समाजातील अनेकांच्या आशा पल्लवित झाल्या; पण यामुळं राजकीय स्वार्थ असणारे व नायब राज्यपाल कार्यालय यांच्यादरम्यानच्या संबंधात एक महत्त्वपूर्ण वळण आलं. आता मी त्यांची शत्रू होते, ज्याचा खात्मा करायचा होता.

मी महाविद्यालयांना कळकळीची विनंती करत राहिले, की त्यांनी पात्र विद्यार्थ्यांना शुल्काबाबतच्या विवादामुळं प्रवेश नाकारू नये. हा मुद्दा नंतर न्यायालयामार्फत

---

* यूट्यूब व्हिडिओंसाठी क्यूआर स्कॅन करा

सोडवता येऊ शकला असता.

पण, माफिया-आस्थापना त्यांची खूप जुनी, पिळवणूक करण्याची व गैरमार्गाने संपत्ती जमवण्याची सवय सोडण्याच्या व नरमाईची भूमिका घेण्याच्या अजिबात मन:स्थितीत नव्हती. त्यांच्या दृष्टीनं, ही जरी 'विश्वस्त संस्था' म्हणून नोंद असली, तरी हा जबरदस्त आर्थिक बिझनेस होता.

पालक व विद्यार्थ्यांनी खासगी वैद्यकीय संस्थांविरुद्ध खालील आरोप केले होते.

१. स्व-वित्तसाहाय्य करणाऱ्या वैद्यकीय महाविद्यालयांनी / संस्थांनी, वैधानिक शुल्क समितीने निश्चित केलेले शुल्क (रु.पाच लाख ५० हजार आणि रु. १४ लाख राज्य व व्यवस्थापन कोट्यातील जागांसाठी अनुक्रमे) भरल्यानंतरही प्रवेश नाकारला.

२. अभिमत विद्यापीठांनी हे भरलेले शुल्क स्वीकारण्यास नकार दिला आणि दर वर्षाला रु. ४० ते ५० लाख इतक्या अवाजवी शुल्काची मागणी केली; कारण वैधानिक शुल्क समितीने हा दर निश्चित केलेला नाही.

३. महाविद्यालयांनी उमेदवारांना कायदेशीर सेवा करार करून तीन ते पाच वर्षांच्या काळासाठी संस्थेची सेवा करण्याच्या हमीपत्रावर स्वाक्षरी करण्यास भाग पाडले आहे.

४. केंद्रीय प्रवेश समितीने प्रमाणपत्रांची पडताळणी केलेली असताना, प्रवेश प्रक्रियेनंतरही मूळ प्रमाणपत्रे व्यवस्थापनांनी त्यांच्याकडे ठेवून घेतली आहेत.

५. व्यवस्थापनाने विद्यार्थ्यांना छात्रवृत्ती मिळणार नसल्याचे सांगितले आहे.

एका इच्छुक विद्यार्थ्याच्या (त्याचे नाव गुप्त राखले आहे)
प्रतिक्रियेतील काही अंश

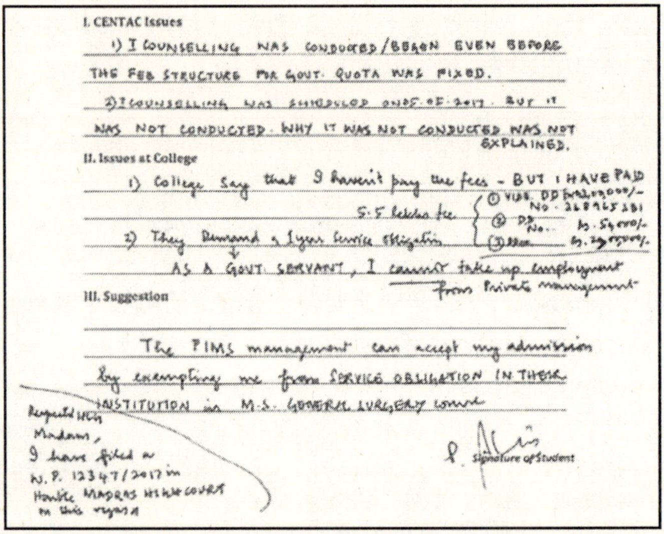

I. CENTAC Issues

1) I COUNSELLING WAS CONDUCTED/BEGAN EVEN BEFORE THE FEE STRUCTURE FOR GOVT. QUOTA WAS FIXED.

2) I COUNSELLING WAS SCHEDULED ON 05-08-2017. BUT IT WAS NOT CONDUCTED. WHY IT WAS NOT CONDUCTED WAS NOT EXPLAINED.

II. Issues at College

1) College say that I haven't pay the fees - BUT I HAVE PAID 5.5 lakhs fee

2) They Demand 2 years service obligation

AS A GOVT. SERVANT, I cannot take up employment from Private management

III. Suggestion

The PIMS management can accept my admission by exempting me from SERVICE OBLIGATION IN THESE INSTITUTION in M.S. GENERAL SURGERY course

Respected Madam,
I have filed a W.P. 12347/2017 in Hon'ble MADRAS HIGH COURT in this regard

Signature of Student

* त्याची ही प्रतिक्रिया चिंताजनक होती. खासगी वैद्यकीय महाविद्यालयांचं धाडस प्रचंड वाढलेलं होतं. त्यांना कशाचीही भीती नव्हती.

आता न्यायालय हा विद्यार्थ्यांसाठी एकमात्र मार्ग होता; पण त्यासाठी फी कोण देणार? ती पालकांच्या व विद्यार्थ्यांच्या आवाक्याबाहेरची होती. आम्ही हे काम नि:शुल्क करू शकेल, अशा वकिलाच्या शोधात होतो.

आमच्या एका संभाषणादरम्यान या लागेबांध्यांचा बळी ठरलेल्या, वैद्यकीय शिक्षण घेणाऱ्या एका विद्यार्थ्यानं जनहित याचिकांचे काम करणारे वकील व्हीबीआर मेनन यांचं नाव सुचवलं. मी व्यक्तिश: त्यांना फोन करून, ते हे सत्कार्य निःशुल्क करायला तयार आहेत का याबद्दल विचारलं. त्यावर त्यांनी हे काम नि:शुल्क करण्याची तयारी दर्शवली. त्यानंतर आम्ही मागे वळून पाहिलं नाही.

या जनहित याचिकेवर सरकारकडून उत्तर मागवण्यात आले. त्यांची कोंडी झाली होती. विभागाची मते व नायब राज्यपालांच्या कार्यालयाची मते यात तफावत होती. माझे सचिव थेवा नीती धस यांनी माननीय मद्रास उच्च न्यायालयात स्वतंत्र प्रतिज्ञापत्र दाखल केले. आम्हाला विद्यार्थ्यांच्या या प्रश्नाला समर्थन देण्यासाठी

---

* संपूर्ण 'फीडबॅक फॉर्म'साठी क्यूआर स्कॅन करा.

स्वतंत्र कायदेशीर बचावफळी उभी करावी लागली.

या प्रतिज्ञापत्रात, माननीय न्यायालयासमोर खालील वस्तुस्थिती मांडण्यात आली :

१. अभिमत विद्यापीठे अवाजवी शुल्काची मागणी करीत होती. दरवर्षी ४० ते ५० लाख रुपये आणि अधिकृत पावतीविना इतर बाबींसाठी रोख रकमेची मागणी केल्याचा आरोप होत होता.
२. अभिमत विद्यापीठांच्या वेबसाईटवर दिलेली शुल्काची रक्कम समुपदेशनाच्या पहिल्या व दुसऱ्या तारखांदरम्यान स्वैरपणे वाढवली आहे.
३. जे विद्यार्थी सामूहिक समुपदेशनाद्वारे निवडले जातात; पण जे अवाजवी शुल्क भरू शकत नाहीत, अशा विद्यार्थ्यांना अभिमत विद्यापीठांनी प्रवेश नाकारला आहे, 'नीट' मधील गुणवत्ता, OBC/SC आरक्षण असूनही.
४. अभिमत विद्यापीठांनी सर्वोच्च न्यायालयाचे निकाल व एमसीआयचे नियम डावलून मनमानी पद्धतीने जागा भरल्या आहेत.
५. राज्य कोट्यामधून ज्या विद्यार्थ्यांची अभिमत विद्यापाठांची महाविद्यालये व संलग्न खासगी महाविद्यालयांमध्ये निवड झाली होती, (पीजी मेडिकल एज्युकेशन रेग्युलेशन-सुधारित कलम ९ अ) त्यांना १०/३/२०१७ रोजी सूचित करण्यात आले होते.
६. संलग्न खासगी महाविद्यालये व अभिमत विद्यापीठांची महाविद्यालये या दोन्हींमधील जागांची संख्या विचारात घेऊन, पुदुच्चेरी सरकारने SC/OBC आरक्षण दिले आहे.
७. खासगी महाविद्यालये व अभिमत विद्यापीठांत राज्य कोट्यातून दिले जाणारे प्रवेश एकाच 'पोर्टल'द्वारे दिले आहेत, त्यात भेदाभेद केलेला नाही.
८. संलग्न खासगी वैद्यकीय महाविद्यालयांमध्ये प्रवेश घेणाऱ्या विद्यार्थ्यांचे शुल्क, शुल्क समितीच्या आदेशानुसार नियमित केलेले आहे. या समितीने राज्य कोट्यातील विद्यार्थ्यांसाठी पाच लाख ५० हजार रुपये व व्यवस्थापन कोट्यातील विद्यार्थ्यांसाठी १४ लाख रुपये असे वेगवेगळे शुल्क निश्चित केले आहे.
९. ज्या विद्यार्थ्यांना सरकारी कोट्यातून संलग्न महाविद्यालयांत प्रवेश मिळाला आहे, त्या विद्यार्थ्यांनी शुल्क नियमनाचा लाभ घेतला आहे.

मात्र, सरकारी कोट्यातील ज्या विद्यार्थ्यांना अभिमत विद्यापीठांमध्ये प्रवेश मिळाला आहे. (आर्थिकदृष्ट्या दुर्बल घटकांसह (EWS), त्यांना शुल्क नियमनाचा लाभ नाकारला आहे.

१०. ज्या विद्यार्थ्यांची मानक समुपदेशनाचा भाग म्हणून सरकारी कोट्यातून निवड झाली होती, ते 'संयुक्त संस्था' मानले गेले होते. त्यांना संलग्न महाविद्यालयात प्रवेश मिळालेला असो, वा अभिमत विद्यापीठात, ते समान संरक्षणास पात्र होते; मात्र त्यांना शुल्काच्या संदर्भात समान संरक्षण देण्यात आले नव्हते.

११. ज्या गुणवान विद्यार्थ्यांची राज्य कोट्यातून अभिमत विद्यापीठाच्या संस्थांमध्ये निवड झाली होती, त्यातल्या ज्या विद्यार्थ्यांना या संस्थांकडून आकारले जाणारे ४० ते ५० लाख रुपयांचे अवाजवी शुल्क भरता आले नव्हते, त्यांना प्रवेशास मुकावे लागले होते.

१२. वर नमूद केलेल्या बाबींमुळे, तसेच पात्र आणि सामाजिकदृष्ट्या व आर्थिकदृष्ट्या मागास विद्यार्थ्यांच्या हितरक्षणासाठी आम्ही व्यक्तिश: पुढाकार घेऊन आम्हाला यासंदर्भात वाटणारी काळजी यूजीसी, केंद्रीय आरोग्य मंत्रालय व मनुष्यबळ विकास मंत्रालयाला कळवली आहे.

१३. माननीय नायब राज्यपालांच्या मते अभिमत विद्यापीठे आकारत असलेल्या शुल्कांचे नियमन होण्याची गरज आहे.

या साऱ्यादरम्यान, मुख्यमंत्री मला हस्तक्षेप न करण्याबाबत लिहीत होते.

पीआयएलचे वकील श्री. मेनन यांनी भारताचे सहाय्यक सॉलिसिटर जनरल श्री. निवासन यांच्या मदतीने केलेल्या व्यापक संशोधनाबद्दल आम्ही त्यांचे आभारी आहोत. त्यांच्यामुळे उच्च न्यायालयाच्या मुख्य न्यायाधीश माननीय इंदिरा बॅनर्जी यांच्यासमोर आम्हाला आमची केस यथायोग्य मांडता आली.

निकालातील काही अंश

Para 22. "We, therefore, deem it appropriate to pass an interim order directing the deemed Universities to admit the students provisionally selected and thriving in the admission tests/counselling to the vacant seats in order of their merit, subject to the condition that each student shall deposit Rs. 10 lakhs at the time of admission towards the annual fee.

Para 23. We are informed that some non-clinical courses in the deemed universities for which the fees vary between Rs. 3 to 3 Lakhs. In such a case, the students will pay the fees charged and not Rs. 10 Lakhs.

Para 24. Considering that the future of the admitted students who are according to this interim order remains uncertain, there is an immense urgency. We expect that the University Grants Commission (Seventh Resource Development, including after that the respondent and Ministry of Humans -sixth respondent) shall forth with constitute a Committee to regulate the fees chargeable by the self-financed deemed Universities.

आम्हाला 'मेडिकल कौन्सिल ऑफ इंडिया' व भारत सरकारचाही पूर्ण पाठिंबा लाभला. आमच्या या प्रयत्नांमुळे इतर राज्यांनी व केंद्रशासित प्रदेशांनी अभिमत विद्यापीठांच्या पन्नासहून अधिक वैद्यकीय महाविद्यालयांतील शुल्काचे नियमन केले.

यांमध्ये हितसंबंध गुंतलेल्यांचा सपशेल पराभव झाल्यानंतर त्यांनी नायब राज्यपालांच्या कार्यालयाला त्रास देण्याचे इतर सर्व मार्ग शोधले.

त्यावेळचा माझा ब्लॉग

●●●○○ Airtel 4G 8:06 AM 90%

< Notes

२२ सप्टेंबर २०१७, सकाळी ८:०५ वा.

सणांचे दिवस सुरू होण्याआधी आपण दैवी कृपा घडावी यासाठी आपल्या घरांची साफसफाई करतो.

यावर्षी पुदुच्चेरीसाठी सीबीआयने हे काम केले आहे. त्यांनी पुदुच्चेरीतील खासगी महाविद्यालयांच्या प्रवेशाच्या बाबतीतले पिळवणूक व 'नेपोटिजम'चे ऐतिहासिक दुष्ट जाळे उखडून टाकले आहे.

हा अत्यंत मोठा दिलासा आहे.

आता सर्वांनीच योग्य धडा घेण्याची वेळ आहे.

* अधिकाऱ्यांनी त्यांच्या वरिष्ठांना, राजकीय वा अधिकारी, लेखी स्वरूपात सल्ला देण्याचे धाडस दाखवावे. आणि त्यांच्या संरक्षणाच्या दृष्टीने त्याची रेकॉर्ड्स् जपून ठेवावीत.

* मंत्र्यांनी अधिकाऱ्यांना घाबरवू नये आणि आपण दिलेल्या आदेशांची जबाबदारी घ्यावी.

* लोकांनी अन्यायाविरुद्ध आवाज उठवलाच पाहिजे. सीबीआयच्या माध्यमातून पुदुच्चेरीची महाप्रचंड, ऐतिहासिक भ्रष्टाचारातून सुटका होऊन ते स्वच्छ झाले आहे.

आता आपण मिळालेल्या धड्यांतून शिकले पाहिजे, अन्यथा पूर्वीप्रमाणेच भोग भोगावे लागतील.

फोटो, व्हिडिओ, इ. साठी क्यूआर स्कॅन करा.

प्रकरण ३४

तीन आमदारांची नियुक्ती

केंद्रशासित प्रदेश कायद्यानुसार कर्तव्य बजावताना...

केंद्रसरकारने नामनिर्देशित केलेल्या तीन आमदारांना शपथ दिली.
पुदुच्चेरी विधानसमेत तीन आमदारांच्या नियुक्तीसंदर्भातील कायदेशीर तरतुदींबद्दल अधिक माहिती जाणून घेऊ इच्छिणाऱ्यांसाठी :
केंद्रशासित प्रदेश कायद्यानुसार, पुदुच्चेरी विधानसभेतील तीन आमदारांचे नामनिर्देशन केंद्र सरकारने करायचे असते.
(त्यामध्ये फक्त एवढेच सांगितलेले आहे.)
गृहमंत्रालय पुदुच्चेरी सरकारला नावे पाठवते (त्यानंतर ते ती नावे कळवतात. जे त्यांच्याबाबतीत घडले.) प्रशासक शपथ देतो / देऊ शकतो.
(जे त्यांच्या बाबतीत घडले.)
अशा प्रकारे नामनिर्देशन व शपथग्रहण केंद्रशासित प्रदेश कायद्यानुसारच झाले.
(मी कायद्यातील तरतुदीनुसार कायदेशीर भूमिका मांडली आहे.)

– किरण बेदी
५ जुलै, २०१७

पुदुच्चेरी सरकारला तीन उमेदवारांची नावे मिळाली आणि मुख्य सचिवांना या उमेदवारांना नामनिर्देशित सदस्य म्हणून जाहीर करण्याचे निर्देश आले.

तथापि, मुख्य सचिवांसह, राजकीय आस्थापनेने कायदेशीर आवश्यकतेनुसार ते जाहीर करण्यास व शपथ देण्यास असमर्थता दर्शवली.

त्यानंतर नामनिर्देशित आमदारांनी राजभवनमध्ये येऊन तक्रार केली, की भारत सरकारच्या निर्देशानुसार, अद्याप त्यांच्या नामनिर्देशनाची अधिसूचना आलेली नाही. त्यांनी मला विधानसभाध्यक्ष भारत सरकारचे आदेश पाळण्याबाबत सबबी पुढे करत असल्याचं सांगितलं. तसंच, मुख्य सचिवही असहायता व्यक्त करत आहेत असं या नामनिर्देशित आमदारांनी मला सांगितलं. या तिन्ही आमदारांना समोर कुठला मार्गच दिसत नव्हता.

मी त्या तिघांनाही मला हे लेखी स्वरूपात द्यायला सांगितलं. मग मी ओएसडींना विनंती केली, की 'राजभवन'चे व्हिडिओग्राफर विजयन यांना त्यांच्या निवेदनाचे चित्रीकरण करायला सांगा; कारण हा संवेदनशील, कायद्याशी व घटनेशी संबंधित विषय होता.

मला भारत सरकारकडून यासंदर्भात कॉल आला. त्यांनी मला यथोचित प्रक्रिया पूर्ण करायला व प्रशासक म्हणून माझी जबाबदारी पार पाडायला सांगितलं.

माझ्या ओएसडींनी अशा नियुक्तीसंदर्भातील कायदेशीर तरतुदी अभ्यासल्या. आपण ही कायदेशीर कोंडी फोडू शकतो या गोष्टीचं आम्हाला समाधान वाटत होतं.

दरम्यान, विरोधातील राजकीय समूह रस्त्यांवर आक्रमक होत होते. बंद पुकारण्याचं आवाहन करण्यात येणार होतं, त्यामुळे कायदा व सुव्यवस्थेचा प्रश्न मोठ्या प्रमाणात निर्माण होणार होता. भारत सरकारवर ही नामनिर्देशने मागे घेण्यासाठी दबाव आणण्याचा हा प्रयत्न होता.

मी त्या तिन्ही नामनिर्देशित आमदारांना विचारलं, की मी तुम्हाला शपथ दिली तर तुम्ही शपथग्रहणाला तयार आहात का?

कारण, तशी कायद्यात स्पष्ट तरतूद आहे; पण बहुधा गतकाळात तिचा कधीही उपयोग झालेला नसावा.

एव्हाना संध्याकाळचे सात वाजले होते. व्हिडिओ चित्रीकरण पूर्ण झाल्यानंतर मी त्या नामनिर्देशित आमदारांना विचारलं, की शपथ घेण्यासाठी तुम्ही कुठला शुभमुहूर्त ठरवला आहे का?

त्यावर त्यांनी रात्री ८ ची वेळ चालेल, असं सांगितलं. मी त्यांना सांगितलं, की ही प्रक्रिया आजच पूर्ण होऊ शकेल, फक्त तुमची कसल्याही स्नेहपूर्ण अथवा औपचारिक सोहळ्याविना शपथग्रहणाची तयारी असेल तर. त्यानुसार त्यांनी मनाची

तयारी केली.

माझे सचिव थेवा नीती धस व अतिरिक्त सचिव श्री. श्रीनिवास यांनी शपथग्रहणाची कागदपत्रे व वाचण्याचा मजकूर तयार केला. मी राजनिवासमधील माझ्या औपचारिक टेबलवरून शपथ दिली. आमच्या जनसंपर्क टीमनं त्याचं व्हिडिओ चित्रीकरण केलं व फोटो काढले. आमचे जनसंपर्क अधिकारी श्री. कुमारन यांनी राजनिवासच्या बाहेर थांबलेल्या प्रसारमाध्यमांना या कार्यक्रमाची व्हिडिओ क्लिप व फोटो दिले.

त्यानंतर, दुसऱ्या दिवशी सकाळी गहजब झाला. मंत्रिमंडळातील सदस्य या निर्णायक कृतीमुळे नाराज झाले; कारण 'बंद'चं कारणच संपुष्टात आलं होतं. आम्ही भारत सरकारला कायदेशीर प्रक्रियेच्या पूर्ततेबाबत कळवलं.

पण, या कहाणीचा इथंच शेवट झाला नाही. सरकारने नामनिर्देशित आमदारांच्या बाबतीत वैरभाव सूरूच ठेवला- त्यांनी या आमदारांना ओळखपत्र, भत्ते व वेतन, तसंच विधानसभेत प्रवेश, सहभागी होण्याचा हक्क वगैरे गोष्टी नाकारल्या. त्यामुळं या तीन आमदारांनी त्यांच्या हक्कांसाठी विधानसभेबाहेर धरणं धरलं.

राजकीय आस्थापनेने या बाबी न्यायालयात नेल्या. त्यानंतर, माननीय मद्रास उच्च न्यायालयाशी कायद्याशी संबंधित सी-सॉ सुरू झालं. त्यानंतर पाच महिन्यांनी, भारत सरकारसह सर्व बाजूंचं म्हणणं ऐकून घेतल्यानंतर न्यायालयाने निकाल दिला.

'प्रथमदर्शनी, केंद्र सरकारने केलेले नागनिर्देशन वैध आहे की अवैध हे ठरवण्याचा विधानसभाध्यक्षांना अधिकार नाही असे दिसते.'

अशा प्रकारे, भारत सरकारचा तीन आमदारांच्या नामनिर्देशनाचा निर्णय अबाधित राहिला.

उच्च न्यायालयाने अंतरिम निर्देश देऊनही, मुख्यमंत्र्यांनी लेखा व कोषागारे संचालकांना या तीन नामनिर्देशित आमदारांना वेतन देण्यास प्रतिबंध केला.

मार्च २०१८ मध्ये, माननीय मद्रास उच्च न्यायालयाने विधानसभाध्यक्षांचा आदेश रद्दबातल केला आणि पुदुच्चेरी विधानसभेसाठी या तीन आमदारांची नियुक्ती वैध मानली आणि त्यांना लगेचच विधानसभेत स्थानग्रहण करण्याचे निर्देश दिले.

मद्रास उच्च न्यायालयाच्या माननीय न्यायमूर्ती श्रीमती इंदिरा बॅनर्जी- आता त्या सर्वोच्च न्यायालयाच्या न्यायमूर्ती आहेत- यांनी त्यांच्या निकालपत्रात पान नं. ५२ वर म्हटले आहे :

'Unlike the President of India or the Governor of a State, the Administrator of a Union Territory has powers to act independently, irrespective of the advice given by the Council of Ministers headed by the Chief Minister.'

मग विधानसभाध्यक्ष उणिवा शोधत राहिले. त्यांनी या तीन आमदारांना विधानसभेत येण्याची परवानगी दिली नाही. त्यानंतर आमदारांनी अवमान याचिका दाखल केली. त्यावर न्यायालयानं याचिकाकर्त्यांना माननीय सर्वोच्च न्यायालयाकडून अंतरिम आदेश प्राप्त करण्यास सांगितलं.

अखेर 'रुल ऑफ लॉ' वरचढ ठरला.

THE FINAL WORD
DELIVERED ON 22. 03. 2018, IN
W. P. NOS. 16275, 18788, 29593 OF 2017

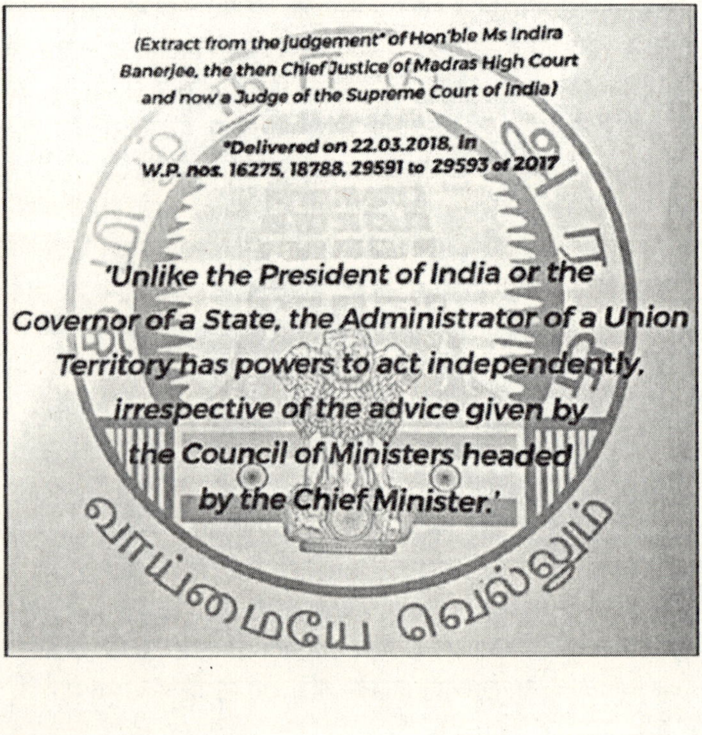

फोटो, व्हिडिओ व ग्राफिकसाठी क्यूआर स्कॅन करा.

प्रकरण ३५

विरोधी मुख्य सचिव

मी पदभार स्वीकारण्याच्या आधीपासूनच तिथं जे मुख्य सचिव होते, त्यांच्यासोबत काम करणं आव्हानात्मक होतं. मी पदभार स्वीकारल्यानंतर काही आठवड्यांतच मी त्यांना ई-मेल करून, ते कुठल्याही बदलांचं स्वागतही करत नाहीयेत व त्यांना पाठिंबाही देत नाहीयेत, या गोष्टीकडे लक्ष वेधलं.

मी त्यांना पहिली ई-मेल केली.

> माय डिअर...
>
> मी तुम्हाला अनेकदा व्यक्तिश: विनंती करूनही, तुम्ही स्वच्छतेसंदर्भातील जुन्या समस्यांचा - त्यातील काही अत्यंत गंभीर आहेत- प्रत्यक्ष आढावा घेण्यासाठी वीकेन्डला संयुक्त स्वच्छता फेरीत सहभागी न झाल्यामुळे मला नाईलाजाने तुम्हाला लिहावे लागत आहे.
>
> गेल्या वर्षीच्या पुराच्या संकटाची पुनरावृत्ती टाळण्यासाठी आज गटारींची पाहणी झाली. बऱ्याच वसाहतींमध्ये परिस्थिती अत्यंत क्लेशदायक असल्याची मला माहिती मिळाली. आजच्या भेटीतून व प्रत्यक्ष घटनास्थळी रहिवाशांसोबत झालेल्या सामूहिक विचारमंथनातून या वर्षी नुकसान कमी करण्याच्या दृष्टीने (अशी आशा आहे) अत्यंत सर्जनशील व व्यवहार्य पर्याय समोर आले.
>
> अनेक भागांतील रहिवासी सतत तक्रार करत आहेत, बऱ्याच ठिकाणी निर्वाचित प्रतिनिधींच्या नेतृत्वाखाली त्यांना गतवर्षीची पुनरावृत्ती होण्याची भीती वाटत आहे.
>
> कार्यालयातील चर्चेदरम्यान अथवा कागदोपत्री अंदाजापेक्षा प्रत्यक्ष परिस्थितीचे वास्तव खूप वेगळे आहे.
>
> मी ते प्रत्यक्ष पाहिले आहे.
>
> त्यामुळे सर्वसमावेशक व सहयोगी प्रतिसादासाठी प्रत्यक्ष पाहणी करण्याची अत्यंत निकड आहे.
>
> प्रतिसाद अथवा उपशमनापेक्षा प्रतिबंध बराच स्वस्त असतो.

प्रभातफेऱ्यांमध्ये माननीय विधानसभाध्यक्ष आणि इतर संबंधित मंत्री व आमदार सहभागी होतात, आजही झाले होते.

तुमची उपस्थिती अनेक प्रक्रियांना गती देऊ शकते आणि तुम्हीही तुमच्या अनुभवाचे योगदान देऊ शकता.

विथ बेस्ट विशेस. ऑगस्ट, २०१६

किरण बेदी

मी या अधिकाऱ्यासोबत काम करायला सुरुवात केली, तेव्हा माझ्या लक्षात आलं, की पारदर्शकता राखणं व टीमची बांधणी करणं त्यांच्यासाठी त्रासदायक होतं. मी या गोष्टी करण्याचा तर प्रयत्न करत होते.

हवाबंद कोठारांमध्ये काम करणारे विभाग आणि ताठर श्रेणीबद्ध कार्यपद्धती त्यांच्या वृत्तीला अत्यंत सोयीची पडत असावी. तिथं सहयोगी तंत्रज्ञान उपलब्ध असूनही त्याचा विस्तार वाढवणं अथवा उपयोग केला जात नव्हता. वेबसाईट्स निष्प्रभ व कालबाह्य होत्या. काही विभागांत तर त्या नव्हत्याच.

त्यांना कार्यभार स्वीकारून वर्षभराहून अधिक काळ झाला होता. त्यांनी माझ्या पूर्वसुरींसोबत- पुदुच्चेरीचा अतिरिक्त कार्यभार सोपवण्यात आलेले अंदमानचे प्रशासक म्हणून काम केलं होतं. बहुधा त्यांना पुदुच्चेरीत नायब राज्यपाल दररोज उपस्थित नसतात, अशा परिस्थितीत काम करण्याची सवय असावी.

माझ्या ओएसडींनी मला सांगितलं, की मुख्य सचिव म्हणाले, ''मॅडमना फाइल्स निकाली काढण्यात मदत हवी असेल, तर त्या मला फोन करू शकतात.''

एखाद्या मुख्य सचिवाने हे सांगणं मला फार विचित्र वाटलं. हे भयंकर होतं.

मग मी ओएसडींना त्यांना कळवायला सांगितलं, की तुम्ही तुमच्या कामावर लक्ष केंद्रित करा. नायब राज्यपालांचे कार्यालय त्या फाइल्ससंदर्भात योग्य तो निर्णय घेईल. ते त्यांची मते नोंदवू शकतात, त्यांचा आम्ही यथायोग्य विचार करू.

त्यांनी त्यांची सेवा 'समोर न येता' असणं अपेक्षित आहे असं कळवलं. त्यावर मी त्यांना सांगितलं, की जर तुम्ही समस्यांची 'व्यक्तिश:' दखल घेतलीत, तर या केंद्रशासित प्रदेशात प्रशासकीय पुनर्प्राप्तीचा वेग वाढेल व लक्षणीय फरक घडेल. जर आपण दोघांनी सर्व अधिकाऱ्यांना सहभागी करून घेऊन, एकत्र प्रयत्न केले तर खूप फरक पडेल.

पण, माझ्यासोबत 'फिल्ड व्हिजिट्स'ना येणं मुख्य सचिवांनी टाकलं तेव्हा माझा अपेक्षाभंग झाला.

यासाठी वीकेन्डना फक्त काही तास द्यावे लागणार होते. या उपक्रमामुळे सर्व कर्मचाऱ्यांत उत्साह निर्माण करता येणार होता. आम्ही एकत्र मिळून काम केलं. तर

भारत सरकारच्या 'स्वच्छ भारत' अभियानाची नियोजित अंतिम कालमर्यादा गाठता येणार होती.

अत्यंत खेदाची गोष्ट म्हणजे, बऱ्याच अधिकाऱ्यांनी मला सांगितलं, की मुख्य सचिव प्रत्यक्ष घटनास्थळी जाण्याबाबत अथवा तुमच्यासोबत जाण्याबाबत नाउमेद करतात. काहीजण तरीही सौजन्य म्हणून आले होते. नायब राज्यपाल त्यांच्यासोबत काम करत आहेत हे त्यांना भावलं होतं. काहीही असलं, तरी ते तिथले स्थानिक होते. पुदुच्चेरी त्यांचं होतं.

पण, यामुळे ना ते बदलले, ना त्यांनी माझ्या कुठल्याही मेसेजला उत्तर दिलं.

जसजसे दिवस पुढं सरकले, तसं मी पाहत होते. मी त्यांना दिलेल्या कुठल्याही लिखित सूचनांवर काहीही उत्तर येत नव्हतं. मला कसला प्रतिसादही येत नव्हता. त्यांनी लिहिलेली एक 'नोट' अजूनही माझ्याकडे आहे - 'राजभवनने मागितली तरच फाइल पाठवा.'

मी पदभार स्वीकारल्यानंतर, काही दिवसांतच मी बंगळूरूहून उद्योगजगतातील आघाडीच्या लोकांना आमंत्रित केलं. श्री. मोहन पै यांच्या नेतृत्वाखाली एक टीम पुदुच्चेरीत कोणती गुंतवणूक शक्य आहे व बिझनेस सहजसुलभतेने करण्यासंदर्भात विचारमंथन करण्यासाठी आली. मुख्य सचिवांनी मी विनंती करूनही, त्यासंदर्भातील कुठल्याही पाठपुराव्याच्या योजनेबाबत उदासीनता दर्शवली. आम्ही त्यांच्याशी समन्वय ठेवण्यासाठी एक व्हॉट्स ॲप ग्रूप तयार केला; पण लवकरच त्यांनी तो ग्रूप सरळ सोडला.

मी रोजच्या दहाच्या मीटिंगमध्ये जे काही निर्णय व कल्पना मांडत होते, त्यातल्या कशाचाही त्यांच्या बाजूने अथवा त्यांच्या मीटिंग्जमध्ये पाठपुरावा केला जात नव्हता किंवा आढावा घेतला जात नव्हता.

नीती आयोगानं आम्हाला पंधरा वर्षांचं 'व्हिजन डॉक्युमेन्ट' मागितलं होतं. मी त्यांना ते पाठवलं; पण त्या संदर्भात काहीही ऐकायला मिळालं नाही.

फ्रेंच कौन्सिल जनरल व जपानी टीम बिझनेसचे प्रस्ताव घेऊन आले होते. मी त्यांना मुख्य सचिवांकडे पाठवलं; पण इथंही मला त्यांच्याकडून काहीही प्रतिसाद मिळाला नाही.

ते नायब राज्यपालांच्या कार्यालयाला काहीही न कळवता ठिकाण सोडून जात असत. माझ्याकडे विमानाच्या तिकिटांची बिले मंजुरीसाठी आल्यावरच मला त्यांच्या प्रवासाबद्दल कळत असे. त्यांनी त्यांच्या अधिकृत दौऱ्याचं टिपण कधीही सादर केलं नाही.

पुदुच्चेरीतील कुरुम्बपेट नामक कचऱ्याच्या प्रचंड मोठ्या डम्प यार्डला भयंकर

आग लागली, तेव्हा प्रसंग मोठा बाका होता. आजूबाजूच्या संपूर्ण परिसरात विषारी धुराचे दाट ढग दाटले होते.

त्यावेळी त्यांनी साधी घटनास्थळी भेट देण्याची तसदी घेतली नाही. मी दौऱ्यावरून परत आल्यावर मी थेट घटनास्थळी गेले आणि त्या शहरातील कचऱ्याच्या धडाडून पेटलेल्या पर्वताजवळ त्यांनाही यायला सांगितले होते.

दुसऱ्या दिवशीच्या वृत्तपत्रांमध्ये, यासंदर्भात योग्य ती कारवाई व्हावी, अशी गाऱ्हाणी आली, त्यांनाही कसलाही प्रतिसाद देण्यात आला नाही. माझे अतिरिक्त सचिव श्री. जी. श्रीनिवास त्यांना स्मरणपत्रे पाठवत राहिले; पण कशाचाही उपयोग झाला नाही. अशा स्मरणपत्रांना प्रतिसाद देण्याला ते 'वेळेचा अपव्यय' म्हणत असत.

त्यांनी माझा प्रशिक्षण केंद्र सुरू करण्याचा प्रस्ताव नाकारण्याचा एकतर्फी निर्णय घेतला. त्यांनी फाइलवर 'आवश्यकता नाही' असं नमूद केलं. मी यासंदर्भात काय कारवाई झाली याची शहानिशा केली. तेव्हा त्यांनी हा प्रस्ताव नाकारल्याचं मला समजलं. तोवर त्यांनी मला ती फाइल परत केली नव्हती.

अधिकाऱ्यांना नियुक्तीसाठी अनेक महिने प्रतीक्षेत ठेवण्याची, सर्व दिशांनी अनेक स्मरणपत्रे येत असूनही, त्यांना सवय होती.

ग्रूप ए व ग्रूप बी मधील अधिकाऱ्यांच्या सेवाविषयक बाबींत नायब राज्यपालांची संमती आवश्यक असते. त्यांनी याचंही उल्लंघन केलं. मी दौऱ्यासाठी पुदुच्चेरीच्या बाहेर गेले, की ते माझ्या अनुपस्थितीचा फायदा घेत एखाद्या कार्यक्षम अधिकाऱ्याची बदली करायचे. मी त्यांना असे न करण्याबाबत सूचना देऊनही ते पुनः पुन्हा ते करत राहिले.

'बिझनेस रूल्स' नुसार, नागरी सेवा मंडळाच्या सर्व शिफारशींना माझी मंजुरी आवश्यक असे, त्याला ते 'राजकीय हस्तक्षेप' असं म्हणत असत.

त्यापुढे जाऊन, नागरी सेवा मंडळाला टाळण्यासाठी - त्यांनी नायब राज्यपालांची मंजुरी घेण्याचा आदेश दिला असता - अधिकाऱ्यांना सहायक म्हणून नेमण्याचा मार्ग अवलंबला.

मी अनधिकृत व अवैध फलक (होर्डिंग) काढून टाकायला सांगितले, त्यासंदर्भातही कसलाही पाठपुरावा नव्हता.

'ईशा फाउंडेशन' पुदुच्चेरीत अधिकाऱ्यांसाठी सामूहिकरीत्या 'इनर इंजिनिअरिंग'चा कोर्स आयोजित करू इच्छित होते; पण त्या आघाडीवर काहीही घडलं नाही. आम्ही एक मूल्यवान संधी घालवली.

मी काही गोष्टींचं अधिकाऱ्यांना सामुदायिकरीत्या आकलन व्हावं यासाठी माझ्या निरीक्षणांवर आधारित मार्गदर्शक टिपणे पाठवायचे, त्यांचा त्यांनी

अधिकाऱ्यांसोबतच्या मीटिंग्जमध्ये कधीही पाठपुरावा केला नाही.

काही फायलींवर त्यांनी लिहिले आहे : 'त्यांनी विचारलं तरच सांगा.'

त्यांना स्मरणपत्रे पाठवूनही, मला त्यांच्याकडून एकही आठवडी अहवाल प्राप्त झाला नाही. 'बिझनेस रूल्स' नुसार तो देणे अनिवार्य आहे. त्यांच्या या नियम न पाळण्याचा इतर काहीजणांवरही प्रभाव पडत होता.

आठवडी अहवाल

REPORT ON DISPOSAL OF IMPORTANT CASES – RULE 19 OF "RULES OF BUSINESS OF GOVERNMENT OF PUDUCHERRY, 1963"

STATEMENT SHOWING THE REPORTS RECEIVED

Sl. No.	Name & Designation of the Officer	Total Weeks since July 2016	Weeks for which Reports received	Compliance Percentage	Remarks
1.	Shri Manoj Parida Chief Secretary	28 weeks	Nil	Nil	*No report received*
2	Dr. G. Narendra Kumar Development Commissioner	28 weeks	5 Weeks	100%*	**Furnished reports when held additional charge*
3.	Dr. V.Candavelou, Commissioner-cum-Secretary(Finance)	28 weeks	Nil	Nil	*No report received*
4	Shri B.R. Babu, Secretary (Health, Tourism)	28 weeks	23 weeks	96%*	**Last four weeks on Election Observer duty*
5.	Dr. S. Sundaravadivelu Secretary (Personnel)	28 weeks	25 weeks	89%	*Report not received for 3 weeks*
6	Shri R. Mihir Vardhan Secretary (Works)	28 weeks	28 Weeks	**100%**	
7	Shri P. Jawahar Secretary (Local Admn.)	28 weeks	22 weeks	100%*	**Six Weeks on Mid Phase Training*
8	Shri MRM Rao Secretary (Fisheries)	28 weeks	6 weeks	50%*	**Six Weeks report received out of 12 weeks since Nov 2016*
9	Shri D. Manikandan Secretary (Agri)	28 weeks	25 weeks	89%	*Last three weeks report not received*
10	Shri Arun L. Desai Secretary (Ind)	28 weeks	28 Weeks	**100%**	*No report received*

मंत्रिमंडळाने निकाली काढलेल्या फाइल्स ते माझ्याकडं पाठवायचे नाहीत. या फाइल्सना माझी धोरणात्मक अधिसूचनांबाबत मंजुरी आवश्यक असे. अशीच एक फाइल होती जलधोरणासंबंधीची. या धोरणाला कायदेशीरदृष्ट्या दुर्बल असण्याचा तोटा होत होता आणि ते कार्योत्तर (एक्स पोस्ट फॅक्टो) मंजूर झाले होते.

मुख्य सचिव पाठपुरावा करतील या अपेक्षेनं, मी त्यांना सर्व सादरीकरणाच्या मीटिंग्जचा जो वृतान्त पाठवत होते, त्याचा त्यांनी मान राखलेला मी कधीही पाहिला नाही. त्यांनी माझी घोर निराशा केली होती. त्यांच्या सहकाऱ्यांना या दुर्लक्षाची जाणीव झाली होती.

नायब राज्यपालांनी 'समृद्ध पुदुच्चेरी' हा व्हॉट्स ॲप ग्रूप सर्व विभागांमध्ये अंतर्गत समन्वय व सहयोग बळकट करण्याच्या उद्देशानं, माहितीचे तत्पर आदान-प्रदान करण्यासाठी मग ती तक्रार असो, धोरणात्मक बाब असो वा ज्ञात असणे आवश्यक असलेली नवीनतम सूचना असो - महत्त्वपूर्ण माध्यम म्हणून तयार केला आहे याची व्यवस्थित कल्पना असूनही, मुख्य सचिवांनी हा ग्रूप बंद करण्याचा आदेश काढला.

मी शोधलेली सर्वांत ठळक अनियमितता म्हणजे त्यांनी त्यांच्या स्तरावर सहाय्यता अनुदान मंजूर केलं होतं, एरवी त्यासाठी नायब राज्यपालांची मंजुरी आवश्यक असते. याचाच अर्थ असा, की त्यांनी आखून दिलेली कार्यपद्धती न अनुसरता व अटींचे पालन न करता, उदारपणे आर्थिक बाबींना मंजुरी दिली होती. त्यातूनच अनियमिततांचे जाळे तयार झाले होते, त्यात सहाय्यता अनुदान निधींचाही समावेश होता – भारताच्या राष्ट्रपतींनी संमत केलेल्या सामान्य आर्थिक नियमांनुसार (GFR) ते निधी प्रतिनिधी मंडळासाठी खुले नव्हते.

मी फाइल्स माझ्याकडे पाठवण्याबाबत स्पष्ट आदेश काढला. त्याला हितसंबंध गुंतलेल्यांकडून तीव्र विरोध झाला; पण प्रशासक म्हणून आर्थिक व्यवस्थापन ही माझी जबाबदारी असल्यामुळं मी ठाम राहिले. राजकीय आस्थापनेने त्याला कायदेशीर आव्हान दिलं; पण न्यायालयाने माझा आदेश कायम ठेवला.

मुख्य सचिव अनादरानेही वागत असत. ते राजभवनमधील अधिकृत कार्यक्रमांना उशिरा यायचे, फक्त उपस्थिती लावून, लवकर निघून जायचे. ही गोष्ट बऱ्याच जणांनी निदर्शनास आणून दिली होती. औपचारिक व अधिकृत कार्यक्रमांमध्ये आवश्यक ती कार्यपद्धती अनुसरावी, अशा मला सर्व सचिवांना लेखी सूचना द्याव्या लागल्या होत्या.

या केंद्रशासित प्रदेशाच्या प्रशासनाने पंतप्रधानांच्या केंद्रीय प्रायोजित योजनांमध्ये अत्यंत सुमार कामगिरी दर्शवली. केंद्र सरकार आम्हाला सुधारणा घडवण्याबाबत

पुनःपुन्हा स्मरण देत होतं; पण मी कुणाला निर्देश द्यायचे हे माझ्यासमोर मोठं आव्हान होतं. माझी केंद्रीय गृहमंत्री श्री. राजनाथ सिंह यांच्याशी भेट झाली तेव्हा मी त्यांना या मर्यादांबद्दल सांगितलं.

माजी केंद्रीय गृहमंत्री राजनाथ सिंह यांच्यासोबत

मुख्यमंत्र्यांनी याच मुख्य सचिवांना वार्षिक मूल्यमापनामध्ये 'उल्लेखनीय' असा शेरा दिला. मी सच्चेपणाने त्याचं पुनरावलोकन करून पुराव्यांच्या आधारे त्यांचा प्रतिकूल अहवाल दिला. त्यांची पुदुच्चेरीबाहेर बदली करण्याबाबत मी केंद्र सरकारकडे पाठपुरावा केला.

अखेर पुदुच्चेरीला नवे मुख्य सचिव मिळाले.

संबंधित कागदपत्रांसाठी क्यूआर स्कॅन करा.

प्रकरण ३६

नूतन मुख्य सचिव - सुगमकर्ता

मुख्य सचिव अश्विनी कुमार यांच्यासोबत

नवनियुक्त मुख्य सचिव अश्विनी कुमार खूप चांगले होते. ते त्यांची सचोटी व निष्पक्षपातीपणाबद्दल ओळखले जात असत.

मी त्यांना केलेल्या पहिल्या मेसेजची माझ्या टिपणांमध्ये नोंद आहे. मी त्यांना ई-मेल केली होती :

> अश्विनी, पुदुच्चेरीची अकार्यक्षमता व भ्रष्टाचारातून सुटका करण्यासाठी आपण एकत्र मिळून काम करूया.
>
> लोकांसाठी दररोज मुक्तद्वार आयोजित करा. तुम्हाला भेटू इच्छिणारे अनेक लोक तुमच्याकडे येतील. नियोजित भेटींसाठी ठरावीक वेळ राखून ठेवण्यामुळे ते व्यक्तिशः तुम्हाला त्यांच्या तक्रारी सांगू शकतील आणि एरवी तुमच्या कामाच्या वेळात व्यत्ययही येणार नाही. यामुळे यंत्रणेवरचा विश्वास दृढ होईल व त्यांनाही सहभागी करून घेतल्यासारखे वाटेल.
>
> नायब राज्यपालांच्या कार्यालयाकडून येणाऱ्या सर्व संदर्भावर पूर्णतः

लक्ष ठेवावे.

'फाइल ट्रॅकिंग' यंत्रणा व्यवस्थित ठेवावी, ज्यायोगे कोणतीही फाइल गहाळ होणार नाही अथवा तिला विलंब होणार नाही. मी वेळोवेळी तुम्हाला मार्गदर्शन करीन.

आत्ता एवढेच. माझ्या जसे लक्षात येईल, तसे मी सांगेनच. तुम्हीही माझ्याशी मोकळेपणे संवाद साधू शकता. ही टिपणे इलेक्ट्रॉनिक माध्यमात तुम्ही 'अर्काईव्हज' म्हणून जपून ठेवू शकता. यांचा तुम्हाला वेळोवेळी संदर्भासाठी उपयोग होईल.

कोणत्याही गोष्टीची मोकळेपणे फेरपडताळणी करा. मी तुमची स्नेही आहे, आपली इथली सेवा उत्तम बजावण्यामध्ये तुम्ही जिच्यावर भरवसा ठेवू शकता अशी स्नेही.

गॉड ब्लेस. किरण

मी त्यांना सहकार्य करण्याबाबत सर्व विभागांना *मार्गदर्शक पत्रही लिहिलं..

आता माझ्याकडे फाइल्स ज्या पद्धतीनं यायच्या त्यात बदल घडला. त्यांनी माझ्या मतांवर प्रभाव टाकण्यासाठी माझ्या कार्यालयात बोलवण्याबाबत कधीही सांगितलं नाही. त्यांना जेव्हा बोलावलं जाई, तेव्हा ते चर्चेसाठी नेहमी तयार असत. त्यांच्या पूर्वसुरींचं असं नव्हतं. मला माननीय मुख्यमंत्र्यांची परवानगी लागेल असं त्यांनी कधीही सांगितलं नाही.

ते मितभाषी होते व त्यांचं वागणं अत्यंत 'प्रोफेशनल' होतं. ते फाइलवर मी दिलेल्या निर्णयांचा आदर करत असत व त्यांच्या प्रत्यक्ष अंमलबजावणीची दक्षता घेत असत. सुस्पष्ट शब्दांतील आदेश अंतिम असत. जशी पद्धत होती, त्याप्रमाणे ते फायली गहाळ होऊ देत नसत किंवा फाइल पूर्ण डाउनलोड झाल्या नाहीत, असं होत नसे.

ते फायलींवर घेतलेल्या निर्णयांचा आढावा घेत असत व पाठपुरावा करत असत. सर्वांत वाईट गोष्टी समोर आल्या तेव्हासुद्धा ते आले होते. ते बदलाच्या प्रक्रियेतही होते.

मला प्रत्यक्ष चित्रात कुठंही समोर न आणता, आम्ही मार्गक्रमण करत राहिलो व त्यांच्या पद्धतीने वेगवेगळ्या राजकीय मागण्यांना तोंड देत राहिलो. आम्ही दोघेही भारत सरकारचे बिझनेस रूल्स, धोरणे व निर्देश अनुसरत व मानत असल्यामुळे, लवकरच आम्हाला एकमेकांच्या प्रतिक्रियांचा अंदाज येऊ लागला.

---

* मार्गदर्शक पत्रासाठी क्यूआर स्कॅन करा.

ते अत्यंत सद्‌गृहस्थ असल्यामुळे, काहींनी त्यांच्या शांत स्वभावाचा गैरफायदा घेण्याचा प्रयत्न केला. ते पट्‌कन चिडत नसत. त्यांना तमिळ समजत नसल्यामुळे, मंत्रिमंडळाच्या बैठकांत मंत्री काय बोलत आहेत याचा त्यांना अर्थबोध होत नसे. ते गप्प बसत. मंत्र्यांना त्यांची मते काय आहेत, असा प्रश्न पडत असे; पण अश्वनी त्यांची मते फाइलवर लिहीत असत. बऱ्याच मंत्र्यांना याचं दुःख होत असे.

त्यांना सामाजिक सहयोगात पुढाकार घेणाऱ्या उपक्रमांबद्दल अत्यंत आदर होता. ते अशा उपक्रमांना संपूर्ण पाठिंबा देत असत. ते योग्य ते शिष्टाचार पाळत असत. त्यांचं वागणं त्यांच्या पूर्वसुरींच्या अगदी विरुद्ध होतं.

त्यांच्या सचोटीमुळं, आम्ही कोट्यवधी रुपये दुसरीकडे वळवले जाण्यापासून व त्यांचा अपव्यय होण्यापासून वाचवले. आम्ही पगार, निवृत्तिवेतन, आवश्यक सेवा, कर्जे व इतर बजेटमधील बाबींसारख्या प्रशासकीय जबाबदाऱ्या पार पाडू शकलो.

राजकीय इच्छाशक्तीच्या अभावी, आजारी संस्थांना आर्थिक नियमांचं उल्लंघन करून सहाय्यता अनुदान देण्यात येत होतं. विभागांमध्येही पुरेशी वित्तनिर्मिती होत नव्हती. (माननीय मुख्यमंत्री फाइलवर नायब राज्यपालांकडे पाठवावयाचे नाही असं लिहीत असूनही,) मुख्य सचिव फायली पूर्वमंजुरीसाठी माझ्याकडे पोहोचतील याची दक्षता घेत होते; कारण आर्थिक मर्यादा व नियमांची ती मागणी होती.

सरकारला अनेक दशकांपासून नीतिभ्रष्ट करणाऱ्या मुद्द्यांबाबत मुख्य सचिव, माझे सचिव व मी- आम्ही एकत्र मिळून निर्णय घेऊ शकलो. त्यांनी सर्व स्तरांवर गळती असणाऱ्या महागड्या, प्रदीर्घ कंत्राटांचा पर्याय निवडण्याऐवजी, लाभार्थींना मोफत तांदळामाठी पैसे थेट बँकेत जमा करण्याच्या पर्यायाला मनापासून पाठिंबा दिला. राजकीय आस्थापना कंत्राटे व कंत्राटदारांसाठी झुंजत होती.

दारिद्र्यरेषेखालील लाभार्थींना मोफत तांदळासाठी थेट बँकेत पैसे जमा करण्याचा आमचा निर्णय, शिष्यवृत्ती, सणासुदीसाठी बोनस व इतर काही बाबी न्यायिक छाननीच्या कसोटीवर खऱ्या उतरल्या. आम्ही भारत सरकारच्या निर्देशांचं पालन केलं.

मुख्य सचिवांची वैचारिक परिपक्वता व त्यांचा 'रुल ऑफ लॉ' वरील विश्वास यांमुळे टीम राजभवन माननीय मुख्यमंत्र्यांनी सर्वोच्च न्यायालयासमोर ठेवलेल्या अनेक विरोधी आव्हानांच्या तडाख्याला तोंड देऊ शकली.

राजकीय क्षेत्रातील लोकांकडून रोज ज्याबद्दल प्रश्न केले जात होते, त्या नायब राज्यपालांच्या कार्यालयाच्या आर्थिक व प्रशासकीय भूमिकेला भक्कम कायदेशीर पुष्टी देण्यात आम्ही एकत्र मिळून यशस्वी ठरलो. मुख्यमंत्र्यांनी खोट्या रीतीने निर्माण केलेला समज आम्ही दूर केला.

मुख्यमंत्र्यांना काय करावं ते कळत नव्हतं.

आधीचे मुख्य सचिव मीटिंगला येण्यास नकार द्यायचे, त्याची आवश्यकता नाही व त्यासाठी माननीय मुख्यमंत्र्यांची पूर्वपरवानगी -गरजेची आहे, असा त्यांचा दावा असे. त्यामुळे कोणत्याही संवाद-संपर्काला खीळ बसत असे, परिणामी, जनतेच्या आस्थेचे अनेक गंभीर प्रश्न प्रलंबित राहत असत.

आम्ही विभागीय कामगिरीचा आढावा घेण्यासाठी दरमहा नियमित मीटिंगही घ्यायचो. त्याला सर्व सचिव उपस्थित असत. भारत सरकार ज्यावर बारकाईने लक्ष ठेवून होतं, त्या सर्व केंद्र प्रायोजित योजनांच्या प्रगतीचा आढावा घेण्याचं भरपूर काम असे. या बैठकांचा खूप उपयोग होत असे.

या मीटिंगनंतर डिनर असे, त्यामुळे आम्ही जवळ आलो व सैलावलो.

योग्य पदावरील एका व्यक्तीनं इतका बदल घडवला.

फोटो व ग्राफिक्ससाठी क्यूआर स्कॅन करा.

सर्व सचिवांसोबत मासिक मीटिंग

प्रकरण ३७

'वन-ऑन-वन' भेटीची ताकद

विभाग सचिव सौम्या सौरभ त्यांच्या बाळासह 'वन-ऑन-वन' भेटीला

मी विभाग सचिव सौम्या सौरभ त्यांच्या बाळाला कडेवर घेऊन 'वन-ऑफ-वन' भेटीला आल्याचा फोटो ट्विट केला होता. तो अत्यंत हृदयस्पर्शी होता.

ही आमनेसामने अथवा 'वन-ऑन-वन' मीटिंग म्हणजे, अधिकारी व मी कसल्याही टिपणांविना गोपनीय चर्चा करण्यासाठी भेटायचो. या भेटीत इतर कुणीही हजर नसे.

हा अधिकाऱ्याला वैयक्तिकरीत्या व प्रोफेशनली जाणून घेण्याचा प्रयत्न असे.

मी व्हॉट्स ॲप मेसेजेस, प्रत्यक्ष भेटी, ई-मेल्स अथवा कार्यालयातील मीटिंग्जद्वारे त्यांच्याशी संपर्क - संवाद साधत होतेच, त्याव्यतिरिक्त हा संवाद असे.

हा संवाद व्यक्ती व तिच्या भावनांशी निगडित असे. त्या व्यक्तीचं काम किंवा इतर कशामुळं ती अस्वस्थ होत आहे का, ती व्यक्ती कुठून आली आहे, तिचं शिक्षण, कुटुंब, छंद आणि काही विशेष गरजा आहेत का, हे सगळं जाणून घेणं नायब राज्यपालांच्या कार्यालयासाठी उपयुक्त व महत्त्वाचं ठरू शकणार होतं.

समजा, त्या व्यक्तीला किंवा त्या व्यक्तीच्या कुटुंबीयांना कुठली आरोग्यविषयक समस्या असेल किंवा मुलांच्या शिक्षणाची व नोकरीची समस्या असेल, तर आम्ही काही मदत करू शकतो का, हे मला पाहता येत असे.

याचा उपयोग झाला. मला अधिकाऱ्यांची शैक्षणिक बलस्थाने समजली आणि त्यांची विशेष शैक्षणिक पात्रता मूल्यवर्धन करू शकेल अशा ठिकाणी ते काम करत आहेत की नाही हेही लक्षात आलं; ते सुस्थितीत आहेत का व त्यांना उद्दिष्टाबाबत स्पष्टता आहे का, तेही समजलं.

मला त्यांची प्रथमनामेही कळली. आम्हाला त्यांची आडनावे माहीत होती, त्या औपचारिक आडनावांनी त्यांना बोलावण्याऐवजी मी त्यांना त्यांच्या प्रथमनामाने बोलावू लागले.

या उपक्रमामुळे माझे त्यांच्याशी बंध जुळले.

आता मला संवांदांमध्ये चेहरा पाहता येऊ लागला. त्यांचे प्रतिसाद अधिक आत्मीय व अधिक तत्पर मिळू लागले.

त्यानंतर मी त्यांच्या कार्यपद्धतींबद्दल विचारलं. ते वेळापत्रक बनवतात का? आठवडी नियोजनासाठी डायरी ठेवतात का? फिल्ड व्हिजिट्सना जातात का? व्हिजिटर्स अवर आहेत का? ट्रॅकिंग यंत्रणा वापरतात का? त्यांना कुठल्या विशिष्ट प्रशिक्षणाची गरज आहे का?

त्यांना आपलं म्हणणं ऐकून घेतलं जातं असं वाटू लागलं आणि नायब राज्यपाल ही जिला विश्वासानं गुपित सांगावं अशी जिवलग मैत्रीण वाटू लागली.

आम्ही परस्परांना जाणून घेत एकत्र काम करत होतो. आम्ही प्राधान्याचे विषय एकत्र मिळून ठरवले होते. ते दोघांसाठीही शिक्षणात्मक होतं.

सर्वांत महत्त्वाचं म्हणजे, या 'वन-ऑन-वन' प्रशासनाच्या तत्त्वामुळे समतल मैदान तयार झालं, अंतर्गत गोवणूक वाढली, दुतर्फा व 'रिअल-टाइम' प्रतिसाद मिळू लागला आणि कार्यानुभव वृद्धिंगत झाला.

या पहिल्या फेरीत संपूर्ण टीमला सामावून घेतल्यानंतर, मी दुसऱ्या फेरीकडं वळले.

या उपक्रमामुळे मला त्यांचं काम व ते कुठं आहेत हे कळलं. माझे अतिरिक्त सचिव श्रीधर रेकॉर्ड्सचा मागोवा घेत असत व त्यांना परीक्षणासाठी, त्यांची पुढची कल्पना व अन्य गोष्टी जाणून घेण्यासाठी आराखडा पाठवत असत.

या परस्पर संवादामुळे आपुलकी व कामाप्रति आस्था वाढली. आम्ही अशा आमनेसामने भेटींना आलेल्या इतर सर्व अधिकाऱ्यांशी बातचीत केली.

अशा भेटीनंतर एक सचिव म्हणाले, ''मॅडम, आमच्या करिअरची सुरुवात अशा प्रकारे झाली असती तर किती बरं झालं असतं.''

आम्ही एकत्र आल्यामुळं आमचं बळ वाढलं होतं - आमची प्रगती झाली होती- आम्ही 'परफॉर्मन्स विथ परपज'साठी एक झालो होतो..

बी. आर. बाबू	अशोक कुमार	कृष्ण कुमार सिंग
सी. उदय कुमार	अश्विनी कुमार	के. महेश
कंदावेलू	ए. नेदुंचेझियन	मिहिर वर्धन
देवेश सिंग	ए. अनबरसू	पी. जवाहर
डी. मणिकंडन	अर्जुन शर्मा	पी. पार्थिबन
जी. नरेंद्र कुमार	अरुल एल. देसाई	पद्मा जैस्वाल
एचपीएस सरन	ए.विक्रांत राजा	सौम्या शास्वत

फोटो, व्हिडिओ, ग्राफिक्स व अधिकाऱ्यांच्या यादीसाठी क्यूआर स्कॅन करा.

भाग ५
क्रियाशील प्रशासन

प्रकरण ३८

जलसमृद्ध पुदुच्चेरी

पावसाचे कमी झालेले प्रमाण व व्यापक जलधोरणाचा अभाव यामुळं पुदुच्चेरी पाण्यापासून वंचित होतं.

पाण्याचं पुनर्भरण व नियमित गाळ उपसणीसाठी कुठलीही कार्यपद्धती (एसओपी) नव्हती. जलचक्र विस्कळीत झालं होतं.

दररोज होणारं मुक्तद्वार, तक्रार निवारण यंत्रणा, सोशल मीडिया स्रोत व वीकेन्डच्या प्रभातफेऱ्यांनी मला येऊ घातलेल्या कोरड्या दुष्काळाची प्रत्यक्ष कल्पना आली. हा काळजीचा विषय होता. त्यावर तातडीने उपाय करण्याची गरज होती.

जलदिनी, आम्ही राजभवनमधल्या लोकांनी हा दिवस धोरणात्मकदृष्ट्या पाळायचं ठरवलं. आम्ही मंत्रिमंडळातील सदस्यांना पुदुच्चेरीला जलसमृद्ध बनवण्यासाठी त्यांच्या काही योजना असतील तर त्या जाहीर करण्यासाठी राजभवनमध्ये आमंत्रित केलं.

त्यांच्यापैकी बरेचजण आले; पण त्याचा काय उपयोग होणार याबद्दल मी साशंक होते. या विषयावर बोलण्यासाठी एका आमदारांच्या हातात माइक दिल्यावर त्यांनी कुठल्यातरी पूर्ण वेगळ्याच विषयावर सरकारला झोडपून काढायला सुरुवात

केली.

त्यांनी त्या प्रसंगाचा उद्देशच 'हायजॅक' करण्याचा प्रयत्न केला. परिस्थिती हाताबाहेर जाण्याआधी, मी त्या आमदारांना भाषण आवरते घ्यायला सांगितले. ते थयथयाट करत तिथून निघून गेले. त्यांच्या वर्तनामुळे कार्यक्रम थोड्या वेगळ्या वळणावर गेला.

मात्र, आम्ही पुदुच्चेरीला जलसमृद्ध बनवण्यासाठी 'पुदुच्चेरी वॉटर रिच' असा शब्दप्रयोग तयार केला, त्याचा 'हॅशटॅग' बनवला आणि कृषी सचिव श्री. अनबरसू यांना ते पुदुच्चेरीचे 'वॉटरमॅन' म्हणजेच 'जलपुरुष' असल्याचं स्मरण दिल. त्यांनी ही जबाबदारी जाहिररीत्या स्वीकारली.

टीम राजभवनला आश्वासक फलनिष्पत्ती घडवण्यासाठी अनेक वेगवेगळ्या प्रकारची रणनीती आखावी लागली. आम्ही या अभियानात लोकांना सहभागी करून घेण्यासाठी प्रत्येक प्रसंगाचा व शक्यतेचा उपयोग करून घ्यायचं आणि ग्रामीण व शहरी अशा दोन्ही भागांत पाणी साठवणीवर अधिक लक्ष द्यायचं ठरवलं.

यामध्ये लोकसहभाग वाढावा व त्यांना जबाबदारीची जाणीव करून देण्यासाठी आम्ही लोकांना आवाहन केलं.

जाहीर आवाहन

पाणी हेच जीवन असल्यामुळे त्याचे जतन करणे ही प्रत्येकाची जबाबदारी आहे. तुम्ही सरकारी अधिकारी असा अथवा नसा. तुम्ही कोणतेही काम करत असाल, तरी ही तुमची व सर्वांचीच जबाबदारी आहे. आपण सर्वजण एकाचवेळी ग्राहकही आहोत व पुरवठादारही.

प्रत्येक तळे, प्रत्येक टाकी, प्रत्येक कालवा, प्रत्येक तलाव... या सगळ्यांना स्वामित्वभावना व सामाजिक सहभागाच्या जाणिवेची आवश्यकता आहे. जर पुदुच्चेरीला जलसमृद्ध राहायचे असेल, तर पाण्याचा प्रत्येक थेंब वाचवण्याची व त्याचे जतन करण्याची आवश्यकता आहे.

जिथे दुसरा कुठला दुसरा पर्यायच नसेल अशा ठिकाणी जनतेचा पैसा खर्च केला पाहिजे. त्यायोगे पाण्याचे जतन व साठवण यांसाठी व्यापक योजना आखता येईल.

– डॉ. किरण बेदी

आम्ही पुदुच्चेरीला जलसमृद्ध बनवण्यासाठी अगदी पद्धतशीरपणे, पायरीपायरीने प्रयत्न सुरू केले.

आम्ही आमच्यासमोर असलेली आव्हाने समजून घेण्यासाठी पुदुच्चेरीचा इतिहास जाणून घेतला. पुदुच्चेरीला सुमारे दोन हजार वर्षांचा सांस्कृतिक इतिहास आहे. पुदुच्चेरीमध्ये जलसिंचन कालव्यांची स्वच्छता व त्यांच्या देखभालीमध्ये सामाजिक सहभाग अत्यंत चांगल्या प्रकारे रुजलेला होता.

चोल राज्यकर्त्यांच्या काळात, दरवर्षी टाक्यांतील गाळ उपसून त्या स्वच्छ करणं हे ग्रामसभेचं प्राथमिक काम असे. उन्हाळ्याच्या दिवसांत पाणीसाठा योग्य प्रमाणात राहावा यासाठी हे केले जात असे. १८८९ साली फ्रेंच लोकांचे राज्य आल्यानंतर त्यांनी 'कॅसी कम्यून्स' अस्तित्वात आणल्या. या संस्थेमुळे एका अथवा अधिक गावांतील शेतकऱ्यांनी जलसिंचन कार्याची जबाबदारी स्वीकारण्यासाठी एकत्र येण्यास मदत झाली. यामध्ये दोघांचाही फायदा होता.

१९७० साली, बोअरवेल्स हा यावरील (अमलात आणण्याजोगा) उपाय म्हणून प्रचलित झाला. सुरुवातीला, उथळ जल प्रस्तराचं वार्षिक पावसाच्या पाण्यानं पुनर्भरण करून, पाण्याच्या टाक्यांत/ तलावांत पुनर्संचय केला जात असे. तरीही जमिनीखाली फक्त २० टक्के पाण्याची पुनर्निर्मिती होत असे.

पुदुच्चेरीत पारंपरिक टाकी/तलाव जलसिंचन यंत्रणा १९६० ते १९९० या दरम्यान मोडून पडली होती. १९९९ ते २००४ या दरम्यान जागतिक बँकेच्या ४३ कोटी रुपयांच्या अर्थसाहाय्यातून तलाव पुनर्रचना प्रकल्प हाती घेण्यात आला. त्याद्वारे सर्व तलाव व नाल्यांतील गाळ काढणं व पुनर्भरण करण्यात आलं. सार्वजनिक बांधकाम विभागानं ही यंत्रणा व्यवस्थित कार्यान्वित राहावी यासाठी संस्था स्थापन करून यंत्रणेचं पुनरुज्जीवन केलं. सन २००४ ते २००८ या काळात सार्वजनिक बांधकाम विभागानं त्यांच्याकडील निधीद्वारे ही व्यवस्था सुरू ठेवली; कारण २००४ साली जागतिक बँकेच्या प्रकल्पाची अखेर झाली होती.

२००९ साली त्यांनी स्थापन केलेली ही संस्था (टँक असोसिएशन) बरखास्त झाली.

अशा प्रकारे सन २००९ ते २०१६ या कालावधीत, कुठल्याही प्रकारची समन्वयित पुनरुज्जीवन यंत्रणा नव्हती. कूपनलिका खोदाई, मोफत वीज, विनामीटर पाणी... सर्व व्यवहारांमध्ये गैरप्रकार सुरू होते. काही शेतकरी तर त्यांच्या जमिनीतून पाणी उपसून ते पाण्याच्या टँकरद्वारे बाहेर नेऊन विकत होते; पण अशा प्रकारे आपण स्वत:ला स्वस्तात संपवत आहोत हे त्यांच्या लक्षात येत नव्हतं.

समुद्राचं पाणी उथळ भूस्तरात घुसून तो भाग क्षारयुक्त बनण्यास सुरुवात झाली होती. जमिनीतील पाण्याचा प्रचंड वापर, दुर्लक्ष, तलावांमध्ये घुसखोरी आणि

पाण्याच्या कालव्यांमध्ये सोडल्या जाणाऱ्या अप्रक्रियायुक्त सांडपाण्यामुळे व शहरी भागातील गटारींमुळे होणारे प्रदूषण यांमुळे अत्यंत जलद गतीनं अधोगती व जलस्त्रोतांचा ऱ्हास झाला होता.

प्रचंड शहरीकरण व अवैध वाळू उपसा यांमुळे पावसाळ्याचा काळ वगळता, इथला मुख्य जलस्त्रोत असलेल्या जिंजी व पेन्नई नद्यांचा प्रवाह थांबला होता.

मुक्तद्वार, *प्रभात फेऱ्या, तक्रारींसाठीचे पोर्टल प्रशासनाला सतत सावध करत होतं व सर्वांना सूचित करत होतं.

टीम राजभवनची वीकेन्ड फेरी क्रमांक १६९

टीम राजभवनची १६९वी वीकेन्ड फेरी. पुदुच्चेरीला जलसमृद्ध करण्याच्या प्रयत्नांचा भाग म्हणून आज मरिअम्मन कॉईल थिदल, सोम्बुपेट, मन्नादिपेट अशा ठिकाणी स्वामिनाथन फाउंडेशन व धन फाउंडेशन अशा बिगर-सरकारी संस्थांसह शेतकऱ्यांची भेट घेतली.

यावेळी खालील विभाग उपस्थित होते : कृषी संचालक, नाबार्ड, पालिका आयुक्त सार्वजनिक बांधकाम विभाग, डीआरडीए, धन व स्वामिनाथन फाउंडेशनचे प्रतिनिधी.

'राजभवन'मध्ये सहज प्रवेश मिळत असल्यामुळं उद्विग्न शेतकऱ्यांना प्रतिक्रिया देता येत होत्या. ते हार मानायला तयार होत नव्हते.

बरखास्त झालेली 'टँक असोसिएशन' प्रोबिर बॅनर्जींच्या नेतृत्वाखालील 'पाँडीकॅन' ही बिगर-सरकारी संस्था 'बंगारु वॉईकल क्लस्टर असोसिएशनचे' पुदुच्चेरीचे अध्यक्ष व्ही. चंद्रशेखर व त्यांचे सहकारी गाळ उपसणीचे उपाय पुनरुज्जीवित करण्यासाठी सतत मीटिंग घेत होते, मध्यस्थी करत होते; मात्र आस्थापनांनी त्यांच्याकडे लक्ष दिले नाही.

कालव्यांतील गाळ उपसण्यात व शहरी भागातील नाले वेळेत साफ करण्यात अपयश आलं तर त्याचा दुप्पट गंभीर परिणाम होणार होता – त्यामुळं 'पाणीबाणी' उद्भवणार होती आणि पुदुच्चेरीच्या शहरी भागांतील सखल प्रदेशांत पुराचा धोका होता

---

* संपूर्ण ब्लॉग वाचण्यासाठी क्यूआर स्कॅन करा.

बहुतेकसे सिंचन कालवे व शहरी भागातील नाले मनुष्यबळ वापरून साफ करायचे म्हटलं तर ते भयंकर धोक्याचं होतं. ग्रामीण भागातील कालवे, शहरी भागातील गटारी, चर व जलकुंभ यांमध्ये इतक्या वर्षांत साचून कठीण झालेला गाळ काढण्यासाठी मोठी यंत्रसामग्री आवश्यक होती.

आणि या सगळ्यासाठी प्रचंड खर्च येणार होता. त्यामुळे निराश अवस्था झाली होती.

पण, टीम राजभवन आणि संबंधित विभागांचे कनिष्ठ अधिकारी ज्या ठिकाणी लक्ष देण्याची गरज होती त्या त्या ठिकाणी भेट देत राहिले. समस्येचं मूळ कुठं आहे ते त्यांना माहीत होतं.

त्यानंतर क्रांतीचा तो क्षण आला... टिपिंग पॉइन्ट. त्या दिवशी आम्ही सिंथेरी सिंचन कालव्याला भेट द्यायला गेलो होतो. तिथं गेल्यावर त्या ठिकाणचा वारसा किती मोठा आहे हे समजलं आणि तिथला गाळ उपसण्यासाठी किती मोठा आर्थिक स्रोत आवश्यक आहे, हे लक्षात आलं.

सिंथेरी जलसिंचन कालव्याला भेट

तुंबलेले कालवे

त्या ठिकाणी उपस्थित असलेल्या अधिकाऱ्यांमध्ये विविध विभागांचे काही वरिष्ठ अधिकारीही होते.

मी त्यांना विचारलं, "या कालव्यांतला गाळ उपसण्यासाठी या यंत्रांचा वापर का करत नाही?"

त्यावर त्यांनी सांगितलं, "मॅडम, कालव्यांतील गाळ उपसण्यासाठी बजेटची तरतूद नाही. आम्ही कंत्राटदारांना हे काम उधारीवर करण्याची विनंती करत आहोत, पण ते आम्हाला प्रतिसाद देत नाहीत; कारण विभागाकडून कदाचित पैसे मिळणार नाहीत हे त्यांना माहीत आहे."

तिथं एक कंत्राटदार त्याच्याकडील यंत्रसामग्रीसह आलेला होता. त्यानं याआधी मुख्य कालव्याच्या ठिकाणी काहीतरी काम केलेलं होतं.

मी त्याला विचारलं, "तुम्ही हे काम का करत नाही?"

त्यावर तो म्हणाला, "मॅडम, आम्ही हे काम करू शकतो; पण विभागानं आम्हाला आमच्या मागच्या कामाचे पैसे दिलेले नाहीत. त्यामुळे आम्ही पुढचं काम करणार नाही."

मी त्याला विचारलं, "जर मी तुमचं बिल ताबडतोब दिलं, तर तुम्ही या कालव्यासाठी किती पैसे घ्याल?"

"मॅडम, चार ते पाच लाख." त्यानं आत्मविश्वासानं सांगितलं.

मग मी त्याला विचारलं, "आधी किती दर आकारत होतात?"

"साधारण दहा लाख," त्याने सांगितले.

त्या कंत्राटदाराशी झालेला संवाद हा 'टिपिंग पॉइन्ट' ठरला.

आम्ही जर प्रत्यक्ष ठिकाणी जाऊन पाहणी न करता कागदोपत्री अवहालांवर अवलंबून राहिलो असतो, तर त्या भागात पावसामुळं पूर आला असता. परिणामी, आम्ही आधी पूरग्रस्त सहाय्यता निधी मागितला असता, आणि नंतर दुष्काळग्रस्त सहाय्यता निधी. हितसंबंध गुंतलेल्या लोकांनी गरिबांच्या पैशानं स्वतःच्या तुंबड्या भरल्या असत्या. अशा काही स्थानिक लोकांनी टँकर पुरवूनसुद्धा पैसे कमवले असते आणि उपकार केल्याच्या थाटात पाणी वितरित केलं असतं.

श्रीमंत लोक पिण्यासाठी मिनरल वॉटर खरेदी करत होते, एवढंच नव्हे तर 'फिल्टर्ड' पाण्यानं अंघोळसुद्धा करत होते.

मी त्या कंत्राटदाराला सांगितलं, "तुम्ही काम सुरू करा. मी या सिंचन कालव्यासाठी चार लाख रुपयांची व्यवस्था करीन."

आपण आपल्या बचतीतून या कामासाठी देणगी द्यायची व मदत उभी करायची, असा माझा विचार होता.

मी त्याला काम सुरू करायला सांगितलं आणि आनंदोत्सव सुरू झाला.

तो कंत्राटदार माझ्या हमीवर ताबडतोब काम सुरू करायला तयार झाला.

मग मी तिथून थेट जवळच्याच ऑक्सिजन प्रकल्पावर गेले. 'आयनॉक्स' ही भारतातील अग्रगण्य औद्योगिक व वैद्यकीय वायू उत्पादक कंपनी होती.

मी त्यांच्या महाव्यवस्थापकांना सांगितलं, ''तुम्ही तुमचा ऑक्सिजन प्रकल्प चालवण्यासाठी भूजलाचा मोठ्या प्रमाणात वापर करत आहात. त्याची भरपाई म्हणून तुम्ही सामाजिक व कॉर्पोरेट जबाबदारी घ्यायला नको का? तुम्ही सिंधेरी कालवा दत्तक घेऊन, त्यातील गाळ काढण्यासाठी जो खर्च येणार आहे त्यात योगदान देऊ शकाल का? त्यानंतर त्यांची देखभाल करा. म्हणजे त्यात जास्तीत जास्त पाण्याची साठवणूक होईल. जलस्तर वाढला की, त्याचा तुम्हाला सगळ्या तळ्यांना व कूपनलिकांना फायदा होईल.''

त्यांनी या महत्त्वपूर्ण निर्णयाचा चेंडू त्यांच्या मुख्य कार्यकारी अधिकाऱ्याकडं टोलवला आणि याबाबत नंतर चर्चा करू असं सांगितलं.

मी त्यांना हा प्रश्न लवकर मार्गी लावण्याची माझी निकड लक्षात आणून दिली.

''शक्य असेल तर मला आत्ताच मुख्य कार्यकारी अधिकाऱ्यांना जोडून द्याल का?'' मी विचारलं.

अखेर त्यांनी मला त्यांच्याशी जोडून दिलं. मग मी मुख्य कार्यकारी अधिकारी महोदयांना प्रत्यक्ष परिस्थिती समजावून सांगितली आणि पुढील काही दिवसांत, कालव्यातील गाळ उपसण्याची नियोजित योजनाही त्यांच्यासमोर मांडली. त्यामध्ये कुठलीही नोकरशाही असणार नाही; सार्वजनिक बांधकाम विभाग तुम्हाला मदत करेल आणि आयनॉक्स व कंत्राटदार यांच्यादरम्यानच्या कामावर देखरेख करेल. कंत्राटदार कंपनीमार्फत नेमला जाईल व कंपनी त्याचे पैसे थेट चुकते करेल.

ते मुख्य कार्यकारी अधिकारी कालवा दत्तक घ्यायला तयार झाले.

त्यानंतर काही दिवसांतच कामाला सुरुवात झाली. त्या प्रसंगी लाभार्थींनी प्रार्थना केली व नारळ वाढवला. त्या शुभप्रसंगी मीही उपस्थित होते.

आम्ही पहिली महत्त्वाची पायरी सर केली होती.

पण, आम्हाला मित्रांची व समर्थकांची गरज होती.

मग मी सोशल मीडियाची ताकद वापरायचं ठरवलं.

मी माझ्या मैत्रिणीशी संपर्क साधला. सत्यभामा विद्यापीठाच्या कुलपती डॉ. मारिआ झीना जॉन्सन पहिल्या देणगीदार बनल्या.

डॉ. मारिआ झीना जॉन्सन यांच्यासोबत

या अभियानात सहभागी होण्यासाठी इतरांना प्रेरित व प्रोत्साहित करण्यासाठी आम्ही त्यांनी दिलेला पाठिंबा सर्वांसमोर आणला.

Kiran Bedi
@thekiranbedi

Maria Satyabama of #SatyabamaUniversity has confirmed to bear d 6 Lakhs cost of desilting of Sitheri Canal which feeds Bahour Commune lake/tanks/ponds.
Req her to come & give the cheque to Contractor directly.
She has expressed her happiness to do so.
@AshwaniKumar_92 @PTI_News

2:02 PM · Sep 24, 2018 · Twitter for iPhone

लोकांना 'कॉर्पोरेट सोशल रिस्पॉन्सिबिलिटी'ची ताकद व मोल दाखवून देण्यासाठी मी हे 'शेअर' केलं.

श्रीमती आशा गुप्ता यांच्या नेतृत्वाखालील 'टीम राजभवन' ने संभाव्य देणगीदार शोधण्यात व निर्माण करण्यात अत्यंत महत्त्वाची भूमिका बजावली. त्यांनी ज्या ज्या लोकांशी संपर्क साधला, त्यातल्या बहुतेकशा लोकांनी या कल्पनेचं स्वागत केलं; कारण ही जिवंत राहण्यासाठीची हाक आहे हे त्यांच्या लक्षात आलं होतं.

देणगीदार कंपनीने कंत्राटदाराला थेट काम द्यायचं ही पद्धत अत्यंत सोयीची ठरत होती. कुठल्या फायली नाहीत, कसली मंजुरी आवश्यक नाही. काम पूर्ण झाल्यावर ताबडतोब पैसे मिळणार, हे कळल्यावर कंत्राटदारसुद्धा पुढे येऊ लागले. काही कंत्राटदारांनी आपणहून मदत करण्याची तयारीसुद्धा दर्शवली.

अशा प्रकारे, सामाजिक पाठिंब्याच्या बळावर सर्वच्या सर्व २३ ग्रामीण जलसिंचन कालव्यांतील गाळ उपसून ते स्वच्छ करण्यात आले.

त्यामुळे शेतकरी समुदाय आनंदित झाला. आता त्यांना बेताचा पाऊस पडला तरी शेतीच्या कामांसाठी व इतर गरजांसाठी पाणी उपलब्ध होणार होतं.

*हे जलसिंचन कालवे पुढं तलाव, टाक्या व तळी भरणार होते.

ग्रामीण कालवे २०१९ **देणगीदार गॅलरी**

आधी	नंतर

देणगीदार
१. सिकेम वायर्स अँड केबल्स
२. हिंदुस्तान युनिलिव्हर लिमिटेड, पॉण्डिचेरी ३. एमआरएफ

त्यानंतर आम्ही शहरी भागातील कालव्यांकडे मोर्चा वळवला. जर त्यांतील गाळ उपसला गेला नाही तर त्यामुळे पूर येईल आणि लोकांचं, उद्योगांचं व सखल भागातील निवासी वसाहतींचं प्रचंड नुकसान होईल याची भीती होती; पण आम्हाला त्यासाठी आणखी पाठिंब्याची आवश्यकता होती.

---

* देणगीदार गॅलरी व परिवर्तनाचा पुरावा पाहण्यासाठी क्यूआर स्कॅन करा.

आम्ही वीकेन्ड्सना, पुदुच्चेरी परिवहन महामंडळाच्या (पीआरटीसी) ३० आसनी बसने एकत्र मिळून त्या त्या ठिकाणी जायचं ठरवलं.

आम्ही वीकेन्ड्सना राजभवनमध्ये सकाळी लवकर एकत्र जमायचो. त्यामुळे चर्चा व समूह चर्चा व्हायच्या आणि विलंब टळायचा. आम्हाला अंमलबजावणी झाली आहे की नाही याचाही आढावा घ्यायचा असे. मग सर्व संबंधित विभागांचे अधिकारी नियोजित व अ-नियोजित ठिकाणी एकत्र मिळून जात असत.

आम्ही पाण्याचा मोठ्या प्रमाणात वापर करणारे उद्योग, विद्यापीठांचे परिसर, शैक्षणिक संस्था, मोठमोठी निवासी व कार्यालय-संकुले यांना भेटी देऊन त्यांच्याकडील पाणी साठवण व्यवस्था व अन्य बाबींची तपासणी केली. आम्ही कुणालाही सोडलं नाही.

त्यातून आम्हाला दिसून आलं, की काही अपवाद वगळता त्यांच्यापैकी बहुतेकजण भूजलाचा वाटेल तसा मनमानी पद्धतीनं उपसा करत आहेत.

आम्ही या ठिकाणी भेटी दिल्या तेव्हा त्यांना लाजिरवाणे व ओशाळल्यासारखे झाले. त्यामुळे त्यांना कालबद्ध वचन देणं भाग पडलं. या सगळ्या गोष्टी लोकांसमोर आणल्या होत्या.

प्रात:कालीन साइट व्हिजिट्स

या साऱ्यामुळं कर्मचाऱ्यांमधील अधिकार श्रेणीची उतरंड कोसळली आणि प्रशासनामध्ये अधिक ऊर्जा व उल्हास निर्माण झाला. आम्ही प्रवासादरम्यान सगळे मिळून काहीतरी खायचो. आमच्या परिवारप्रबंधक आशा आमची काळजी घेत असत. या भेटीनंतर राजभवनमध्ये आरोग्यदायी न्याहरी होऊन मग या प्रभात फेरीची सांगता होत असे.

राजभवनमधील न्याहरी

या पद्धतीमुळे भावबंध निर्माण झाले व संवेदनशीलता जागली. या उपक्रमामुळे इतर अनेक उपक्रमांचा आरंभ झाला. त्यातून अनेक तळी स्वच्छ झाली, सिंचन कालव्यांतील, तलाव व सरोवरांतील गाळ निघाला आणि हे सगळं घडलं कारण त्यांच्याकडे लक्ष वेधलं गेल होतं.

आम्ही जे ठरवलं होतं, ते आम्ही साध्य केलं.

त्या वर्षी प्रचंड पाऊस होऊनही आम्ही पूर रोखण्यात यशस्वी झालो. आता लोकांच्या घरांत अथवा दुकानांत घाण व मलमूत्र शिरण्याचा प्रकार थांबला.

हे सामूहिक प्रयत्न झाले नसते, तर पुदुच्चेरीलाही शेजारच्या राज्याप्रमाणेच भयंकर ‘पाणीबाणी’ ला तोंड द्यावं लागलं असतं.

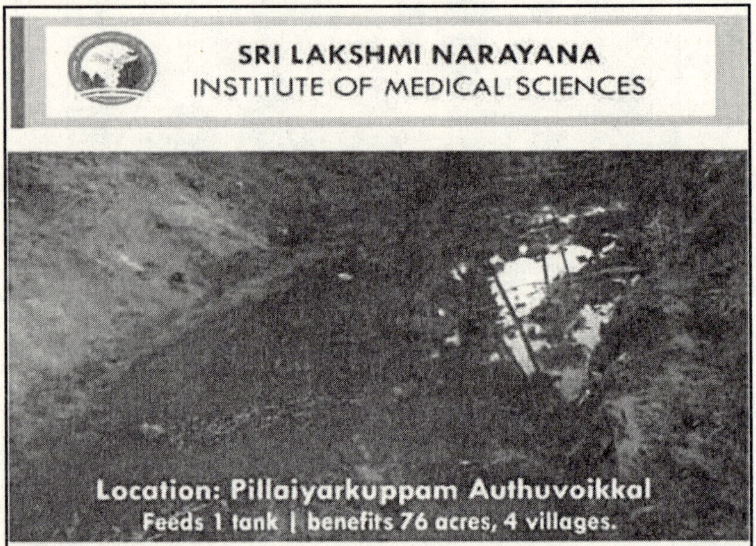
SRI LAKSHMI NARAYANA
INSTITUTE OF MEDICAL SCIENCES
Location: Pillaiyarkuppam Authuvoikkal
Feeds 1 tank | benefits 76 acres, 4 villages.

MANAKULA VINAYAGAR
Group of Educational Institutions
Location: Guduvaiyar from
Uruvaiyar
Feeds 3 beddams |

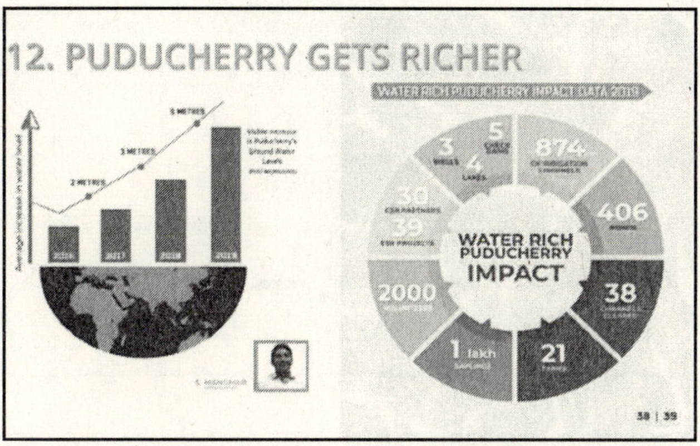

'जलसमृद्ध पुदुच्चेरी' मॉडलसाठी क्यूआर स्कॅन करा.

'स्वच्छता ही सेवा' पुरस्कार

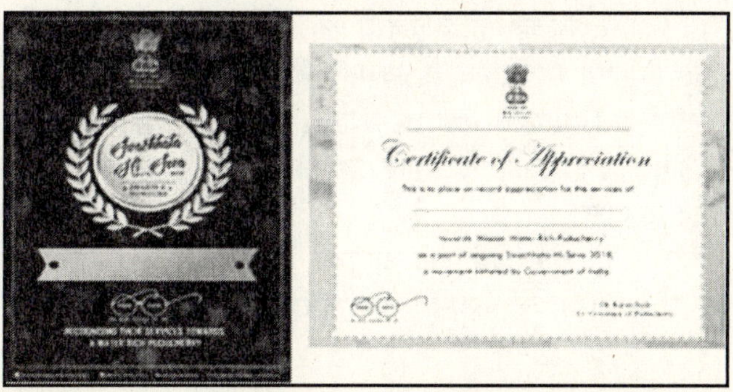

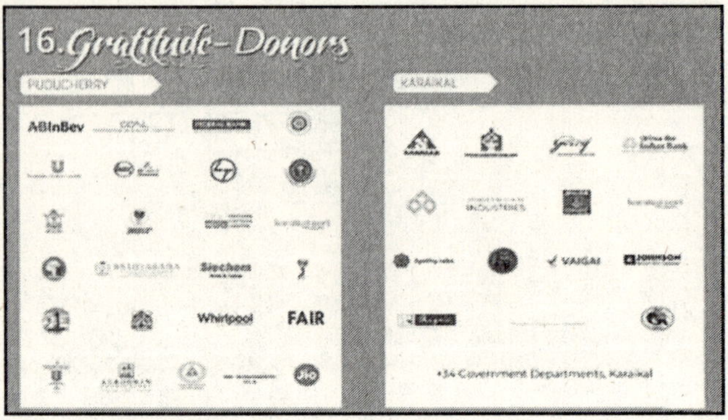

देणगीदारांबरोबरच आम्ही या कार्यात सक्रिय असलेले पुदुच्चेरीचे जिल्हाधिकारी डॉ. टी. अरुण व विक्रांत राजा यांना 'जलसमृद्ध पुदुच्चेरी' अभियानाला बळ दिल्याबद्दल पुरस्कार दिला.

विक्रांत यांनी कराईकलमध्ये केलेल्या अपूर्व कार्याची, तसंच पुदुच्चेरीला जलसमृद्ध बनवण्यात महत्त्वपूर्ण भूमिका बजावणाऱ्या सार्वजनिक बांधकाम विभागाची (पीडब्ल्यूडी) भारत सरकारनेही दखल घेतली.

आम्ही माननीय सार्वजनिक बांधकाम मंत्र्यांना समारंभाचे प्रमुख पाहुणे म्हणून आमंत्रित केलं होतं. एवढंच नव्हे तर त्यांच्या सोयीसाठी समारंभाची तारीखसुद्धा बदलली होती; पण तरीही ते समारंभाला आले नाहीत व त्यांनी शुभेच्छांसह दिलगिरीपत्र पाठवले.

तथापि, माननीय मुख्यमंत्र्यांनी आमच्या कार्याला 'हिमालयाएवढा घोटाळा' म्हटलं व या कामाच्या 'सीबीआय' चौकशीची मागणी केली.

श्री. अश्विनी कुमार - मुख्य सचिव, पुदुच्चेरी

मला मागच्या वर्षी माननीय नायब राज्यपालांनी ती कोपरखळी मारली होती तो प्रसंग आठवतोय.

मी अशा प्रकारचा संयुक्त उपक्रम पाहिलेला नाही, ज्यामध्ये जनता व सरकार यांनी एकत्र येऊन काहीतरी चांगले घडवले आहे. नेहमीच्या CRS योगदानात जसे घडते तसे इथे घडत नाही. त्यात पैसा सरकारकडे जातो; पण इथे थेट कंत्राटदाराला पैसे दिले जातात, त्यामुळे देणगीदाराला आशा व समाधान लाभते आणि काही दिवसांतच दृष्य परिणाम दिसतात.

आता याची मालकी स्वीकारणे, ते पद्धतशीर बनवणे व सुरू ठेवणे हे आता समाजासाठी आव्हान आहे. भारत सरकार 'जलशक्ती फॉर जनशक्ती' आणि 'जलशक्ती' अभियानाद्वारे जे सांगत आहे, त्यावर याचा परिणाम घडतो.

श्री. देवेश सिंग - सचिव, सार्वजनिक बांधकाम विभाग, पुदुच्चेरी

कालवे स्वच्छ करण्याची जबाबदारी सार्वजनिक बांधकाम विभागाची असली तरी काम हाती घेण्यामध्ये निधीची कमतरता हे मोठे आव्हान होते. कालव्यांच्या स्वच्छतेचे काम विनाविलंब होण्यासाठी आम्ही सार्वजनिक देणग्या जमवल्या. माननीय नायब राज्यपाल श्रीमती बेदी यांच्या अथक प्रयत्नांतून ही आश्चर्यकारक फलप्राप्ती घडली आहे. पुदुच्चेरीच्या इतिहासातील हा एकमेवाद्वितीय उपक्रम आहे.

फोटो, व्हिडिओ, ग्राफिक्स व इतर माहितीसाठी क्यूआर स्कॅन करा.

प्रकरण ३९

काळ्या फुग्यांनी निषेध

यानम या दूरस्थ प्रदेशाचा दौरा

पुदुच्चेरी हा केंद्रशासित प्रदेश चार भागांचा मिळून बनलेला आहे. पुदुच्चेरी जिल्हा, कराईकल, माहे व यानम. यातील पहिले दोन भाग तमिळनाडूलगत आहेत, माहे केरळलगत व यानम आंध्र प्रदेशालगत आहे.

यानम हा पुदुच्चेरीतील सर्वांत गरीब व सर्वांत वंचित प्रदेश नीती आयोगानं 'महत्त्वाकांक्षी' जिल्हा म्हणून घोषित केला होता – मागास प्रदेशासाठी सुसंस्कृत शब्द.

मी या प्रदेशाचे तीन दौरे केले. मी पदभार स्वीकारल्यानंतर सहा महिन्यांनी या प्रदेशाचा पहिला दौरा केला तेव्हा मला या ठिकाणाची पहिल्यांदा ओळख झाली. या भागात थेट पोहोचण्याची सोय नव्हती. आम्ही आधी गाडीने चेन्नईला गेलो. तिथून विमानाने गेलो व त्यानंतर गाडीतून फिरलो.

मला तो प्रसंग अजूनही आठवतोय. तिथले तत्कालीन आमदार माझ्या व माझ्या ओएसडी डॉ. अमृता बहल यांच्या स्वागताला व आम्हाला न्यायला आले होते. त्यांनी माझी परवानगी न घेताच, माझ्या एडीसींना गाडीतून बाहेर काढलं, मग ते त्यांच्या सीटवर धप्पकन बसले आणि ड्रायव्हरला त्यांनी ठरवलेल्या ठिकाणी

गाडी घेण्यास सांगू लागले.

त्यानंतर तीन तासांच्या प्रवासात, ते त्यांनी केलेल्या कामाबद्दल अखंड बोलत होते. ते सगळं भयंकर अतिशयोक्त वाटत होतं. प्रशासन त्यांच्या आर्थिक प्रस्तावांना मंजुरी देत नसल्याबद्दल त्यांनी खेदही व्यक्त केला.

माझ्या ओएसडी व मी या माणसाचं काय करावं अशा विचारात मागे बसून हसत होतो.

आम्ही या शहरीकरण झालेल्या गावातून फिरत असताना, आमदार महोदयांनी रस्त्याच्या कडेला असलेली पुतळ्यांची रांग स्वत:ची कामगिरी म्हणून अभिमानानी दाखवली.

त्यानंतर ते आम्हाला एका पुष्पप्रदर्शनाच्या उद्घाटनाला घेऊन गेले आणि त्यानंतर त्यांनी आयोजित केलेल्या एका सभेला संबोधित करण्यासाठी. तिथून त्यांनी आम्हाला त्यांच्या निवासस्थानी, त्यांच्या ट्रॉफीजनी गच्च भरलेली प्रशस्त खोली दाखवायला नेलं.

यानम

माझा यानम दौरा तिथल्या ५६६२६ रहिवाशांच्या दृष्टीनं बोगद्याच्या टोकाला प्रकटलेल्या प्रकाशकिरणासारखा ठरला. त्यांच्याकडे नायब राज्यपालांचा दौरा बहुधा कधीही झाला नसावा आणि वरिष्ठ अधिकारीही तिथं क्वचितच फिरकले असावेत.

तसंच, या मागास प्रदेशाला 'फुल-फ्लेज्ड' जिल्हाधिकारी नव्हते. मुलकी सेवेतील ज्युनिअर तिथं सेवा बजावत असत.

मी पुदुच्चेरीला परत आल्यानंतर काही दिवसांतच, माझ्याकडे यानममधील प्रलंबित तक्रारी येऊ लागल्या. बऱ्याच काळापासून त्या दुर्लक्षित राहिल्या होत्या. मी त्यासंदर्भातले अहवाल मागवायला सुरुवात केल्यावर हादरे बसू लागले. माझ्याकडे जितक्या जास्त तक्रारी येत गेल्या, तितका मी त्यांचा अधिक पाठपुरावा करू लागले. यानम पुदुच्चेरीपासून दूर असल्यामुळं लोकांना राजभवनच्या मुक्तद्वारात इतका प्रवास करून येणं मुश्किल वाटत होतं; पण त्या लोकांनी व्हॉट्स ॲपवर आणि टपालाद्वारे संपर्क साधायला सुरुवात केली; कारण या मार्गांनी गोपनीयता राखली जात होती.

मला यानमसाठी आठवड्यातून एकदा 'व्हर्च्युअल' मुक्तद्वार सुरू करणं आवश्यक आहे असं वाटत होतं; पण लोकांना त्यांच्या आमदाराची भीती वाटत असल्यामुळं ते सहभागी झाले नाहीत.

यानममधील बऱ्याच प्रकल्पांतील आर्थिक गैरव्यवहारांचा ठोस पुरावा समोर येऊ लागला. त्या दिवशी आमदार महोदयांनी गाडीत माझ्या एडीसींची सीट

बळकावून जो पाल्हाळ लावला होता, त्यामागचे गुप्त हेतू आता माझ्या लक्षात येऊ लागले.

मग आम्ही राजभवनमध्ये, यानमशी संबंधित फाइल्सच्या बाबतीत सावध झालो. आमदार, मंत्रिमंडळातील सदस्य व पुदुच्चेरीचे आरोग्यमंत्री त्यांच्या प्रकल्पांना लवकर मंजुरी मिळावी यासाठी राजभवनवर दबाव टाकत राहिले. हे मंत्रिमहोदय वैद्यकीय महाविद्यालयातील प्रवेशांवर (गैर-प्रवेशांवर) देखरेख करत होते आणि वैद्यकीय महाविद्यालयातील प्रवेश घोटाळ्यासंदर्भात त्यांचं माझ्याशी खटकलेलं होतं.

मी जेव्हा यानमचा दुसरा दौरा ठरवला तेव्हा आमदार महोदयांनी प्रेसला निवेदन दिलं. त्यात त्यांनी म्हटलं होतं,

'कल्याणकारी योजनांना मंजुरी दिल्याखेरीज त्यांनी यानमला येऊ नये. त्या या प्रकल्पांना मदत न करताच दौऱ्यावर आल्या, तर आम्ही त्यांना चांगला धडा शिकवू.'

मी त्या आमदारांना पत्र लिहिलं.

१५ ऑक्टो, २०१९

माननीय मंत्रिमहोदय,

आपण १२ ऑक्टोबर रोजी प्रेसला दिलेले निवेदन, की मी जर यानमच्या दौऱ्यावर आले, तर तुम्ही 'मला धडा शिकवाल', वाचून अत्यंत खेद वाटला. माझी आपणास हे निवेदन मागे घेण्याची विनंती आहे; कारण एखाद्या मंत्र्याने नायब राज्यपालांविषयी असे उद्गार काढणे शोभनीय नाही.

मला आपली दोन पत्रे प्राप्त झाली आहेत. दिनांक १२ ऑक्टोबर व १५ ऑक्टोबर, २०१९ ची.

मी आपणास सांगू इच्छिते, की मी यानममधील काही आवश्यक ठिकाणांना व्यक्तिश: भेट दिली आहे. आपण उद्या १६ ऑक्टोबर रोजी सकाळी ११ वाजता प्रादेशिक प्रशासक कार्यालयात येऊ शकलात तर आपण त्या प्रश्नांवर चर्चा करू शकू.

आपल्या येण्याबाबत कृपया प्रादेशिक प्रशासक कार्यालयाला कळवावे.

युअर्स सिन्सिअरली.

किरण बेदी

एक अत्यंत मोठी आर्थिक योजना संशयाच्या घेऱ्यात होती, ती म्हणजे

यानममध्ये गोदावरी नदीच्या किनाऱ्यावर बांधली जाणारी १२९ कोटी रुपयांची भिंत. मी तिथं पोहोचण्यापूर्वी मी एका टीमला तिथं पाहणी करण्यासाठी पाठवलं.

या टीममधील बीना सिवन, शिवानी अरोरा आणि व्हिडिओग्राफर विजयन यांनी मला प्रत्यक्ष ठिकाणाचा *अहवाल दिला.

मी विनंती करूनही आमदार महोदय मला भेटायला आले नाहीत.

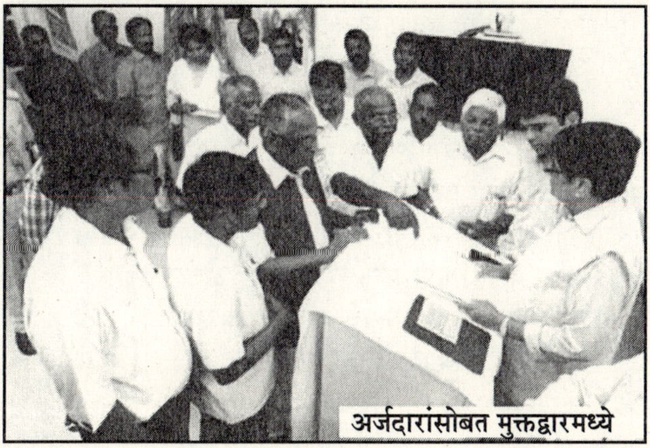

अर्जदारांसोबत मुक्तद्वारमध्ये

मुक्तद्वारमध्ये शंभरावर अर्ज आले होते. दुसऱ्या दिवशी ही संख्या आणखी वाढली. दुसऱ्या दिवशी मी बाहेर पडले आणि लोकांना संबोधित केलं आणि आम्ही उरलेले विनंती अर्ज आमच्यासोबत पुदुच्चेरीला घेऊन जात आहोत, आम्ही त्यासंदर्भात तिथून कारवाई करू, असं सांगितलं.

सर्व विनंती अर्ज हा 'रेकॉर्ड'चा भाग असतात, त्यामुळे के. विजयन व पुन्गूहळी या व्हिडिओग्राफी टीमनं त्यांचं चित्रीकरण केलं. आम्ही यानममधील सक्रिय नागरिकांचा एक व्हॉट्सॲप ग्रूप तयार केला. आम्ही त्यांना मुख्य तक्रार अधिकाऱ्यांच्या नेतृत्वाखालील तक्रार निवारण यंत्रणेशी जोडलं.

यानममधील मुक्तद्वाराने रंजल्यागांजल्या लोकांना आवाज दिला. या उपक्रमाने तेथील रहिवाशांची विशिष्ट लोकांकडून मिळणाऱ्या धमक्या व गुदमरवणाऱ्या नियंत्रणातून मुक्तता केली.

या ग्रूपमध्ये प्रसारमाध्यमांचे प्रतिनिधीसुद्धा होते. त्यांनीही नागरिकांचा आवाज पहिल्यांदाच ऐकला.

---

* संपूर्ण अहवालासाठी क्यूआर स्कॅन करा

या दौऱ्यापासून, लोकसहभागानं गती घेतली. यानम अग्रभागी व केंद्रस्थानी आलं. त्याने सरकारी अधिकाऱ्यांच्या प्रशासकीय 'जैसे थे'ला आव्हान दिलं. ते प्रकाशझोतात आले. अंमलबजावणीची अधिक जबाबदारी त्यांची होती.

एकीकृत व्हॉट्सअ‍ॅप ग्रूप्सबद्दलची उद्घोषणा

निकटच्या परस्पर संवादासाठी यानमचे नागरिक व सरकारी अधिकाऱ्यांचे एकीकृत व्हॉट्सअ‍ॅप ग्रूप्स तयार करण्यात आले आहेत. त्यामुळे आता समस्या वरिष्ठ अधिकाऱ्यांपर्यंत पोहोचून त्यातून मार्ग निघेल. अखेर, यानमच्या लोकांना आवाज मिळाला आहे. यापूर्वी सगळ्या गोष्टी बंदिस्त होत्या. आता त्या मुक्त झाल्या आहेत. आता यापुढे गोष्टी फक्त सुधारतील, अधोगती होत जाणार नाही. आता यानमचे नागरिक व सरकारी अधिकारी यांच्यावर जबाबदारी आहे.

मुख्यालयात परत आल्यानंतर मी सर्व सचिवांना पत्र लिहिले :

माय डिअर सेक्रेटरीज,

माझ्या नुकत्याच झालेल्या यानम दौऱ्याने मला तुम्हाला हे पत्र लिहायला लावले आहे - मला तुम्हाला सांगायचे आहे की, पुदुच्चेरीच्या या प्रदेशाकडे तुम्ही लक्ष देण्याची गरज आहे. मुख्यत्वे तुमच्या उपस्थितीची गरज आहे. दूर अंतरावरून 'व्हर्च्युअल कॉन्फरन्स' घेऊन व कागदोपत्री अहवाल मागवून वस्तुस्थिती लक्षात येत नाही. (खरे तर, यामुळे तुम्ही चुकीची माहिती मिळण्याची व्यवस्था करता).

या प्रदेशातील लोकांना प्रशासनातील नेतृत्वाने त्यांचे ऐकून घेण्याची व त्यांना भेटण्याची गरज आहे.

प्रदेशाच्या बजेटने सर्वप्रथम स्वच्छ पेयजल, आरोग्यरक्षणार्थ घ्यायची जबाबदारी, कौशल्य विकास, निर्धारणक्षम आरोग्यसुविधा, शिक्षण व निःपक्षपाती पोलीस या गोष्टींची हमी द्यायला हवी. यासाठी खर्च, गुंतवणूक

व कोणत्याही नवीन प्रकल्पात काटेकोर आर्थिक विवेक आवश्यक असतो. यासाठी कायदे, नियम व कार्यपद्धतींचे पालनही आवश्यक असते.

माझ्या दौऱ्यामुळे या सर्व बाबींतील त्रुटी समोर आल्या. मी लोकांचे म्हणणे प्रत्यक्ष ऐकले नसते, तर या गोष्टी माझ्या लक्षात आल्या नसत्या. तुम्ही जेव्हा जेव्हा अशा ठिकाणी भेट द्याल, तेव्हा लोकांचे म्हणणे ऐकून घेण्यासाठी मुक्तद्वार आयोजित करा. त्यामुळे लोकांना त्यांचे म्हणणे सांगण्याचे धाडस मिळते.

आपल्याला प्रशासन म्हणून, अजून लोकांचा विश्वास जिंकायचा आहे. संपर्क- संवाद, अंमलबजावणी व सहयोगी विभागांमध्ये समन्वय यांमुळे आपल्याला लोकांचा विश्वास प्राप्त करता येईल. माझ्या मुक्तद्वारात येणाऱ्या बहुतेकशा लोकांच्या तक्रारी खऱ्या असतात.

त्यांच्याजवळ पुदुच्चेरीला येण्यासाठी पैसे नसतात. त्यामुळे प्रशासनानेच त्यांच्यापर्यंत पोहोचले पाहिजे. प्रादेशिक प्रशासकांकडे संवेदनशील व नियम-कायदे पाळणाऱ्या प्रशासनासाठी 'वर्किंग प्लॅन' नाहीये.

तथापि, तुम्ही स्वतः प्रत्यक्ष परिस्थिती पाहण्यासाठी, फाइल्स, प्रकल्प व मंजुरी यांपलीकडे जाऊन यानमशी जोडले जावे असे माझे तुम्हाला सांगणे आहे. तुम्ही एखाद्या प्रकल्पाला मंजुरी दिलीत, की कायद्यानुसार व निर्देशांनुसार त्याची पूर्तता करणे ही तुमची जबाबदारी आहे, ही गोष्ट कृपया लक्षात घ्या.

आपण पुरासंदर्भात परिस्थिती हाताबाहेर जाण्याआधी योग्य ती कारवाई करायला हवी. आपण आपल्या प्रकल्पांच्या कामात 'पेनी वाइज अ‍ॅन्ड पाउंड फुलिश' होऊ देता कामा नये.

जेव्हा तुम्ही स्वतः एखाद्या गोष्टीचा आढावा घेता, तेव्हा वास्तवात सर्वोत्तम उपाय मिळतात.

तुमच्या दौऱ्यांचे नियोजन करा, लोकांचे म्हणणे ऐकून घ्या, तुमचे मंजूर प्रकल्प व सहयोगी विभागांचा आढावा घ्या आणि तपासणी अहवाल सर्व संबंधितांना पाठवा.

मी जानेवारीच्या मध्यात यानमला पुन्हा येईन. त्यावेळी सकारात्मक बदल पाहायला मिळेल अशी आशा करते.

शुभेच्छा!
किरण

मी तिसऱ्यांदा यानमच्या दौऱ्यावर गेले तेव्हा काळे फुगे हातात घेतलेल्या निदर्शकांनी माझं स्वागत केलं. मी मुद्दाम लोकांच्या जवळ गेले, तेव्हा मला गर्दीतून आवाज आले, "मॅडम, प्लीज, थोड्या आणखी जवळ याल का? आम्हाला सेल्फी हवी आहे!"

आधी पाठवलेल्या टीमने आम्हाला परिस्थितीची थोडक्यात कल्पना दिली, त्यानुसार आम्ही प्राधान्यक्रम ठरवला.

आमच्या दौऱ्याची सांगता झाली त्यावेळी एका माध्यम प्रतिनिधीनं माझ्यासोबत आलेले ओएसडी श्री. थेवा नीती धस यांना या दौऱ्यातून एकूण काय साध्य झालं, असा प्रश्न विचारला.

त्यावर त्यांनी टोला दिला, "आम्ही यानममध्ये सूर्यप्रकाश आणला आहे. आम्ही जे जे करतो ते आता सगळ्यांना दिसेल."

यानमच्या दौऱ्यानंतर मी सचिवांना पत्र लिहिलं.

बाला / शुरबीर / महेश / निहारिका / आकांशा / अर्जुन / पूर्वा

माझ्या यानम दौऱ्याने प्रशासनाचे दुर्लक्ष आणि उणिवांची भयावह स्थिती समोर आली. निर्वाचित आमदारांच्या प्रचंड हस्तक्षेपामुळे तिथल्या गरीब लोकांना सर्वाधिक झळ बसत आहे. (आपल्या साधनस्त्रोतांना लक्षणीय गळती त्यांच्यामुळेच आहे.)

जवळपास सर्वच व्यवहारांमध्ये अनियमितता दिसून आल्या आहेत– उदाहरणार्थ, बजेटचे नियोजन व्यवस्थित नाही- त्यामध्ये स्वच्छ पाणी, स्वच्छ रस्ते, शाळांत शिक्षक, वैद्यकीय सुविधा, कौशल्य विकास, सीएसएसचा पुरस्कार, किफायतशीर उपाय अशा अत्यावश्यक बाबींवर बजेटमध्ये लक्ष दिलेले नाही. तसेच, अंतर्गत संपर्क-संवाद नाही व मुख्यालयाशीही संबंध नाहीत. लोक भयभीत आहेत, कोंडलेले आहेत, असहाय्य आहेत, ते तक्रार करायला घाबरतात. तिथे कायद्याचे कसलेही भय नाही.

आम्ही सर्व व्यवस्था सुरळीत करण्याचा प्रयत्न केला आहे. मी तुम्हाला तिथून पाठवलेली नोट वाचण्याची तुम्ही तसदी घेतली असली तर तुम्हाला ते कळले असेलच.

दर तीन महिन्यांनी तुम्ही जो दौरा करायचा आहे, त्यामध्ये तुम्ही संपूर्ण गावाकडे लक्ष द्यायचे आहे.

आणि सर्व पैलूंचा विचार करून तुमच्या समकक्ष लोकांशी त्या बाबी शेअर करायच्या आहेत. दरम्यान, तरुण प्रशासकासोबत 'व्हीसी' घ्या.

तुम्ही जेव्हा दौरा कराल, तेव्हा आमदार महोदयांसोबत प्रवास करू नका. ते अशा प्रकारे लोकांना दहशत बसवतात. ते जे जे दाखवतात, त्यात अवैधता व अनियमितता दिसते. त्यामुळे सावध राहा; कारण ते हे चित्र 'मान्यता' म्हणून वापरतील.

गॉड ब्लेस. किरण.

ता. क. - माननीय आमदारांनी विधानसभेची निवडणूक लढवलीच नाही. त्याऐवजी त्यांनी दुसऱ्या उमेदवाराला त्यांची जागा दिली. तो उमेदवार हरला. यानमला नवे आमदार मिळाले. त्यांचा निसटता विजय झाला.

यानमला जगण्याची आणखी एक संधी मिळाली.

कराईकल

कराईकलचे जिल्हाधिकारी तरुण आयएएस अधिकारी श्री. पी. पार्थिबन यांनी माझ्या दौऱ्याचं नियोजन केलं होतं. शिक्षणमंत्री श्री. कमलकन्नन व कराईकलचे आमदार महोदयही त्या वेळी उपस्थित होते. त्यांनी आनंदानं माझं स्वागत केलं.

शहर दाखवण्याजोगे बनवण्यासाठी, माझ्या दौऱ्याआधी बरीच साफसफाई करण्यात आली होती. मला येणाऱ्या मेसेजवरून मला ते समजलं. मला मेसेज पाठवणारे लोक मला तिथं वरचेवर या असं सांगत होते.

माझ्या दौऱ्याच्या प्रारंभी, कराईकलच्या प्रशासनातील सर्व विभाग प्रमुखांसोबत माझी मीटिंग झाली. या मीटिंगला मंत्रिमहोदयांसह, जिल्ह्यातील इतर तीन आमदारही उपस्थित होते.

सादरीकरणादरम्यान, एकेक स्लाइड पाहताना, इतकी वर्षे पुदुच्चेरीच्या तुलनेत कराईकलला कशा प्रकारे त्यांच्या भाषेत सावत्र वागणूक मिळाली आहे, हे समोर येत होतं. जिल्ह्याच्या बजेटमध्ये कमालीची तूट पाहून मी सुन्न झाले. जिल्हाधिकारी माझ्या दौऱ्याच्या अवघे काही आठवडे आधी तिथं रुजू झाले होते.

लोकांची तक्रार होती, की कराईकलमध्ये काय आवश्यक आहे याची बारकाईने चौकशी करण्याच्या दृष्टीने, जिल्हा प्रशासनाच्या कामाचा आढावा घेण्यासाठी कुठल्या वरिष्ठ अधिकाऱ्याने इथे पुरेसा वेळ व्यतीत केल्याचं आठवत नाही.

कराईकलला आध्यात्मिक वारसा आहे. तिथं जगप्रसिद्ध शनी मंदिर आहे. वरिष्ठ अधिकारी व व्हीआयपी या सुप्रसिद्ध शनी मंदिरात दर्शनासाठी वरचेवर येत असत; पण या शहराच्या विकासासाठी नाही.

जिल्हाधिकाऱ्यांच्या सादरीकरणातून आजूबाजूला सर्वत्र असलेल्या गंभीर कमतरता समोर आल्या. माझा अधिकाऱ्यांना प्रश्न होता, "कृपया कोणती गोष्ट व्यवस्थित

आहे ते मला दाखवा.''

सामान्य रुग्णालयाला भेट देण्याचा अनुभव अत्यंत यातनादायी होता. तिथं अनेक गोष्टींत प्रचंड दुर्लक्ष दिसत होतं. मी माझी निरीक्षणे व परिस्थितीतून मार्ग काढण्याचे उपाय नोंदवले. कराईकलच्या सामान्य रुग्णालयातील व्यवस्थापन पुन्हा उत्तम प्रकारे स्थापित करण्यासाठी *निर्णयांचा मुद्द्यांनुसार इतिवृत्तान्त लिहिण्यात आला.

सामान्य रुग्णालय, कराईकलमध्ये व्यवस्थापन पुन्हा उत्तम प्रकारे स्थापित करण्यासाठी निर्णयांचा मुद्द्यांनुसार इतिवृतान्त

सामान्य रुग्णालय, कराईकलशी निगडित तक्रारी व समस्यांचा बारकाईने आढावा घेतल्यानंतर... इतर बाबींखेरीज, पुढील कार्यवाही त्वरित करण्याचे ठरले आहे. हे सर्वांच्या माहितीसाठी आहे. हे सर्वांशी संबंधित आहे. यामध्ये तुम्हाला भूमिका बजावायची असू शकते. त्यामुळे आपण वेळ न दवडता पुढे जाऊ.

१. दाखल होणाऱ्या सर्वांच्या नोंदी व रेकॉर्ड्सचे डिजिटायजेशन.

२. स्वच्छता राखणे.

३. अन्न निरीक्षकांची पदे त्वरित भरणे.

४. कायमस्वरूपी व्यवस्था होईपर्यंत 'जेआयपीएमइआर' 'एमआरआय'ची तात्पुरती व्यवस्था करून देईल.

५. लॅब फर्निचर वगैरेंसारख्या इतर सर्व उपभोग्य वस्तू 'जेआयपीएमइआर' मार्फत पुरवल्या जातील.

सर्व विभागप्रमुखांच्या मीटिंगनंतर मी विद्यार्थ्यांना भेटले. जिल्हाधिकाऱ्यांनी क्रीडा स्टेडियममध्ये हा कार्यक्रम ठेवला होता. हे स्टेडियम बांधल्यापासून कधी वापरलेलं नसल्याचं त्यांनी सांगितलं; पण माझ्या दौऱ्यासाठी त्यांनी ते खुलं केलं होतं.

आता माझ्यासमोर कराईकलमधील दोन हजार विद्यार्थी होते.

आता प्रश्न होता त्यांच्याशी काय बोलायचं? सरकारचा सगळ्या कमतरतां संदर्भात काय करण्याचा प्रस्ताव आहे हे त्यांना सांगावं, आणि वसतिगृहे, शिक्षक, व्यवसाय मार्गदर्शन, बसेस, दवाखाने, एवढंच नव्हे तर महिलांशी संबंधित गुन्हे या

---

* संपूर्ण ब्लॉगसाठी क्यूआर स्कॅन करा.

सगळ्याकडं लक्ष पुरवलं जाईल अशी त्यांना खात्री द्यावी?

या दौऱ्याआधी मी डॉ. अमृता बहल यांच्या नेतृत्वाखालील माझ्या 'ॲडव्हान्स टीम'ला एक सर्वेक्षण करायला सांगितलं होतं– कराईकलसाठी प्रशासनाने काय केले पाहिजे?

कराईकलमधील विद्यार्थ्यांशी भेट

'डीप टेस्ट' मधून दिसून आलं होतं, की तरुणाई सरकारी संस्थांसोबत सहयोगी समाजसेवेसाठी उत्सुक आहे.

त्यांनी त्यांना 'स्वच्छ अभियाना'त सहभागी व्हायचं असल्याचं सांगितलं होतं आणि शिक्षकांची कमतरता भरून काढण्यासाठी त्यांनी लहान मुलांना शिकवण्याची तयारी दर्शवली होती.

मी हे दोन्ही कार्यक्रम निवडले व ते समाविष्ट केले.

त्यानंतर शनिवारी, मंत्रिमहोदयांनी 'स्वच्छता दिना'चं नियोजन केलं होतं. त्यांनी या उपक्रमासाठी सर्वांनी एकत्र येण्याचं आवाहन केलं होतं. सर्व सहभागी विद्यार्थ्यांसाठी नाश्त्याची व्यवस्था करणार असल्याचं त्यांनी जाहीर केलं होतं. त्याला उदंड प्रतिसाद मिळाला.

मी विद्यार्थ्यांचा निरोप घेऊन निघाले तेव्हा विद्यार्थ्यांनी मला 'पुन्हा लवकर या' असं सांगितलं.

मी मनापासून व उत्साहानं त्यांना सांगितलं, "मी पुढल्या महिन्यात येईन."

हे ऐकल्यावर जिल्हाधिकारी पार्थिबन म्हणाले, की त्यांनी माझ्या या दौऱ्यासाठी स्वच्छतेचा सगळा निधी खर्च केला आहे. ते मला भयंकर लागलं. तो एक काळजीचा गंभीर मुद्दा म्हणून माझ्या मनात कायम राहिला.

दुसऱ्या दिवशी, ठरल्याप्रमाणे, महास्वच्छता कार्यक्रम होता.

मंत्रिमहोदयांनी त्याचं नेतृत्व केलं आणि शहराने तिथल्या तरुणाईची ताकद दाखवली... सगळी ऊर्जा एकवटली तर तिची ताकद काय असते ते दाखवलं. त्यांना गरज होती ती फक्त नेतृत्वाची.

त्यानंतर कराईकलचा 'फॉलो-अप' दौरा अत्यंत उत्साहवर्धक होता. हा झटपट दौरा होता, त्यात पाण्याच्या समस्येवर मुख्य भर होता.

कराईकलच्या दुसऱ्या दौऱ्यात, माझ्या लक्षात आलं, की पार्थिबन यांच्या नंतर आलेले जिल्हाधिकारी विक्रांत राजा यांनी कराईकलला जलसमृद्ध बनवण्यासाठी, अत्यंत सर्जनशील, किफायतशीर व सहयोगी पद्धतींनी अत्यंत स्तुत्य, परिवर्तनशील काम केलं आहे.

त्यांनी व त्यांच्या कार्यालयाने स्वत: मैदानात उतरून, सार्वजनिक क्षेत्रातील युनिट्स व स्थानिक लोकांना बुजलेली तळी व पाण्याच्या कालव्यांचे पुनरुज्जीवन व पुनर्प्राप्तीच्या कामात सहभागी करून घेतलं होतं.

कावेरी नदीचे पाणी तळ्यात यावे यासाठी त्यांनी 'फीडर चॅनल्स' वरील अतिक्रमणे हटवली होती.

त्यांना स्थानिक लोकांकडून प्रचंड प्रतिसाद मिळाला. त्यांनी संयुक्तरीत्या काम करून, १७८ तळ्यांतला गाळ उपसला होता, कित्येक किलोमीटरचे कालवे स्वच्छ केले होते आणि हे सगळं त्यांनी सीएसआर निधी व त्यांचे किरकोळ स्रोत यांच्या मदतीने साध्य केलं होतं.

त्यांच्या या प्रयत्नांमुळे, ईशान्य मान्सून येण्याच्या आधीच, जलस्तर अवघ्या तीन महिन्यांत दहा फुटांनी वाढला होता.

त्यांनी त्यांचे कार्य अशाच प्रकारे टिकून राहावे यासाठी आदर्श कार्यपद्धतीचा (एसओपी) मसुदा तयार केला होता. त्या वर्षीच्या देणगीदारांनी आपापले कालवे दत्तक घेतले आणि त्यांची वर्षभर देखभाल केली. विक्रांत राजा कराईकलसाठी जंगलक्षेत्राचेही नियोजन करत होते.

राजभवनने त्यांचे नागरी सेवा पुरस्कारासाठी नामांकन करण्याची पुदुच्चेरी सरकारकडे शिफारस केली, ज्यायोगे इतर सर्व जिल्ह्याधिकाऱ्यांना त्यांचे अनुकरण करण्याची प्रेरणा मिळेल. दरम्यान, ४ नोव्हेंबर, २०१९ रोजी, राजभवनने विक्रांत राजा यांच्यासह कराईकलमधील सर्व देणगीदारांच्या योगदानाची दखल घेऊन त्यांना सन्मानित करण्यासाठी एक समारंभ आयोजित केला होता.

माहे

माहे हा पुदुच्चेरीतील सर्वांत लहान प्रदेश आहे. हा प्रदेश केरळला लागून आहे.

माहेची लोकसंख्या आहे ४१,८१६. हा मल्याळम भाषक प्रदेश आहे. यानममध्ये मात्र तेलुगु बोललं जातं; कारण हा प्रदेश आंध्र प्रदेशालगत आहे.

मी रेल्वेचा रात्रभराचा प्रवास करून माहेला पोहोचले. माहे सुशिक्षित व चांगला समृद्ध प्रदेश आहे. इथे सुंदर बंदर आहे आणि अरबी समुद्राच्या बॅकवॉटरच्या बाजूला पदपथ आहे. माहे नदी केरळ पुदुच्चेरीतील माहेच्या किनारपट्टीच्या भागातून वाहते.

तिथे अगदी जवळजवळ बरीच दारूची दुकाने आहेत, केरळमधील मद्यतृष्णा शमवण्यासाठी. माहे प्रशासनाला तो अबकारी महसुलाचा स्त्रोत आहे.

माझ्या दौऱ्यामध्ये मला हा प्रदेश सर्वांत स्वच्छ असल्याचं लक्षात आलं. इथले रहिवासी शेतीप्रक्रियेतील टाकाऊ गोष्टींपासून सेंद्रिय खत बनवत होते. त्यांच्याकडे घरगुती शौचालये व सार्वजनिक शौचालये होती. पुदुच्चेरी, कराईकल व यानम अशा अन्य प्रदेशांत जे उघड्यावर मलविसर्जन दिसायचं, तसं चित्र इथे नव्हतं.

माहे हा सुरुवातीला जे काही मोजके हागणदारीमुक्त प्रदेश म्हणून जाहीर झाले त्यांपैकी एक होता. इथे त्याकडे लक्ष देण्यासाठी उत्तम अधिकारीही होते. तेथील निवासी प्रशासक श्री. माणिकदीपन यांचा भारत सरकारने त्यांच्या कार्याबद्दल उचित गौरव केला. त्यांच्या नंतर आलेले अमन शर्मा हेही तितकेच कार्यक्षम होते.

माझी माहे दौऱ्यासाठी सुट्टीच्या दिवसांना अधिक पसंती होती. मला या उत्सवी सुट्ट्या बनवायच्या होत्या, ज्यायोगे मला लोकांशी बंध जुळवता येतील. आम्ही माहेवासीयांसोबत सायकलने फिरून तरुणांशी व समूहांशी जोडले गेलो.

त्यांच्याकडे श्री. व्ही. रामचंद्रन हे कर्तव्यदक्ष निर्वाचित आमदार होते. त्यांची प्रतिमा स्वच्छ होती, त्यामुळे माझं तिथलं वास्तव्य सुकर व सुखकर झालं. इथे यानमसारखा प्रकार झाला नाही – तिथे मला मुक्तद्वाराची वेळ वाढवून दोन दिवस करावी लागली होती आणि तरीही आम्हाला काही तक्रारअर्ज सोबत घेऊन परत जावं लागलं होतं.

मी तिथल्या अधिकाऱ्यांना परस्पर संपर्क अधिक विस्तारण्यासाठी आणि सर्व रेकॉर्ड्स व व्यवहार 'डिजिटाइज' करण्यासाठी तंत्रज्ञानाचा वापर वाढवण्यास प्रेरित केलं. ते अगदी खुशीनं त्यादृष्टीनं प्रयत्न करत होते.

त्यांना टाउनहॉल, सार्वजनिक ग्रंथालय, माहे नदीकिनारी असलेल्या पदपथाची दुरुस्ती, राष्ट्रीय महामार्ग-१७, शहरातील रस्ते, सरकारी शाळांच्या इमारतींच्या बांधकामासारख्या पायाभूत सुविधांसाठी निधीची आवश्यकता होती. हे सगळं या केंद्रशासित प्रदेशाच्या प्रशासनाकडं उपलब्ध असलेल्या निधीवर अवलंबून होतं.

पण, तरीही मी त्यांना जे काही आहे त्याचा परिणामकारक उपयोग करून घेण्याची सूचना केली. उदाहरणार्थ, 'म्युनिसिपल टाउन हॉल'मध्ये सिनेमाचे खेळ ठेवा, एलईडी दिव्यांचा अधिक प्रमाणात वापर करा.

सुशिक्षित जनता, विश्वासार्ह निर्वाचित प्रतिनिधी आणि कर्तव्यदक्ष सरकारी अधिकाऱ्यांचे प्रशासन यांमुळे माहे उल्लेखनीय ठरले होते.

माहे येथील सायकलफेरी

फोटो, व्हिडिओ, ग्राफिक्स व इतर माहितीसाठी क्यूआर स्कॅन करा.

प्रकरण ४०

आठवडी निर्णयांची घोषणा

फाइल्स निकाली काढण्याचे दैनंदिन काम

सादरीकरणे, मीटिंग्ज, अभ्यागत कार्यक्रम या साऱ्या दिवसाचं वेळापत्रक गच्च भरलेले असे. यानंतर माझे सचिव नीती निकाली काढण्याच्या फाइल्स घेऊन येत असत. ते नेहमी फाइल्सचा अभ्यास करून व त्यावर काम करूनच फाइल्स आणत. त्यावर योग्य निर्णय घेण्यासाठी ते माझ्यासमोर पर्याय ठेवत असत. मग आम्ही बारकाईनं अभ्यास करून, त्या फाइल्सवर आमचा निर्णय लिहीत असू.

माझे सचिव - थेवा नीती धस म्हणजे ज्ञानभांडार होते. त्यांना सगळ्या बाबींची सखोल माहिती होती. त्यांना कायदे, नियम व निर्बंधांची संपूर्ण माहिती होती. ते नायब राज्यपालांच्या कार्यालयाचा आधारस्तंभ होते. प्रशासनातील सर्व अधिकाऱ्यांना त्यांची 'प्रोफेशनल' कुशाग्र बुद्धी माहीत होती. ते 'नो-नॉन्सेन्स' व्यक्ती होते. त्यांनी पुदुच्चेरी प्रशासनात वेगवेगळ्या विभागांत विविध पदांवर काम केलं असल्यामुळं त्यांना प्रशासकीय कामकाजाची इत्थंभूत माहिती होती.

ते आधीच तयारीनिशी येत असल्यामुळं आम्ही फाइल्स जलद निकाली काढत असू; पण आमच्या लक्षात आलं, की ते आमचे ताबडतोब दिलेले निर्णय प्रलंबित ठेवत असत व लाभार्थींना चुकीची माहिती दिली जात असे. मग आम्ही आमचे

निर्णय सार्वजनिकरीत्या जाहीर करायचं ठरवलं.

फाइल्सवरील निर्णय नियुक्त्या, बदल्या, कर्मचारी भरती, कंत्राटे, शिस्तभंगाशी संबंधित प्रकरणे, आर्थिक मंजुरी, दुरुस्त्या-सुधारणाविषयक बाबी, धोरणविषयक अधिसूचना अशा बऱ्याच विषयांसंदर्भात असत.

मग आम्ही फाइल्सवरील निर्णयांसंदर्भात एक आठवडी बुलेटिन वितरित करून, माहितीच्या अधिकाराचीही योग्य प्रकारे अंमलबजावणी केली.

आम्ही खोट्याचा बाजार मुळापासून उखडला.

फोटो, व्हिडिओ व लेखी माहितीसाठी क्यूआर स्कॅन करा.

प्रकरण ४१

आर्थिक बाबींतील सारासार विचार

मजबूत आर्थिक व्यवस्थापनाचा अभाव

पुदुच्चेरीतील प्रचलित वित्तीय संस्कृती उधळपट्टीची आहे. सरकारची कर्ज फेडण्यासाठी उसनवारीवर भिस्त आहे. भविष्य निर्वाह निधीतले पैसेसुद्धा वळवले जात आहेत किंवा काही विभागांमध्ये पगार भागवण्यासाठी कंत्राटदारांचे पैसे रोखले जात आहेत. जनतेच्या पैशाच्या व्यवस्थापनात काहीतरी गंभीर त्रुटी आहेत. त्यामुळे, आर्थिक बाबींतील सारासार विचार हा आर्थिक नियमांचे उल्लंघन करण्याची सवय असलेल्यांसाठी जोरदार धक्का आहे.

– किरण बेदी

सौजन्य : राजभवन प्रकाशन

प्रशासक हा पुदुच्चेरी या केंद्रशासित प्रदेशाच्या एकत्रित निधीचा रक्षक असतो. पैशाची देवघेव राष्ट्रपतींनी मान्यता दिलेल्या नियमांनुसार होते.

प्रशासकाला स्थायी वित्त समितीशी सल्लामसलत करून ५० कोटी रुपयांपर्यंत विनियोग करण्याचा अधिकार आहे.

या आर्थिक अधिकारांनी (सर्व प्रशासनासह) या पदावर प्रचंड जबाबदाऱ्या दिल्या आहेत. ही गोष्ट बऱ्याचशा लोकांना, प्रसारमाध्यमांनासुद्धा माहीत नव्हती.

मला विधीसचिवांनी माहिती दिल्यामुळं मला माझे अधिकार माहीत होते. मी नेमकी कुठे उभी आहे हेही मला माहीत होतं. माझ्यापाशी वाया घालवायला वेळ नव्हता. शिवाय, माझ्याकडं सखोल माहिती असणारी अनुभवी टीम होती; पण आर्थिक तारतम्य बाळगणे हे केवढे महाप्रचंड आव्हान असणार आहे याची मला सुरुवातीला कल्पना आली नव्हती.

एके दिवशी सायंकाळी, प्रतीक्षेत असलेल्या एका पत्रकारानं मला निर्वाचित सरकार व नायब राज्यपालांदरम्यानच्या मतभेदांबद्दल विचारलं.

मी त्याला म्हणाले, ‘‘काहीही नाही! आर्थिक सचोटी हे माझे प्राधान्य आहे.

सरकारच्या पै न् पै चा हिशोब द्यावा लागेल. जर आपण **कायदा** पाळला, तर निर्वाचित सरकार व नायब राज्यपाल यांच्यात कसलेच मतभेद होणार नाहीत.''

पुदुच्चेरी सरकार त्यांच्या ३० विभागांमार्फत दरवर्षी जनतेच्या पैशातील दहा हजार कोटी रुपये खर्च करत होतं.

तसंच हे सरकार सार्वजनिक क्षेत्रातील कंपन्या, स्वायत्त संस्था, बिगर-सरकारी संस्था, त्यामध्ये काही खासगी शाळांचाही समावेश होता यांना आर्थिक साहाय्य करून सामाजिक, आर्थिक व वैधानिक कर्तव्ये पार पाडते. या केंद्रशासित प्रदेशात १३ सरकारी कंपन्या व ७३ स्वतंत्र संस्था आहेत, ते या केंद्रशासित प्रदेशाच्या बजेटमधील दहा टक्के रक्कम सहाय्यता अनुदानासाठी घेतात.

मी त्यांचे वाटप व विनियोग यांची बारकाईने तपासणी करू लागले. अशा प्रकारची अनुदाने (जीआयए) वितरित करण्यासंदर्भात 'जनरल फायनान्शिअल रूल्स' (जीएफआर) मध्ये कार्यपद्धती व अटी-शर्ती तपशीलवार दिलेल्या आहेत. हा विषय अतिशय महत्त्वाचा होता.

लिखित नियमांनुसार अधिकाऱ्यांनी खालील गोष्टींसदर्भात दक्षता घेणं आवश्यक होतं -

(१) संस्थेची प्रसंगोचितता. म्हणजे ती सुरू ठेवणे अथवा गुंडाळणे अथवा दुसऱ्या कोणत्यातरी कायदेशीर संस्था / कंपनीत विलीन करण्याचे औचित्य.
(२) मनुष्यबळाच्या आउट-सोर्सिंगसाठी आवश्यकता व वाव यांचा नेमका अंदाज घेणे.
(३) सरकारी बजेटवरील अवलंबित्व कमी करण्यासाठी अंतर्गत साधनस्त्रोतांची जास्तीत जास्त निर्मिती करण्यास किती वाव आहे याचा अंदाज घेणे.
(४) अनुदानाचा लाभ व्यवहार्य व विशिष्ट योजनांसाठीच असेल, ज्यांनी कामाचा आवाका व दर्जा यासंदर्भातील लक्ष्य जाहीर केलेले असेल.

हे 'जीआयए' मंजूर करण्याचा अधिकार इतक्या दुय्यम अधिकाऱ्यांना पुनर्प्रदान करण्याचे अधिकार नायब राज्यपालांना नसतात. नायब राज्यपाल आर्थिक निर्णयाचे औचित्य, नियमितता व बारीकसारीक नियमांना जबाबदार असतात.

मार्च २०१७ मध्ये संपणाऱ्या वर्षाचा, नियंत्रक व महालेखा परीक्षकांनी नायब राज्यपालांच्या कार्यालयाला सादर केलेला अहवाल (गव्हर्न्मेन्ट ऑफ यूटीज ॲक्ट १९६३च्या कलम ४९ अन्वये) वस्तुस्थितीची करकरीत जाणीव करून देणारा

होता.

त्या अहवालात सरकारने ४७७८ कर्मचारी असणाऱ्या १३ सार्वजनिक क्षेत्रांतील कंपन्यांत ७२३ कोटी गुंतवल्याचं समजलं.

तसंच, त्यावेळपर्यंत या कंपन्यांचा एकूण ६४० कोटी रुपयांचा तोटा झाला होता. कंपन्यांच्या वार्षिक परताव्याचे मोजमाप (निव्वळ उत्पन्न) उणे २५ इतके कमी होते.

पुदुच्चेरी सरकारने या कंपन्यांच्या भागभांडवलावर किमान लाभांश देण्यासाठी कुठलं धोरणदेखील आखलेलं नव्हतं.

सरकारी विभागांचं परीक्षण केल्यानंतर, सार्वजनिक क्षेत्रातील कंपन्यांच्या कर्मचाऱ्यांनी अधिकृत संख्येपेक्षा बरीच जास्त संख्येत आणि वरिष्ठ अधिकाऱ्यांच्या मूकसंमतीने कर्मचारी भरतीचे नियम न पाळताच कर्मचारी भरती केली होती.

अँग्लो-फ्रेंच टेक्स्टाइल्स (या केंद्रशासित प्रदेशातील सार्वजनिक क्षेत्रातील कंपनी) २०१२ सालापासून कर्मचाऱ्यांना काम नसताना, 'ले ऑफ' भरपाई अदा करत होती. त्यामुळे सरकारी तिजोरी रिकामी होत होती.

या कंपन्यांनी कर्मचाऱ्यांच्या भविष्य निर्वाह निधीचा गैरवापर केला होता, भविष्य निर्वाह निधी आयुक्तांनी मला भेटून या हलगर्जीपणा करणाऱ्या कंपन्यांची यादी दिली तेव्हा ही गोष्ट समोर आली.

सार्वजनिक क्षेत्रातील इतर कंपन्या व सोसायट्यांची अवस्था अशीच होती. त्यांना दरमहा, काम न करताच 'जीआयए'चा लाभ मिळत होता.

सार्वजनिक क्षेत्रातील कंपन्या, स्वायत्त संस्था आणि कित्येक (नॉन-परफॉर्मिंग) सोसायट्यांचं लेखापरीक्षण झालेलं नव्हतं आणि त्या कर्मचाऱ्यांचे पगार भागविण्यासाठीसुद्धा सरकारी अनुदानावर अवलंबून होत्या. त्यामुळं निर्वाचित सरकारवर प्रचंड आर्थिक भार पडत होता.

माझ्या लक्षात आलं, की साहाय्यता-अनुदानाची मंजुरी हा विषय पूर्णत: नायब राज्यपालांच्या कार्यालयाच्या कार्यक्षेत्रात येतो; पण माझ्याकडे एकही फाइल आलेली नव्हती. ते काम मुख्यमंत्री करत होते. जनतेच्या पैशाला फुटलेल्या वेगळ्या वाटेमुळं सार्वजनिक बांधकाम, विद्युत पुरवठा व आरोग्य सुविधा अशा इतर अत्यावश्यक भांडवली खर्चाला कात्री लागत होती.

विभाग, कंत्राटदार व पुरवठादारांची प्रलंबित देयके भागवू शकत नव्हते, त्यामुळं वस्तू व सेवा सगळंच ठप्प झालं होतं.

निधीच्या कमतरतेमुळं, संबंधित विभाग राष्ट्रीय हरित लवादाच्या निर्देशांनुसार घन व ओल्या कचऱ्याची शास्त्रशुद्ध पद्धतीनं विल्हेवाट लावण्याचं अनिवार्य काम करू शकत नव्हता.

शासकीय दंतमहाविद्यालयातील विद्यार्थ्यांना प्रत्यक्ष प्रशिक्षण घेता येत नसूनही, हे महाविद्यालय त्यांच्याकडील दंतोपचारासाठी वापरल्या जाणाऱ्या जुन्या खुर्च्या बदलून नव्या खुर्च्या घेऊ शकत नव्हते.

ही यादी बरीच मोठी होती.

निर्वाचित सरकारनं निवृत्त आयएएस अधिकारी श्री. विजयन यांच्या अध्यक्षतेखाली एक समिती नियुक्त केली. ही समिती तोट्यात असलेल्या, सार्वजनिक क्षेत्रातील काही कंपन्यांचं पुनरुज्जीवन करता येऊ शकेल का, याचा अभ्यास करणार होती.

या समितीनं अशा नऊ कंपन्यांसंदर्भात त्यांचा अहवाल सादर केला. यामध्ये त्यांनी या कंपन्या सरळ बंद करून टाकाव्यात अथवा त्यांचं नूतनीकरण करून, त्यांत सुधारणा घडवावी, अशी शिफारस केली होती.

समितीच्या या निष्कर्षांवर काहीही कृती झाली नाही; कारण सरकार धोरणात्मक निर्णय घ्यायला अनुत्सुक होतं. ते कदाचित निवडणुकीच्या दृष्टीनं त्यांच्या हिशोबात बसणारं नसावं.

मुख्यमंत्री अथवा विधानसभेला महत्त्वपूर्ण विषयांसदर्भात लिहिलेल्या पत्रांना रचनात्मक प्रतिसाद मिळाला नाही.

मी या विषयावर एक ब्लॉग लिहिला व तो मोठ्या प्रमाणात शेअर केला :

६ ऑक्टोबर, २०१८

सध्या सुरू असलेल्या, साहाय्यता-अनुदानाच्या संदर्भातील आर्थिक परीक्षणाच्या कामाचा भाग म्हणून (हे परीक्षण नायब राज्यपालांच्या कार्यालयामार्फत केले जात आहे), गेले दोन दिवस पुदुच्चेरीतील 'स्पोर्ट्स कौन्सिल'च्या अनुदानासाठीच्या विनंतीच्या संदर्भात तपासणी करण्यात आली.

यामध्ये सर्व प्रशिक्षकांचे म्हणणे ऐकण्यासाठी एक बैठक आयोजित केली होती.

या सर्वांना गेल्या कित्येक महिन्यांपासून वेतन मिळाले नसल्याचे समजते. आज राजभवनमध्ये ३३ प्रशिक्षक आले होते.

त्यांच्याशी संवाद साधल्यानंतर ज्या गोष्टी समोर आल्या, त्या अत्यंत वेदनादायक आहेत.

- प्रशिक्षकांची नेमणूक कर्मचारी भरतीचे कोणतेही नियम न पाळता झाली होती.

- त्यांना २००५ साली मनमानी पगारावर वार्षिक कराराने सामावून

घेण्यात आले होते. (पहिली बॅच). आत्तापर्यंत तीन बॅचेसची नेमणूक झाली आहे.

- त्यांची पगारवाढ क्रीडामंत्र्यांच्या अध्यक्षतेखालील व सरकारी अधिकाऱ्यांची मदत असणाऱ्या सर्वसाधारण मंडळाच्या मर्जीनुसार होते.

- २०१० सालापासून त्यांच्यापैकी कुणाच्याही वार्षिक कराराचे नूतनीकरण झालेले नाही.

- सुरुवातीच्या करारानंतर त्यांना विभागाकडून लेखी स्वरूपात काहीही मिळालेले नाही.

आम्ही मुलांना बरेचदा आमच्या साधनस्रोतांतून साहित्यसामग्री पुरवतो असे त्यांनी सांगितले. यातील जवळजवळ सर्व प्रशिक्षक कर्जात बुडालेले आहेत; कारण त्यांचा उदरनिर्वाह उसनवारीच्या पैशावर किंवा कुटुंबीय व मित्रांच्या आधारे होतो.

आपल्याला कधीतरी नियमित सेवेत सामावून घेतले जाईल, अशी त्या सर्वांची समजूत होती.

या सर्व प्रतिक्रियांची प्रत क्रीडा संचालकांना देण्यात आली आहे. त्यांना ताबडतोब विभागाच्या वतीने योजना घेऊन येण्यास सांगितले आहे, तसेच प्रशिक्षकांना ताबडतोब दिलासा मिळावा यासाठी त्यांना क्रीडाधोरण तयार करण्यास सांगितले आहे.

मी प्रशिक्षकांना खेळांप्रति प्रेम वाढवण्यासाठी प्रयत्न करण्यास सांगितले आहे, त्यातून व्यक्तित्वाची जडणघडण होते. जेव्हा साधन स्रोतांची इतकी कमतरता असते, तेव्हा पदक जिंकणे हे त्यांचे एकमात्र ध्येय राहता कामा नये.

शिक्षण विभागाने कोणत्याही साहाय्यता अनुदानासाठी योग्य रीतीने मंजुरी घेतली पाहिजे; कारण हा आर्थिक अधिकार फक्त नायब राज्यपालांच्या कार्यालयाकडे आहे.

– फ्रॉम द डेस्क ऑफ किरण बेदी

वर नमूद केलेल्या परिस्थितीत, माझ्या कार्यालयाने मुख्य सचिव व वित्त सचिव यांना भारत सरकारच्या नियमांनुसार आर्थिक निर्णय घेण्यासाठी, इथून पुढे सर्व 'जीआयए' प्रस्ताव माझ्या कार्यालयाकडे सादर करण्याचे निर्देश दिले.

ही प्रचंड स्फोटक गोष्ट होती, त्यामुळे बरीच खळबळ माजली.

मी भविष्य निर्वाह निधीची प्रणाली सुव्यवस्थित केली. त्याचा फायदा अशा सरकारी कर्मचाऱ्यांना होणार होता, ज्यांचा भविष्य निर्वाह निधी त्यांच्या खात्यावर

जमा न झाल्यामुळे दिसत नव्हता.

मी अनावश्यक कर्ज घेण्याला चाप लावला आणि विविध स्रोतांमार्फत सरकारचं उत्पन्न वाढवण्यावर लक्ष केंद्रित केलं.

काही अतिरिक्त स्रोतांद्वारे उत्पन्न वाढवण्यास बराच वाव असल्याचं माझ्या लक्षात आलं- उदाहरणार्थ, उत्पादन शुल्क, परवाना शुल्क, जीएसटीचा पाया विस्तारणे, स्थानीय निकाय कर (लोकल बॉडी टॅक्स) लागू करणे/ वाढवणे, मालमत्ता कर, केबल टीव्ही कर आणि पालिका इमारतींचे भाडे.

पण, हे करण्यासाठी जबरदस्त राजकीय इच्छाशक्तीची गरज होती.

आम्ही साधनस्रोत वाढवण्याचे मार्ग व साधनांवर लक्ष केंद्रित करायला सुरुवात केली. त्याचबरोबर आम्ही सरकारी संस्थांच्या पत पात्रतेची व परतफेडीच्या क्षमतेची पडताळणी केल्याखेरीज कर्ज मंजूर करणं थांबवलं.

समजा, त्यांनी एकल निविदेद्वारे कोणतीही खरेदी केली तर त्यासाठीसुद्धा माझ्या मंजुरीची आवश्यकता होती. या गोष्टीचं काटेकोर पालन होईल, याचीही मी दक्षता घेतली. शिवाय, सार्वजनिक कामे नामनिर्देशनाद्वारे करण्याची पद्धत बंद केली. त्यामुळे निरोगी स्पर्धेची हमी मिळाली व सरकारची बचत झाली.

सरकारी अधिकाऱ्यांना त्यांच्या कष्टाच्या देय रकमा व बचतीचे पैसेसुद्धा मिळाले. त्याचबरोबर प्रशासनाने त्यांचे पगार वेळेवर दिले व इतर थकित देयकेही भागवली.

जनतेशी माहिती शेअर करण्यासंदर्भातील माझा ब्लॉग

सरकारी सेवकांनी बघ्याची भूमिका घेणे टाळले पाहिजे आणि ते ज्या प्रशासनाचा भाग आहेत, त्याची जबाबदारी घेतली पाहिजे; अन्यथा निवृत्तीनंतर फाइल्स तशाच प्रकारची कामचुकार पद्धती अनुसरतील, जसे आत्ता घडत आहे... जीआयएची पहिला फेरी पूर्ण झाली की आम्ही निरीक्षणांची यादी शेअर करू. तुम्हाला शिक्षित व जागृत करण्यासाठी. जर तुम्हाला तुमचे निवृत्तिवेतन सुरक्षित राहायला हवे असेल, तर ज्या गोष्टी अनियमित आहेत, त्याकडे दुर्लक्ष करणे बंद करा. कायदे व नियमांनुसार वागा आणि योग्य निर्णय घेण्यासाठी तुमची निरीक्षणे फाइल्सवर नोंदवा... बेटर लेट दॅन नेव्हर.

या चालत आलेल्या आर्थिक निष्काळजीपणाला माजी मुख्य सचिव जबाबदार होते. त्यांनी ही अनियमितता चालू दिली.

नूतन पदाधिकाऱ्यांनी आर्थिक नियम पाळून घडी सुरळीत बसवली. आमच्या प्रशासनात आर्थिक विवेक परत आला.

माननीय मुख्यमंत्र्यांनी हे प्रकरण न्यायालयात नेलं; पण त्यांना यश आलं नाही.

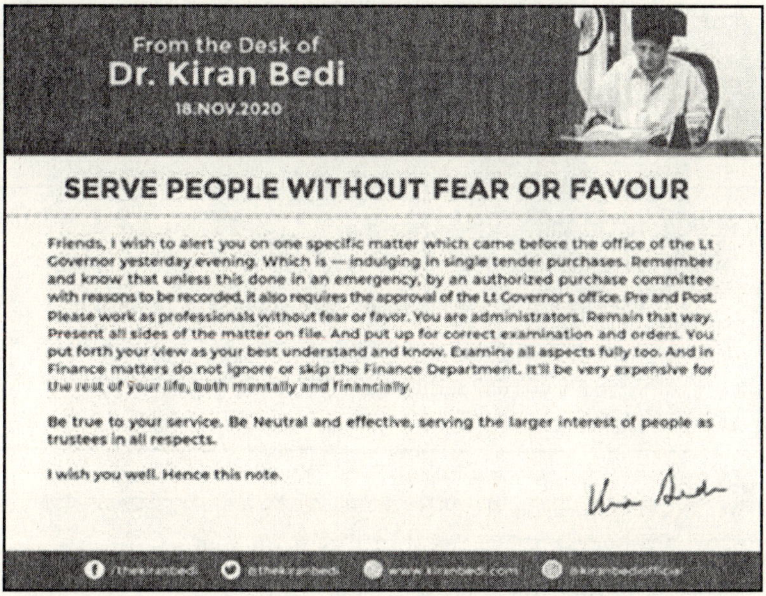
From the Desk of
Dr. Kiran Bedi
18.NOV.2020

SERVE PEOPLE WITHOUT FEAR OR FAVOUR

Friends, I wish to alert you on one specific matter which came before the office of the Lt Governor yesterday evening. Which is — indulging in single tender purchases. Remember and know that unless this done in an emergency, by an authorized purchase committee with reasons to be recorded, it also requires the approval of the Lt Governor's office. Pre and Post. Please work as professionals without fear or favor. You are administrators. Remain that way. Present all sides of the matter on file. And put up for correct examination and orders. You put forth your view as your best understand and know. Examine all aspects fully too. And in Finance matters do not ignore or skip the Finance Department. It'll be very expensive for the rest of your life, both mentally and financially.

Be true to your service. Be Neutral and effective, serving the larger interest of people as trustees in all respects.

I wish you well. Hence this note.

नायब राज्यपालांना कायदे व नियमांनुसार मिळालेल्या आर्थिक अधिकारांना मुख्यमंत्र्यांनी माननीय मद्रास उच्च न्यायालयात आव्हान दिलं. तथापि, ते यशस्वी होऊ शकले नाहीत. उच्च न्यायालयाच्या खंडपीठाने पुदुच्चेरीच्या नायब राज्यपालांच्या आर्थिक व इतर अधिकारांवर शिक्कामोर्तब केलं.

संपूर्ण ब्लॉग वाचण्यासाठी क्यूआर स्कॅन करा.
फोटो, व्हिडिओ व इतर बाबींसाठी क्यूआर स्कॅन करा.

प्रकरण ४२

लोकशाही तळागाळापर्यंत पोहोचली

किरण बेदी @thekiranbedi **८ मार्च २०१९**

आठ वर्षांच्या प्रदीर्घ प्रतीक्षेनंतर आज महिलादिनी पुदुच्चेरीत पंचायत निवडणुकांची अधिसूचना आली आहे. ज्यामध्ये स्थानिक घडामोडीत १/३ पेक्षा अधिक महिला नेतृत्व करतील. पुदुच्चेरीत मेहनती व सुशिक्षित महिला आहेत. आता त्यांना आणखी सेवा करायची संधी आहे.

मी पुदुच्चेरीची नायब राज्यपाल म्हणून पदभार स्वीकारल्यापासून स्थानिक स्वराज्य संस्थांच्या निवडणुका घेणं हे माझं उद्दिष्ट बनलं होतं.

फ्रेंच राजवटीतून मुक्तता झाल्यानंतर ३८ वर्षांत कुठल्याही स्थानिक स्वराज्य संस्थांच्या निवडणुका झाल्या नव्हत्या. २६ जानेवारी, १९७४ रोजी, पुदुच्चेरी पंचायत ॲक्ट १९७३ अमलात येऊनही या निवडणुका झाल्या नव्हत्या.

पुदुच्चेरीत स्थानिक स्वराज्य संस्थांच्या अखेरच्या निवडणुका २००६ साली झाल्या होत्या.

त्यामुळं सामान्य लोक पाणी व स्वच्छता, प्राथमिक शिक्षण, प्राथमिक आरोग्य सुविधा केंद्रे, ग्रामोद्योग न कुटिरोद्योग, रस्त्यांची आवश्यक ती देखभाल-दुरुस्ती, जलसिंचन कालव्यातील गाळ उपसणी, भूजल व्यवस्थापन, बालकांसाठी आरोग्य सुविधा, पोषण व अशा बऱ्याच बाबींपासून वंचित राहिले होते.

पुदुच्चेरी या केंद्रशासित प्रदेशात ९८ ग्रामपंचायती आहेत, त्यातील ७१ पुदुच्चेरी या भागात, तर २७ कराईकल भागात आहेत. ग्रामपंचायतीचे प्रशासन सरपंचाच्या हातात असते. पुदुच्चेरीच्या सर्व प्रदेशांत मिळून ८१५ निर्वाचित सदस्य कार्यकारी अधिकार बजावत होते.

स्थानिक स्वराज्य संस्थांच्या निवडणुका २०११ सालीच होणं अपेक्षित होतं. मद्रास उच्च न्यायालयाचे व सर्वोच्च न्यायालयाचे आदेश असूनही या निवडणुका प्रलंबित राहिल्या होत्या. ही प्रक्रिया राज्य सरकारने पूर्ण करायची होती. स्थानिक

स्वराज्य संस्थांच्या निवडणुका वेळेत घेण्याची जबाबदारी त्यांची होती; पण पुदुच्चेरी सरकार इतकी वर्षं कायद्याचं उल्लंघन करत आलं आहे.

मी नायब राज्यपालपदाची सूत्रे स्वीकारल्यानंतर आठवडाभराच्या आत, मला एका माजी खासदारांनी स्थानिक स्वराज्य संस्थांच्या निवडणुका घेण्यासंदर्भात आवाहन केलं.

ते म्हणाले, ''पुदुच्चेरीत ग्रामीण विकास, जनतेसाठी मूलभूत सेवासुविधांची पूर्तता, केंद्रीय निधी मिळणं आणि पुदुच्चेरीचा 'स्मार्ट सिटी' प्रकल्पात समावेश होणं या गोष्टींना खीळ बसली आहे. त्यामुळे आता आणखी वेळ न दवडता कृपया निर्वाचित सरकारशी विचारविनिमय करून स्थानिक स्वराज्य संस्थांच्या निवडणुका जाहीर करा आणि भारतीय राज्यघटनेनं जे त्रिस्तरीय सरकार सांगितलं आहे, ते अमलात येऊ द्या. 'रुल ऑफ लॉ' नुसार सगळं चालू द्या... 'रुल ऑफ इन्डिव्हिज्युअल' ची अखेर होऊ द्या.''

मी या प्रश्नाला हात घालणं गरजेचं आहे हे मला कळत होतं; पण अद्याप मी या नव्या भूमिकेत स्थिरस्थावर होत होते आणि केंद्रशासित प्रदेशाचे स्थान व नायब राज्यपाल म्हणून माझे असणारे अधिकार समजून घेत होते.

मी वीकेन्डला ग्रामीण भागाच्या फेऱ्या केल्या. त्यातून मला त्यांची अवस्था समजली आणि त्यांना पंचायतीच्या माध्यमातून स्व-शासनाची किती आवश्यकता आहे, ज्यायोगे ते स्वत:ची ची जबाबदारी स्वत: घेऊ शकतील, हे लक्षात आलं. त्यांना केंद्र सरकारकडून मिळणाऱ्या आर्थिक अनुदानांसाठी पात्र बनवण्यासाठी हे आवश्यक होतं.

किरण बेदी @thekiranbedi **१२ फेब्रुवारी, २०१७**

मी ग्रामीण भागांना वीकेन्ड फेऱ्यां दरम्यान जी भेट देते, त्यातून पुदुच्चेरीत (आता अस्तित्वात नसलेल्या) पंचायत व्यवस्थेची गरज लक्षात येते. नागरी + कौशल्य विकासाशी निगडित बाबींसाठी ती आवश्यक आहे.

मे २०१७ मध्ये मी राजकीय आस्थापनेला स्थानिक स्वराज्य संस्थांच्या निवडणुका घेण्याची विनंती केली. मी सरकारला लिहिलेल्या पत्रात म्हटलं होतं, '(सध्या) पुदुच्चेरीत पंचायत पद्धती नाही. यामुळे तळागाळापर्यंत प्रभावी व उत्तरदायी समन्वयाअभावी पुदुच्चेरीला त्रास भोगावा लागत आहे. इथे पुनरुज्जीवन घडणे ताबडतोब गरजेचे आहे. जर ते घडले नाही, तर आपण वेळ व मूल्यवान साधनस्रोत गमावत राहू. या तिन्ही गोष्टी एकत्र आणण्यासाठी कुणीही केंद्र बनवू शकते. यामध्ये

सर्वांच्या दृष्टीने वास्तववादी योजना बनल्या पाहिजेत, तसेच लोकांना मालकी व नेतृत्वाची जाणीव झाली पाहिजे. याला परिवर्तनात्मक लोकशाही असे म्हणतात, आणि जनहितार्थ, पुदुच्चेरीत याची तातडीने गरज आहे.'

त्यानंतर ऑगस्ट २०१७ मध्ये मी सरकारला पुन्हा स्मरण दिलं; पण मी इतके प्रयत्न करूनही त्यांनी निवडणुका घेतल्या नाहीत. बहुधा त्यांच्यासाठी निवडणुका घेणं राजकीय दृष्टीनं सोयीचं नसावं.

मी लोकांना ते काय गमवत आहेत हे सांगत राहिले आणि त्यांच्या निर्वाचित प्रतिनिधींकडे पाठपुरावा करत राहिले.

किरण बेदी @thekiranbedi **२६ ऑगस्ट, २०१७**

पुदुच्चेरीत ९८ ग्रामपंचायती व ८१५ प्रभाग आहेत. सन २०११ पासून इथे पंचायती नसल्यामुळे स्थानिक स्वशासन व भारत सरकारचे आर्थिक पाठबळ नाही.

हा विषय मे २०१८ पर्यंत तसाच प्रलंबित राहिला. अखेर सर्वोच्च न्यायालयाने स्थानिक स्वराज्य संस्थांच्या निवडणुका घेण्याबाबत राज्य सरकारला नोटीस दिली.

सर्वोच्च न्यायालयाने सरकारला चार आठवड्यांच्या आत, नगरपालिका व पंचायतींच्या प्रभाग रचनेचे काम पूर्ण करण्याचे निर्देश दिले. हे काम पूर्ण होताच, पंचायतींच्या निवडणुकांची अधिसूचना निघणार होती.

मी लोकांना यात सहभागी करून घेण्यासाठी ट्विट केलं.

किरण बेदी @thekiranbedi **९ मे, २०१८**

पुदुच्चेरीची प्रदीर्घ प्रतीक्षा...

हा केंद्रशासित प्रदेश भारत सरकारचे लक्षणीय आर्थिक पाठबळ गमावत आहे; कारण इथे हितसंबंध गुंतलेले असल्यामुळे इथल्या ९८ ग्रामसंस्थांत दशकानुदशके पंचायत निवडणुकाच झालेल्या नाहीत.

सर्वोच्च न्यायालय व भारत सरकारचे आभार, आता त्या होतील.
@PMOindia, @nstomar, @ramkripalmp , @AshwaniKumar_92

मात्र, सर्वोच्च न्यायालयाचे निर्देश असूनही, स्थानिक स्वराज्य संस्थांच्या

निवडणुका झाल्या नाहीत. राजकीय आस्थापनेने त्या पुढे ढकलण्यासाठी मार्ग शोधले.

डिसेंबर २०१८मध्ये, याच खासदार महोदयांनी ज्यांनी मला स्थानिक स्वराज्य संस्थांच्या निवडणुका घेण्याचं आवाहन केलं होतं- निवडणुकांना विलंब होत असल्याबद्दल मला जबाबदार धरायला सुरुवात केली.

मी या आरोपांचं ताबडतोब खंडन केलं आणि सांगितलं, "ग्रामीण भागातील संस्थांच्या निवडणुकांचा विषय मुख्यमंत्र्यांकडे बऱ्याच काळापासून प्रलंबित आहे आणि सर्वोच्च न्यायालयाचे स्पष्ट निर्देश असूनही ते इतके महिने अडथळे आणत आहेत."

जानेवारी २०१९ मध्ये, त्यांनी जेव्हा मोफत योजनांचा विषय समोर आणला, तेव्हासुद्धा मी केंद्र सरकारकडून निधी मिळण्यासाठी स्थानिक स्वराज्य संस्थांच्या निवडणुका घेण्याची गरज असल्याचा पुनरुच्चार केला.

किरण बेदी @thekiranbedi **८जानेवारी, २०१९**
विशेषत:, ग्रामीण भागात निवडणुका न घेण्यामुळे या केंद्रशासित प्रदेशाला ग्रामीण विकास निधीची लक्षणीय रक्कम जी एरवी मिळू शकली असती, मिळालेली नाही. त्यामुळेच ग्रामीण विकास मागे पडत आहे आणि जनता टप्प्याटप्प्याने होणाऱ्या घोषणांवर अवलंबून आहे किंवा 'मनरेगा'वर...!! @ANI

स्थानिक प्रशासनासोबत बैठक झाल्यानंतर, अखेर मी आचारसंहिता लागू होण्याआधी (त्यादरम्यान लोकसभेच्या निवडणुका होत्या) प्रभागरचना जाहीर करायचं ठरवलं. २०२१च्या विधानसभा निवडणुकीनंतर लगेचच या निवडणुका घ्यायच्या होत्या.

किरण बेदी @thekiranbedi **९मार्च, २०१९**
आठ वर्षांच्या कालखंडानंतर केंद्रशासित प्रदेशात / पुदुच्चेरीत लोकशाही पुन्हा एकदा तळागाळापर्यंत पोहोचली आहे. या दरम्यानच्या काळात इथे भारत सरकारचे निर्वाचित स्थानिक संस्था/पंचायतींना मिळणारे आर्थिक पाठबळ मिळालेले नाही. खेड्यांमध्ये अपुरे साधनस्रोत आहेत आणि स्थानिक नेतृत्वात महिला व इतर वर्गातील सदस्यांचा अभाव आहे.

राजकीय विरोध असूनही माझ्या कार्यालयाने अधिसूचना काढली : 'नायब राज्यपाल / प्रशासकांच्या संमतीने, स्थानिक प्रशासन विभागाने पुदुच्चेरीच्या असाधारण राजपत्रात प्रभाग रचनेची अंतिम अधिसूचना प्रसिद्ध केली आहे.(क्रमांक ३६, ३७ व ३८. दिनांक : ०७/०३/२०१९). ती शामनमुद्रण लेखनसामग्री व प्रकाशन विभागाच्या संकेतस्थळावर उपलब्ध आहे.

आता माननीय सर्वोच्च न्यायालयाच्या निर्देशांनुसार लवकरच या निवडणुका घेतल्या जातील आणि पुदुच्चेरीच्या जनतेची लोकशाही तळागाळापर्यंत पोहोचण्याची अपेक्षा पूर्ण होईल, असं सर्वांनाच अपेक्षित होतं.

दरम्यान, राजकीय आस्थापनेने राज्य निवडणूक आयुक्तांची अनियमित व अवैध नियुक्ती केली. आमच्या हातातून वेळ निसटली.

हे पद रद्द करावं लागणार होतं. ही नियुक्ती खुल्या प्रक्रियेद्वारे व्हायला हवी होती. हे प्रकरण भारत सरकारकडं व मद्रास उच्च न्यायालयातसुद्धा गेलं. या सगळ्यात वेळ वाया गेला; पण ज्यांना विलंब करण्यात रस होता त्यांचा फायदा झाला.

अखेर मुख्य सचिव अश्वनी कुमार यांच्या नेतृत्वाखालील समितीने (या समितीत गृह मंत्रालयाचे वरिष्ठ प्रतिनिधी व पंचायत मंत्रालयाच्या प्रतिनिधींचा समावेश होता.) योग्य नियुक्ती केली.

दहा उमेदवारांमधून राज्य निवडणूक आयुक्तांची निवड करण्यात आली.

माननीय सर्वोच्च न्यायालयाच्या निर्देशानुसार, पुदुच्चेरी प्रशासन व माननीय न्यायालयांनी पुदुच्चेरीला स्थानिक स्वायत्त शासन पुन्हा लाभेल याची व्यवस्था केली आहे. आता मागे फिरायचे नाही. आपल्याला विनाविलंब निवडणूक प्रक्रिया सुरू करण्याचे कायदेशीर निर्देश मिळाले आहेत. मुख्य सचिवांच्या नेतृत्वाखालील टीमच्या प्रयत्नांनी व भारत सरकारच्या पाठिंब्याने पुदुच्चेरीत निवडणुका घेण्यासाठी अत्यंत अनुभवी व वरिष्ठ अधिकारी मिळणार आहेत. ते 'ऑल इंडिया सर्व्हिस'चे सदस्य आहेत. नायब राज्यपालांच्या कार्यालयाने आपली जबाबदारी पूर्ण केली आहे आणि या सर्व गोष्टी कायदेशीर व योग्यरीत्या होण्यामध्ये भूमिका बजावली आहे.

आता आपल्याला हा बदल पट्कन आत्मसात करावा लागेल आणि येत्या काही महिन्यांत योग्य उमेदवार ओळखण्यासाठी व निवडण्यासाठी तयार राहावे लागेल, ज्यायोगे आपण 'समृद्ध पुदुच्चेरी'चे ध्येय साध्य करू शकू.

/thekiranbedi @thekiranbedi www.kiranbedi.com @kiranbediofficial

संपूर्ण ब्लॉगसाठी क्यूआर स्कॅन करा.

अखेर राज्य निवडणूक आयुक्तांची नियुक्ती झाली व त्यांचे कामकाजही सुरू झाले. मी पुदुच्चेरीत असेपर्यंत तारखा जाहीर झाल्या नव्हत्या.

सन २०२१ - २२ मध्ये (२००६ नंतर) या केंद्रशासित प्रदेशात अखेर पंचायत निवडणुका होतील अशी आशा आहे. माननीय सर्वोच्च न्यायालयाला धन्यवाद.

बातम्यांच्या क्लिप्स व ग्राफिक्ससाठी क्यूआर स्कॅन करा.

प्रकरण ४३

निडर न्यायालयीन लढाया

राजकीय आस्थापनेने अनेक महत्त्वाच्या विषयांसंदर्भात नायब राज्यपालांना असलेल्या अधिकारांना न्यायालयात आव्हान दिलं.

त्यांना कायदे व नियम माहीत असूनही त्यांनी हे पाऊल उचललं. त्यांच्यापैकी काहीजण स्वत:ला कायदेपंडित म्हणवत असत. स्वत: मुख्यमंत्री वकिली करत असत. या कृतीमागचा मुख्य उद्देश होता-नायब राज्यपालांच्या कार्यालयाला सतत धास्तीत ठेवणं आणि कुठलाही बदल घडू न देणं, त्याची गती रोखणं अथवा असफल करणं.

टीम राजभवन व मी हे डावपेच ओळखून होतो. आम्ही त्यांच्या पुढे राहिलो; कारण त्यांनी आव्हान दिलं तरी न्यायालयाचा निकाल दर खेपेला आमच्या बाजूने लागत होता किंवा आम्ही अपील करत होतो.

आम्ही दक्ष व तत्पर दोन्हीही राहिलो होतो आणि कोणत्याही प्रकारच्या

अन्यायाबाबत संवेदनशील. आमची खुली व पारदर्शी कार्यपद्धती यांमुळे आम्ही टिकून होतो. आम्हाला काहीतरी अघटित घडू शकेल असे इशारे मिळत होते; पण आम्ही निर्धाराने व पुराव्यानिशी प्रतिसाद देत होतो, आपणहून अथवा प्रतिक्रियेदाखल.

जेव्हा इतिहास या सेवाकालाचा आढावा घेईल, तेव्हा आम्ही अप्रामाणिकतेला व पिळवणुकीला अजिबात थारा दिला नव्हता हे लक्षात येईल.

दोन आमदारांची विधाने याला पुष्टी देतात.

विरोधी पक्षाच्या एका प्रमुख नेत्याच विधान होत, "माननीय मुख्यमंत्र्यांनी नायब राज्यपाल कार्यालयाला न्यायालयात पुन:पुन्हा आव्हान देण्यामुळं, नायब राज्यपाल कार्यालयाचे कायदेशीर अधिकार भक्कम झाले असून, त्यामुळं निर्वाचित सरकार दुर्बल बनत आहे."

दुसरे एक आमदार म्हणाले होते,

"आता आम्हाला कुठला अधिकारच उरलेला नसताना, निवडणुका लढवण्यात काय अर्थ आहे?"

भारत सरकार, गृहमंत्रालय नायब राज्यपालांचे पद पूर्णत: सुरक्षित करण्यात यशस्वी झाले. खालील बाबींमध्ये न्यायालयाचे निकाल आमच्या बाजूने लागले.

वैद्यकीय महाविद्यालयांच्या शुल्कावर नियंत्रण.

नामनिर्देशित आमदारांना मतदानाचा अधिकार देणे.

सागायिक योजनांमधील निधी थेट बँक खात्यात जमा करण्याची सुविधा निर्माण करणे.

स्थानिक स्वराज्य संस्थांच्या निवडणुकांसाठी, राज्य निवडणूक आयुक्तांची खुल्या पद्धतीने निवड करणे.

नायब राज्यपाल हा केंद्रशासित प्रदेश व भारत सरकार यांना जोडणारा पूल अशा भूमिकेत असतो यावर शिक्कामोर्तब.

याखेरीज, नायब राज्यपालांच्या कार्यालयामध्ये शपथविधी झालेल्या व संपूर्ण राजकीय वर्तुळाने तीव्र विरोध केलेल्या तीन नामनिर्देशित आमदारांच्या मतदानाच्या अधिकाराचे रक्षण.

या प्रकरणी बचावासाठी दिग्गज कायदेतज्ज्ञांना पाचारण करण्यात आलं. वर नमूद केलेली सर्व प्रकरणे माननीय सर्वोच्च न्यायालयामध्ये गेली.

केस १: वैद्यकीय प्रवेशाच्या जागा

खासगी वैद्यकीय महाविद्यालयांकडून आकारल्या जाणाऱ्या अवाजवी शुल्कावर नियंत्रण आणण्यासंदर्भात पहिला न्यायालयीन हस्तक्षेप झाला. राजकीय आस्थापना परिणामकारकरीत्या हस्तक्षेप करण्यात व संघटित पिळवणुकीच्या प्रचलित प्रथेशी

दोन हात करण्यात अपयशी ठरल्याने हा हस्तक्षेप झाला. हितसंबंध पणाला लागलेले असल्यामुळे राजकीय आस्थापना हे करू शकली नाही.

पब्लिक इन्टरेस्ट लॉयर श्री. व्हीबीआर मेनन यांनी यासंदर्भात विस्तृत संशोधन केलं व त्यांना सहायक महाधिवक्ता श्री. श्रीनिवासन यांनी साथ दिली. या दोघांचेही आभार. त्यांच्यामुळे आम्ही माननीय उच्च न्यायालयात आमची बाजू योग्य प्रकारे मांडू शकलो.

संबंधित सर्व बाजूंचे म्हणणे ऐकल्यानंतर, माननीय मद्रास उच्च न्यायालयाने (डब्ल्यूपी १४२३२/२०१७ मध्ये) अंतरिम आदेश दिला. त्यामध्ये त्यांनी सर्व अभिमत विद्यापीठांच्या वैद्यकीय महाविद्यालयांना रुपये दहा लाख तदर्थ शुल्क घेऊन विद्यार्थ्यांना प्रवेश देण्याचे निर्देश दिले. तसेच, न्यायालयाने मनुष्यबळ विकास मंत्रालय व विद्यापीठ अनुदान आयोगाला अभिमत विद्यापीठांच्या महाविद्यालयांचे शुल्क निश्चित करण्यासाठी शुल्क समिती स्थापण्याचेही निर्देश दिले.

एका अभिमत विद्यापीठाच्या महाविद्यालयाने याला माननीय सर्वोच्च न्यायालयात आव्हान दिले (एसएलपी १९३१५/२०१७). यामध्ये महाविद्यालयाने अंतरिम स्थगिती मागितली. मात्र, माननीय सर्वोच्च न्यायालयाने, उच्च न्यायालयाने दिलेल्या आदेशाचा लाभ केंद्रशासित प्रदेशातील विद्यार्थ्यांनाही दिला. माननीय सर्वोच्च न्यायालयाने अभिमत विद्यापीठांकडून आकारले जाणारे शुल्क नियंत्रित करण्यासाठी विद्यापीठ अनुदान आयोगाला शुल्क समिती स्थापण्याचे निर्देश दिले.

या केसचा निकाल संपूर्ण भारतात लागू झाला.

पुदुच्चेरीतील गुणवत्तापूर्ण विद्यार्थ्यांना न्याय मिळण्यासाठी सुरू झालेला लढा एका तर्कसंगत निष्कर्षाप्रत पोहोचला. यामुळे अभिमत विद्यापीठे नियामक मंडळाच्या कक्षेत आली.

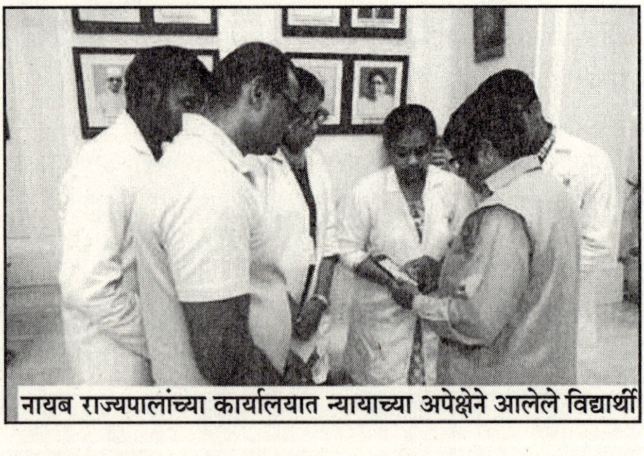

नायब राज्यपालांच्या कार्यालयात न्यायाच्या अपेक्षेने आलेले विद्यार्थी

पुदुच्चेरीतील विद्यार्थ्यांना न्याय देण्यासाठी सुरू झालेल्या या लढ्यानं संपूर्ण देशासाठी एक आदर्श उदाहरण घालून दिलं. या महत्त्वपूर्ण कायदेशीर लढ्याने हितसंबंध गुंतलेल्या व्यक्तींचे मनसुबे धुळीला मिळवले.

केस २ : प्रशासकाचे अधिकार

बराच काळ माननीय मुख्यमंत्री नायब राज्यपाल कार्यालयाच्या प्रगतिशील कामकाजात खोडा घालत होते. नायब राज्यपालांना अधिकाऱ्यांना बोलावण्याचे अधिकार नाहीत, असा दावा करत माननीय मुख्यमंत्र्यांनी वित्त सचिवांना मला न भेटण्याचे निर्देश दिले, तेव्हा ठिणगी पडली.

मी हे प्रकरण गृहमंत्रालयाकडे नेलं. त्यांनी २० जानेवारी, २०१७ रोजी एक पत्र जारी केलं. त्या पत्रामध्ये कायद्यातील तरतुदी आणि पुदुच्चेरी सरकारचे बिझनेस रूल्स नमूद केले होते. त्या पत्राने नायब राज्यपालांची प्रशासकीय बाबींतील अविभाज्य भूमिका स्पष्ट केली.

मुख्यमंत्री केंद्रशासित प्रदेशाची राज्याशी बरोबरी करत राहिले. त्यांनी गृहमंत्रालयाच्या पत्रावर प्रश्न उपस्थित करणारी पत्रमालिका लिहिली. जून २०१७ मध्ये गृहमंत्रालयाने नायब राज्यपालांच्या अविभाज्य भूमिकेचा पुनरुच्चार केला. मुख्यमंत्र्यांनी हे प्रकरण न्यायालयात नेलं. अखेर, मद्रास उच्च न्यायालयाच्या खंडपीठाने एकल पीठाचा निर्णय रद्दबातल ठरवला (त्यांनी नायब राज्यपालांच्या कार्यालयाला प्रतीकात्मक प्रमुख ठरवलं होतं.) हा मुख्यमंत्र्यांसाठी धक्का होता.

केस ३ : मोफत तांदूळ वाटप

नायब राज्यपालांच्या कार्यालयाने गृहमंत्रालयाला लाभार्थींना मोफत तांदळासाठी देण्याचा निधी थेट त्यांच्या खात्यावर जमा करण्यासंदर्भात जी विनंती केली होती, त्याला माननीय मुख्यमंत्र्यांनी न्यायालयात आव्हान दिलं होतं.

दारिद्र्य रेषेखालील जे लाभार्थी मोफत तांदळाचे हक्कदार होते, त्यांना तो वितरित करण्यात येणाऱ्या अनेक समस्या लक्षात घेऊन (उदाहरणार्थ - भुरट्या चोऱ्या, गळती, हीन दर्जाचा तांदूळ) हा निर्णय घेण्यात आला होता.

मंत्रिमंडळाला मोफत तांदळाचे वितरण प्रत्यक्ष व्हायला हवे होते. त्यांना 'डीबीटी' नको होते. याचाच अर्थ, निविदा प्रसिद्ध करणे, कंत्राटदार नेमणे, दरासंदर्भात वाटाघाटी करणे या सगळ्या गोष्टी येणार होत्या. आम्ही भारत सरकारला या मतभिन्नतेबद्दल कळवलं, तेव्हा त्यांनी मुख्यमंत्र्यांना 'डीबीटी' मॉडल (डायरेक्ट बेनिफिट ट्रान्सफर ऑफ मनी) अनुसरण्याबाबत निर्देश दिले. या निर्णयाने संतप्त झालेल्या माननीय मुख्यमंत्र्यांनी स्वतः रिट याचिका दाखल केली.

माननीय मद्रास उच्च न्यायालयाने केंद्र सरकारचे आदेश वैध असल्याचा निकाल दिला. त्यामध्ये माननीय न्यायालयाने म्हटले होते, की केंद्रशासित प्रदेशाचे मुख्यमंत्री गृहमंत्रालयामार्फत दिलेल्या राष्ट्रपतींच्या आदेशाला आव्हान देऊ शकत नाहीत; कारण मंत्रिमंडळाचे प्रमुख या नात्याने त्यांनीही घटनेतील तरतुदींचे पालन करण्याची शपथ घेतलेली आहे.

केस ४ : नामनिर्देशित आमदार

भारत सरकारने तीन उमेदवारांचे पुदुच्चेरीच्या विधानसभेचे सदस्य म्हणून नामनिर्देशन केल्याची अधिसूचना काढल्यानंतर, मी ४ जुलै, २०१७ रोजी या तीन सदस्यांना शपथ दिली. विधानसभाध्यक्षांनी त्यांना मान्यता देण्यास नकार दिला होता व त्यांचे नामनिर्देशन रद्द केले होते.

विधानसभाध्यक्षांच्या कारवाईला आव्हान देत या संतप्त सदस्यांनी मद्रास उच्च न्यायालयात धाव घेतली. तिथे त्यांचे नामनिर्देशन ग्राह्य धरण्यात आले.

मग मंत्रिमंडळाने या निकालाला माननीय सर्वोच्च न्यायालयात आव्हान दिले. सर्वोच्च न्यायालयाने हे अपील अमान्य केले व या तीन सदस्यांचे नामनिर्देशन ग्राह्य धरले. तसेच त्यांनी हे नामनिर्देशित सदस्य बजेटमध्ये व सरकार विरुद्धच्या अविश्वास ठरावावर मतदान करतील, असेही निर्देश दिले.

माननीय सर्वोच्च न्यायालयाने पुढे म्हटले, 'संसदेने तसा कायदा संमत केला नसेल, तर प्रत्येक केंद्रशासित प्रदेशाचे प्रशासन राष्ट्रपतींद्वारे त्यांनी निर्दिष्ट व नियुक्त केलेल्या पदावरील प्रशासकाद्वारे चालवायचे आहे.'

अशा प्रकारे, प्रशासक त्याला घटनेच्या कलम २३९ नुसार मिळालेल्या अधिकाराच्या कक्षेत काम करतो तेव्हा तो केंद्र सरकार असेल.

या निर्णयाने राजकीय आस्थापनेसमोर प्रशासकाचे स्थान बळकट झाले.

केस ५ : राज्य निवडणूक आयुक्तांची नियुक्ती

मला निर्वाचित सरकारने केलेली राज्य निवडणूक आयुक्तांची नियुक्ती रद्द करावी लागली; कारण हे 'पुदुच्चेरी व्हिलेज अ‍ॅन्ड कम्यून पंचायत्स अ‍ॅक्ट, १९७३'चे स्पष्ट उल्लंघन होते.

मी मुख्य सचिवांना यासंदर्भात केंद्रीय गृहमंत्रालयाचे मार्गदर्शन घेण्याची विनंती केली. स्थानिक स्वराज्य संस्थांच्या निवडणुका घेण्यासाठी सर्वोत्कृष्ट उमेदवाराची निवड करताना कायद्याचे अनुपालन व्हावे व पारदर्शक प्रक्रिया असावी, असे केंद्रीय गृहमंत्रालयाने स्पष्ट निर्देश दिले.

या निर्देशांविरुद्ध राजकीय आस्थापना मद्रास उच्च न्यायालयात गेली. तिथे

त्यांची माझा सल्ला रद्दबातल ठरवावा व त्यांनी याआधी केलेली नियुक्ती रद्द करण्याचा आदेश रद्दबातल करावा, अशी मागणी होती.

सर्व बाजूंचे म्हणणे ऐकल्यानंतर (त्यात भारत सरकारचाही समावेश होता) न्यायालयाने नायब राज्यपाल कार्यालयाने प्रस्तावित केलेल्या पारदर्शी योजनेच्या बाजूने निकाल दिला. द्विसदस्यीय पीठाने निकालात म्हटले, की केंद्रीय गृहमंत्रालयाच्या संमतीने नियुक्ती संदर्भात तयार केलेल्या योजनेत त्यांना काहीही गैर आढळले नाही. ही निवड मुख्य सचिवांच्या अध्यक्षतेखालील समितीने (या समितीत दोन स्वतंत्र सदस्य होते. एक केंद्रीय गृहमंत्रालयातील व दुसरा पंचायत राज मंत्रालयातील) करावयाची आहे.

हा निकाल म्हणजे राजकीय आस्थापनेसाठी आणखी एक धक्का होता.

या निकालांनी प्रशासनाच्या कायदेशीर स्थानावर (युनियन टेरिटरी ॲक्ट व बिझनेस रूल्समध्ये दिलेल्या) शिक्कामोर्तब केलं; पण या प्रक्रियेमुळे पुदुच्चेरीच्या जनतेच्या मनात प्रचंड गोंधळ निर्माण झाला व त्यांची हिंमत खचली. ते कुठल्या ना कुठल्या बाबतीतल्या कायदेशीर लढायांबद्दल दररोज वाचत होते.

प्रसारमाध्यमांच्या दृष्टीने, यामुळे त्यांचे वाचक वाढत होते.

हे संघर्ष टाळता येण्याजोगे होते. यामुळे पुदुच्चेरीच्या जनतेच्या मनात प्रचंड गोंधळ आणि चिंता व अस्वस्थता निर्माण झाली होती. यामुळे सरकारी अधिकाऱ्यांची उचलबांगडी होत होती व त्यांच्यासमोर पेचप्रसंग निर्माण झाला होता. याची किंमत जनहित व विकासासाठी असलेल्या सरकारी तिजोरीला चुकवावी लागली. यामुळे प्रसारमाध्यमेही 'हायजॅक्ड' राहिली. कोणत्या गोष्टींचा आरंभ झाला आहे व बदल घडत आहेत यावर लक्ष देण्याऐवजी त्यांच्या बातम्या संघर्षाभोवती फिरत राहिल्या. त्यामुळे नकारात्मकता व मळभ पसरत राहिले. आमच्या सर्व उपक्रमांमध्ये सकारात्मक ऊर्जा भरत राहण्याचा आम्हाला रोज निर्धार करावा लागत होता. **चांगली बातमी अशी, की आम्ही यशस्वी झालो!**

राजभवन प्रकाशनासाठी क्यूआर स्कॅन करा

(from pre page)

No. 144/LGS/2019
Lt. Governor's Secretariat

271. This was discussed with Chief Secretary today (04/07/2019).

272. The eligibility to apply for the post of State Election Commissioner will be as follows:-

> *"State Election Commissioner shall be appointed from amongst persons, who served under the Government of Union, or under the Government of a State or Union territory for not less than twenty-five years, having knowledge and experience in conducting elections".*

271. Accordingly applications be called for from eligible persons through open advertisement.

Kiran Bedi

(Dr. Kiran Bedi)
Lieutenant Governor
4. 7. 2019

Chief Secretary

प्रकरण ४४

'कोविड-१९' शी लढताना...

कोविडचा काळ हे महाभयंकर दुःस्वप्न होतं. ही महामारी कुणालाही सोडणार नाही हे लक्षात यायला कित्येक महिने आम्हाला दिव्य पार करावं लागलं.

हा काळ कधी सरणार... आपण त्यातून कसे पार होणार? ही महामारी कधी संपणार आहे का? हे सगळं धडकी भरवणारं होतं. कधी कधी आम्हाला असुरक्षित वाटायचं. लांडगा प्रत्येक दरवाज्याबाहेर उभा होता.

आपल्याला कोविड १९चा तडाखा बसण्याआधी डॉक्टरांमधील वरिष्ठ गट संघटना व संस्थांमध्ये विभागलेले होते. प्रत्येकजण अनेक कारणांसाठी स्पर्धा करत होता. मुख्यत्वे बढती, नियुक्ती, ज्येष्ठता व श्रेणी अशा मुद्द्यांबाबत. त्यांच्या अनेक बाबी दीर्घ काळ साचून होत्या. जे लोक कंत्राटावर होते, ते पैसे अपुरे व विलंबाने मिळतात म्हणून नाराज होते. गुदमरणाऱ्या नियंत्रणात नियुक्त्या मनमानी पद्धतीनं झाल्या होत्या.

सरकारी संस्थांना नेतृत्व नव्हते, तसंच त्यांच्यात विरोधामुळं विभाजन होतं. हे

लोक असंघटित, नुकसानात व अवलंबून राहतील याची हितसंबंध गुंतलेल्या लोकांनी दक्षता घेतली होती. मग तो त्यांच्या कराराचा विषय असो, बढती, नियुक्ती अथवा पगारवाढीचा असो.

या संस्थांचं प्रशासन निष्ठुर होतं. त्यांचे परिसर अस्वच्छ होते. तिथं कसल्याही सुविधा नव्हत्या. अगदी किमान मूलभूत गोष्टींचीसुद्धा देखभाल होत नव्हती. उदाहरणादाखल सांगायचं तर दंत महाविद्यालयात मोडक्या खुर्च्या, तुंबलेली वॉशबेसिन्स व वेडीवाकडी झालेली उपकरणे / हत्यारे असं चित्र होतं. सरकारी वैद्यकीय महाविद्यालयातली लिफ्ट काम करत नव्हती, तसंच प्राणवायूच्या पुरवठ्यासाठी आपत्कालीन पॉवर बॅकअप नव्हता.

सरकारी सुविधांत औषधे व वैद्यकीय उपकरणांचा कृत्रिम तुटवडा होता; कारण खरेदी फक्त एका विशिष्ट स्रोताद्वारे करावी लागत होती. त्यांच्याकडे निधीच्या कमतरतेबरोबरच प्रामाणिकपणाचा अभाव ही गंभीर समस्या होती. विश्वासाचा अभाव होता. शीर्षस्थानी असणाऱ्या लोकांना कोणत्याही अंतर्गत अथवा बाह्य शेअरिंगचा तिरस्कार होता. काही अपवाद वगळता संपर्क संवादाला प्राधान्य नव्हतं.

बऱ्याच डॉक्टरांची डिस्पेन्सरीत नियुक्तीला पसंती होती, तिथं ते सकाळी आठ वाजता येतील (अशी आशा होती) व दुपारी दोनच्या दरम्यान निघतील आणि मग त्यांच्या खासगी व्यवसायाला (त्याला परवानगी होती) जाऊ शकतील, अशी व्यवस्था होती. ते या दुहेरी विशेषाधिकाराचा लाभ घेत होते. वैद्यकीय व्यावसायिकांना नियंत्रकांची मर्जी राखून हे सुरू ठेवण्यासाठी सत्तेच्या बाजूने राहावे लागत होते. यासंदर्भात कोणतेही कर्मचारी धोरण नव्हते.

डिस्पेन्सरींच्या जागा चांगल्या ठिकाणी होत्या; पण तिथल्या 'डेटा'चे संगणकीकरण झालेले नव्हते - दिलेल्या औषधांचे एक्सेल शीटसुद्धा नव्हते, त्यामुळे त्यावरून लेखापरीक्षण नव्हते. सगळ्या नोंदी विपन्नावस्थेतील खुल्या रजिस्टर्समध्ये होत्या.

या डिस्पेन्सरींमध्ये नेमलेले डॉक्टर्स व महिला पॅरामेडिक, कर्मचारी महिला व बालकांच्या लसीकरणाचे - याला भारत सरकारच्या केंद्र प्रायोजित योजनांची लक्षणीय मदत होती- लक्ष्य व वेळापत्रक सांभाळत होते.

इन्टर्नशिप व सामाजिक सेवा यासंदर्भात कसलंही धोरण नव्हतं. पुदुच्चेरीतील वैद्यकीय शिक्षण संस्कृती मुख्यत्वे भाडोत्री होती, सेवाभावी नव्हती. पुदुच्चेरीच्या आरोग्य बजेटमध्ये विद्यार्थी शुल्कासाठी भरघोस अनुदान असूनही ही अवस्था होती.

खासगी वैद्यकीय महाविद्यालयांचा माफिया वैद्यकीय प्रवेशाच्या जागा बळकावत

होता. पुदुच्चेरीतील पात्र वैद्यकीय विद्यार्थ्यांना आणि इतर अर्हताप्राप्त व लायक उमेदवारांना न्याय मिळवून देण्यासाठी प्रदीर्घ व खर्चिक कायदेशीर लढाई लढावी लागली.

पुदुच्चेरीतील वैद्यकीय सेवांच्या या चित्राच्या पार्श्वभूमीवर इथं कोविड १९ महामारीचा तडाखा बसला. आरोग्य विभागामध्ये सोयी-सुविधा व सुसज्जता नव्हती, विशेषत:, मनुष्यबळ व्यवस्थापन व नेतृत्व यासंदर्भात. या विषाणूने उग्र स्वरूप धारण केल्यानंतर, काहीजण हे काम सोडण्याचा गंभीरपणे विचार करू लागले. काहीजणांनी तर ते सोडलंच आणि काहीजणांनी रजा मिळवली.

पुदुच्चेरीच्या आपत्ती व्यवस्थापन कायद्यानुसार, मुख्यमंत्री धोरण बनवण्याच्या राज्य समितीचे अध्यक्ष असतात. खेदाची बाब म्हणजे त्यांनी या महामारीची तीव्रता उशिरा ओळखली. त्यांना हितसंबंध गुंतलेल्या अनेकांचा अनुनयही करायचा होता.

*राजकीय क्षेत्रातील लोक पाठोपाठ निदर्शने आयोजित करून सामाजिक अंतर राखण्याच्या कोविड अनुरूप वर्तनाचे जाहीर उल्लंघन करत होते.

Politicians throw Covid-19 norms to wind

DEBJANI DUTTA @Puducherry

EVEN as the administration is struggling to contain the spread of ... for denial of reservation for OBC community under All India Quota seats in PG medical admissions. Not only social distancing was dis- ... bazhagan, and others were booked under the same sections of the two Acts. Saminathan led the partymen to protest outside the office of dep-

दं न्यू इंडियन एक्स्प्रेस, १६ जून, २०२०

मंत्रिगण कोविडच्या मार्गदर्शक तत्त्वांच्या विरुद्ध जात वातानुकूलित खोल्यांत बंद दाराआड बैठका घेत होते. ते लोकांना वस्तू घेण्यासाठी त्यांच्या घराबाहेर जमण्यास प्रोत्साहन देत होते. कोविड प्रोटोकॉल मोडत, ते क्वचितच मास्क वापरून वाईट उदाहरण घालून देत होते.

सर्वांत वाईट गोष्ट म्हणजे, कोविड प्रोटोकॉलची अंमलबजावणी करण्यासाठी पोलीस दलावर प्रमाणाबाहेर ताण असताना निदर्शने आणि आंदोलने होत होती. काही आमदारांवर तर कारवाईसुद्धा झाली. कोविडची लाट ऐन भरात असतानासुद्धा लक्ष दुसरीकडे वळवण्याचे आणि या महामारीशी दोन हात करण्याचे संयुक्त प्रयत्न दुर्बल करण्याचे प्रयत्न झाले.

कोविडचं आव्हान दिवसेंदिवस वाढतच होतं. त्यावर मात करण्याचं उत्तर

---

* बातम्यांच्या कात्रणासाठी क्यूआर स्कॅन करा

होतं-चाचण्या वाढवणं. कॉन्टॅक्ट ट्रेसिंग करणं, कोविड संशयितांवर पाळत ठेवणं, डेटा व्यवस्थापन, योग्य उपचार, योग्य कोविड अनुरूप वर्तन आणि सहयोग.

भाजी मंडईतील सोशल डिस्टन्सिंग

पण, व्यावसायिक व राजकीय नेतृत्वाच्या अभावी, त्यातसुद्धा इच्छाशक्ती व निर्धाराच्या अभावी हे प्रयत्न विस्कळीत होत होते. अशा संकटसमयी आपत्ती व्यवस्थापन कायद्यानं मुख्यमंत्र्यांच्या हाती नेतृत्व सोपवलं होतं. नायब राज्यपाल कार्यालयानं दाखवलेली कोणतीही आस्था अथवा हस्तक्षेप ही 'लुडबूड' मानली जात होती. नायब राज्यपालांच्या कार्यालयाने केवळ बघ्याची भूमिका घेणं अपेक्षित होतं.

आरोग्य विभागाने दररोज तुलनात्मक अभ्यास करण्यासाठी आवश्यक असणारं मध्यवर्ती केंद्र उभारलं नव्हतं. तत्कालीन आरोग्यमंत्र्यांनी त्यात खोडा घातला होता. यासंदर्भात माहिती संकलित करण्यासाठी फक्त एका छोट्या डेस्कची व्यवस्था होती, दिल्लीतील मध्यवर्ती केंद्राला आकडेवारी पुरवण्यापुरती - दुःखद बाब म्हणजे ते ही माहिती दक्षिणेतील 'एम्स' मानल्या जाणाऱ्या पुदुच्चेरीस्थित 'जेआयपीएमईआर'शी शेअर करत नव्हते. अशा संकटसमयीसुद्धा अलग राहून काम करणं व चढाओढीची वृत्ती तशीच होती.

मला आरोग्य सचिवांना 'जेआयपीएमईआर'ला डेटा पासवर्ड देण्याचे 'आदेश' द्यावे लागले. आत्तापर्यंत विभागाने तो का शेअर केला नाही, याबद्दल विचारणा केली असता वरिष्ठ डॉक्टरांनी त्यांना तो न देण्याच्या सूचना असल्याचे सांगितले.

दरम्यान, मुख्य सचिव सायंकालीन ब्रिफिंगच्या वेळी भारत सरकारकडून मिळालेली अद्ययावत माहिती संबंधित विभागांच्या सचिवांपर्यंत पोहोचवत होते. हे विभाग असे : आरोग्य, अन्न व नागरी पुरवठा, कामगार, उद्योग, पर्यटन, सार्वजनिक बांधकाम, स्थानिक प्रशासन, समाजकल्याण, पोलीस महासंचालक, जिल्हाधिकारी, प्रदेशांचे प्रशासक.

त्यानंतर परिस्थितीनं 'जेआयपीएमईआर', सामान्य रुग्णालय व इंदिरा गांधी वैद्यकीय महाविद्यालय यांना सहभागी करून घेण्यास भाग पाडलं. या गटामध्ये घेतले गेलेले महत्त्वपूर्ण निर्णय मुख्यमंत्र्यांच्या आपत्ती व्यवस्थापन गटांच्या बैठकांमध्ये सौम्य होताना दिसत होते. इतक्या महत्त्वाच्या बैठकांचा इतिवृत्तान्त कित्येक दिवस बाहेर येत नसे. माझ्या लक्षात आलं, की या संकटाला तोंड देण्याचा प्रयत्न करत असताना आम्ही दोन पावलं पुढं जात होतो आणि तीन पावलं मागे येत होतो.

एक अवस्था अशी आली की, आरोग्य सचिवांनी हात वर केले व ते रजेवर गेले. त्यांनी त्याचं कारण 'टेन्शन' असं दिलं होतं. रुग्णसंख्येचा आलेख चढता होता. लोक भयभीत होते आणि आमच्या वैद्यकीय पायाभूत सुविधा कोसळण्याच्या बेतात होत्या. डॉक्टर्ससुद्धा काळजीत होते. त्यांच्यापैकी काहीजणांना स्वतःच्या सुरक्षेचं भय होतं. ते प्रचंड शिणले होते. त्यांच्याकडे राखीव काहीही नव्हतं; पण तरीही ते असंघटितच होते आणि त्यांना खासगी वैद्यकीय महाविद्यालये व इतर पॅरामेडिक्सचा पाठिंबा नव्हता.

अखेर नियंत्रण कक्ष स्थापन झाला.

मी मागे वळून पाहते तेव्हा लक्षात येतं, की दर महिन्यात आम्ही खूप भोगलं; पण त्यातून आम्ही शिकत गेलो.

मार्च २०२०

या महिन्यात कोणत्याही कोविड रुग्णाची नोंद नव्हती.

पंतप्रधानांनी जाहीर केलेल्या 'जनता कर्फ्यूत' आम्ही २१ दिवसांचा लॉकडाउन पाळला. लोकांमध्ये कोविड प्रोटोकॉलबाबत - सामाजिक अंतर, हात स्वच्छ धुणे व चेहऱ्यावर मास्क लावणे- जागृती केली.

आम्ही स्वच्छता कर्मचाऱ्यांना सुरक्षा साहित्य पुरवलं, ये-जा करण्यासाठी बसेस उपलब्ध करून दिल्या आणि त्यांना राहण्यासाठी व खाण्यापिण्यासाठी कम्युनिटी हॉल उपलब्ध करून दिला; कारण शहराची स्वच्छता अत्यंत महत्त्वाची होती.

स्वच्छता कर्मचारी

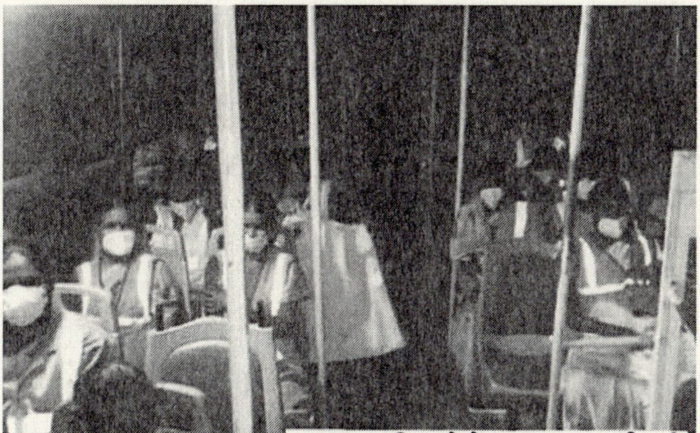

बसमधून निघालेले स्वच्छता कर्मचारी

एप्रिल २०२०

वैद्यकीय बुलेटिन

महिना	तपासण्या	पॉझिटिव्ह	टक्केवारी	गृहविलगीकरण	रुग्णालय	मृत्यू
११ एप्रिल २०२०	१४७४	८	०.५५	कोणीही नाही	८	१

एका आमदार महोदयांनी कोविड अनुरूप वर्तनात त्रिसूत्रीचा भंग केल्याबद्दल त्यांच्यावर कारवाई झाली. कायद्याच्या अंमलबजावणीसाठी पुदुच्चेरी पोलिसांनी खासगी सुरक्षा यंत्रणा व राष्ट्रीय छात्रसैनिकांची मदत घेतली होती. सामाजिक अंतर राखण्यात पोलिसांना त्यांची मदत झाली. गर्दी टाळण्यासाठी बस स्थानकासारख्या खुल्या मैदानांवर भाजी मंडई भरवण्यात आली. फूड कॉर्पोरेशन ऑफ इंडिया (एफसीआय) कडून उपलब्ध झालेलं धान्य नागरी पुरवठा विभागाने पात्र कुटुंबांना वितरित केलं; वाहतूक पोलिसांनी व्यापारी वाहनांची रहदारी सुरळीत राखली आणि वैद्यकीय टीम्सनी पुदुच्चेरीबाहेरून येणाऱ्या संशयित रुग्णांची कोविड चाचणी सुरू केली.

लॉकडाउनच्या काळात जी दुकाने बंद असणं अपेक्षित होतं त्यांनी मागच्या दाराने गुपचूप दारू विक्री केल्याबद्दल चोवीस दुकानांचे परवाने रद्द करण्यात

आले. यातून उत्पादन शुल्कचे अधिकारी, विक्रेते व ग्राहक यांचं संगनमत दिसून आलं. त्यानंतर बदल्या व अटक झाली. आम्ही हे प्रकरण पुढील तपास व कारवाईसाठी सीबीआयकडं देण्याची शिफारस केली, त्यामुळं राजकीय आस्थापना संतप्त झाल्या.

या निर्णयामुळे शेजारच्या तमिळनाडूतून येणारे ८६ मार्ग बंद करण्यात आले. मद्य तस्करीला आळा घालणे हा यामागचा उद्देश होता. यामुळे सतत पाळत ठेवण्याच्या अतिरिक्त कामाचा स्थानिक पोलिसांवर भार वाढला.

मुख्य सचिव केंद्र सरकारकडून आलेल्या सूचना सर्व संबंधित विभागांना देण्यासाठी दररोज सर्वसमावेशक 'ब्रिफिंग्ज' घेत होते.

मे २०२०

वैद्यकीय बुलेटिन

महिना	तपासण्या	पॉझिटिव्ह	टक्केवारी	गृहविलगीकरण	रुग्णालय	मृत्यू
मे	४९०२	६२	१.२७	कोणीही नाही	६२	०

लॉकडाउन दोन आठवड्यांनी वाढले. या कालावधीत मोफत धान्य वितरण सुरू होतं. कोविड अनुरूप वर्तनाची त्रिसूत्री पाळण्यात चालढकल करणाऱ्या ६५७३ लोकांवर पोलिसांनी मास्क न घालण्याबद्दल दंडात्मक कारवाई केली.

पोलिसांनी अवैध दारूविक्रीसंदर्भात २३६ एफआयआर दाखल केले. उत्पादन शुल्क आयुक्तांनी १०० दारू विक्री दुकानांचे परवाने रद्द केले. पोलिसांसाठी हा अतिरिक्त ताण होता; पण काळाबाजार करणाऱ्यांसाठी हा कडक संदेश होता.

सरकारने जवळपासच्या 'रेड झोन'मधील ग्राहकांना परावृत्त करण्यासाठी मद्यधोरण ठरवलं. कोविड टीमने पॉझिटिव्ह आलेल्या रुग्णांचं 'कॉन्टॅक्ट ट्रेसिंग' सुरू केलं. स्थलांतरित लोक अस्वस्थ झाले होते, त्यांना परत जायचं होतं. जिल्हाधिकाऱ्यांनी त्यांच्या सुरक्षित निर्गमनासाठी विशेष व्यवस्था केली. त्यांनी कोविडशी निगडित बाबींसाठी 'ऑनलाईन क्लिअरन्स'ची सोय केली.

जून २०२०

वैद्यकीय बुलेटिन

महिना	तपासण्या	पॉझिटिव्ह	टक्केवारी	गृहविलगीकरण	रुग्णालय	मृत्यू
जून	१००२६	६४४	६.४३	कोणीही नाही	६४४	१२

मुख्य सचिव व उर्वरित टीमशी होणारी माझी 'ब्रिफिंग्ज' 'व्हर्च्युअल' होऊ लागली. मी त्यामध्ये 'जेआयपीएमआर'चे संचालक, कराईकलचे जिल्हाधिकारी आणि यानम व माहेचे प्रादेशिक प्रशासक यांनाही सहभागी करून घेतलं होतं. या ब्रिफिंगमध्ये मुख्य सचिव सर्व अधिकाऱ्यांना भारत सरकार व इंडियन कौन्सिल ऑफ मेडिकल रिसर्च (आयसीएमआर) कडून आलेल्या ताज्या सूचनांसह अद्ययावत माहिती देत असत.

रुग्णसंख्या वाढतच होती. चाचण्यांची सुविधा अपुरी पडत होती. वैद्यकीय टीम्सद्वारे कॉन्टॅक्ट ट्रेसिंग अजूनही पुरेशा प्रमाणात होत नव्हतं. शिक्षक फिल्डवर जायला राजी नव्हते.

मुख्य सचिवांनी डॉक्टरांसोबत बैठक घेऊन त्यांच्या सहभागाची गरज विशद केली; पण त्यातून कोणतीही सकारात्मक फलनिष्पत्ती झाली नाही. मासळी बाजार 'सुपर स्प्रेडर' असल्याचं म्हटलं जात होतं. जिल्हाधिकाऱ्यांनी तेथील गर्दी कमी केली.

बस स्थानकाचे भाजी मंडईत रूपांतर केले.

सर्वांत वाईट गोष्ट म्हणजे, पुन:पुन्हा आवाहन करूनही राजकीय वर्तुळातील

लोक नायब राज्यपाल कार्यालयाचे कोविडचा मुकाबला करण्यासाठी सुरू असलेले सर्व प्रयत्न व प्रतिबंधात्मक उपाय यांविरोधात गोंधळ माजवत होते. या लोकांनी माझा पाठिंबा व मदत म्हणजे 'त्यांच्या कामात ढवळाढवळ' मानली. जेव्हा लोक तडफडत होते त्यावेळी या लोकांना काय हवं होतं, हे रहस्यच राहिलं आहे.

दरम्यान, रुग्णसंख्या वाढत होती. रुग्णालये व कोविड केंद्रात बेड मिळत नव्हते. औषधांची तीव्र टंचाई होती, डॉक्टर्स, परिचारिका व संरक्षक उपकरणांची कमतरता भासत होती. परिस्थिती दिवसेंदिवस गंभीर बनत चालली होती. मृत्यूचे आकडे दररोज वाढत होते. लोकांमध्ये प्रचंड वेदना होती. स्वतः आरोग्य सचिव वैद्यकीय रजेवर गेले होते.

जुलै २०२०

वैद्यकीय बुलेटिन

महिना	तपासण्या	पॉझिटिव्ह	टक्केवारी	गृहविलगीकरण	रुग्णालय	मृत्यू
जुलै	२२४२६	२७६४	१२.३२	२३ जुलै २०२० पासून २१३	१३२५	३७

'जेआयपीएमईआर'चे संचालक डॉ. राकेश अगरवाल यांनी कोविंडच्या परिस्थितीबाबत वर्तवलेला अंदाज हा धोक्याचा इशारा होता. सर्वांसाठी एकच संदेश होता- स्वत:चे रक्षण करा आणि इतरांचेही रक्षण करा.

पाचपैकी एका व्यक्तीला संसर्ग झालेला होता आणि आपल्याला कोविड झाला आहे हे त्यांना माहीत नव्हते. ते सगळीकडे तसेच फिरत होते. आरोग्य विभागामार्फत निर्माण केलेल्या सुविधा आणि प्रत्यक्षातील गरज यांचा मेळ बसत नव्हता. वैद्यकीय क्षेत्रातील लोकांनी अखेर माझ्या आवाहनाला प्रतिसाद दिला. माहिती शेअर करण्यासाठी व एकत्र काम करण्यासाठी अत्यंत गरजेचे असलेले नियंत्रण कक्ष उभारण्याची माझी विनंती त्यांनी मान्य केली. आरोग्यमंत्र्यांनी अडथळे आणण्याचा प्रयत्न करूनही जागतिक आरोग्य संघटनेच्या (डब्ल्यूएचओ) प्रमुख शास्त्रज्ञ डॉ. सौम्या स्वामिनाथन यांनी आमच्याकडे भेट दिली.

अखेर नियंत्रण कक्षाद्वारे सर्व सार्वजनिक आरोग्य केंद्रे (पीएचसी)- त्यांना 'डिस्पेन्सरी' असंही म्हटलं जातं - एकत्र जोडली गेली. याआधी, त्यांचा नायब

डॉ. एस स्वामिनाथन, प्रमुख शास्त्रज्ञ, डब्ल्यूएचओ

राज्यपाल कार्यालयाशी कुठल्याही सहयोगाला अथवा त्यांच्या पर्यवेक्षणाला विरोध होता. किंवा ते व्हॉट्स अॅप ग्रूपमध्ये सहभागी व्हायलाही तयार नव्हते. सामाईक केंद्र चालवण्यासाठी नियुक्त केलेले अधिकारी पंकज झा यांनी अतिशय कार्यक्षमपणे मदत केली.

पण, हे सगळं रुग्णवाढ व मृत्युदर रोखण्यास पुरेसं नव्हतं. परिस्थिती तासागणिक अधिक गंभीर बनत चालली होती.

ऑगस्ट २०२०

वैद्यकीय बुलेटिन

महिना	तपासण्या	पॉझिटिव्ह	टक्केवारी	गृहविलगीकरण	रुग्णालय	मृत्यू
ऑगस्ट	३६७१७	१०९६९१	२९.६८	४३०३	६६५८	१७८

जुलै महिन्यात आढळलेल्या पॉझिटिव्ह रुग्णांची संख्या २७६४ होती. तीच संख्या ऑगस्ट महिन्यात (चाचण्यांची संख्या वाढल्यामुळे) १०९६९१ वर गेली होती.

जुलै महिन्यामध्ये मृत्युसंख्या ३७ होती. तीच ऑगस्टमध्ये १७८वर पोहोचली होती. जुलै महिन्यात फक्त १३५ रुग्ण दवाखान्यात दाखल होते, ऑगस्ट महिन्यात हीच संख्या ६६५८ वर गेली होती, तर ४३०३ लोक गृहविलगीकरणात होते.

संपूर्ण पुदुच्चेरीत घबराट पसरली होती. हा विषाणू सगळीकडे मोठ्या प्रमाणात

पसरला होता. आमच्याकडचे साधनस्रोत संपुष्टात आले होते. खूप प्रयत्न करूनही आम्ही त्यावर नियंत्रण मिळवण्यात अपयशी ठरलो होतो. प्रतिबंध, निदान, उपचार व प्रशिक्षण या आघाड्यांवर परिस्थिती आणखी बिकट होऊ नये यासाठी अनुभवी व शास्त्रीय तज्ज्ञांची गरज होती.

मुख्यमंत्र्यांनी अजूनही आपत्ती व्यवस्थापन कायद्यातील तरतुदींनुसार खासगी वैद्यकीय महाविद्यालयांना या कामात सहभागी करून घेण्याचे निर्देश दिले नव्हते. अशा संकटसमयी आपल्याकडील साधनस्रोत उपलब्ध करून देण्याची नैतिक व व्यावसायिक जबाबदारी या संस्था टाळत होत्या. लोक मरत होते.

आता कडेलोटाची वेळ आली होती. मी मदतीचं आवाहन केलं. ही औपचारिक पत्रे लिहिण्याची वेळ नव्हती. मी 'एसओएस' पाठवण्यासाठी 'ट्विटर हॅन्डल'चा वापर केला आणि 'पीएमओ', 'यूएचएम' व 'यूएचएस'ना 'टॅग' केलं.

किरण बेदी
@thekiranbedi
पुदुच्चेरीतील कोविड व्यवस्थापनासाठी भारत सरकारच्या पर्यवेक्षणाची व तज्ज्ञ मार्गदर्शनाची गरज आहे.
मी भारत सरकारला आग्रही विनंती करते, की त्यांनी व्यवस्थापनाचा (उपलब्ध साधन स्रोतांच्या सर्वसमावेशक व जास्तीतजास्त उपयोगासह) आढावा घ्यावा. लोक प्रचंड दु:खभोग सोसत आहेत.
PMOindia @AmitShahOffice @BhallaAjay 26
@drharshvardhan @ PIB_India
9:00 AM - Aug 20, 2020 from Pondicherry, India
Twitter for iPhone.

किरण बेदी
@thekiranbedi
पुदुच्चेरीत कोविड आव्हानाचा सामना करण्यासंदर्भात आम्ही केलेल्या विनंतीला तत्पर प्रतिसाद दिल्याबद्दल भारत सरकारचे आभार
@PMOIndia @HMOIndia, @MOHFW-INDIA
आम्ही पुदुच्चेरीच्या जनतेची सुरक्षा व उत्तम आरोग्यासाठी प्रार्थना करतो. हे साहाय्य व मार्गदर्शन यांमुळे, अत्यंत आवश्यक असलेला दिलासा लवकरात लवकर मिळो. @ BhallaAjay 26
२२ ऑगस्ट, २०२०

आम्हाला मदत मिळाली. ती आणखी मिळावी यासाठी मी भारत सरकारशी संपर्क साधला.

आता 'इंडियन कौन्सिल फॉर मेडिकल रिसर्च' (आयसीएमआर)चा प्रवेश झाला. चेन्नईच्या 'नॅशनल इन्स्टिटट्यूट ऑफ एपिडेमिऑलॉजी' (एनआयइ) चे ख्यातनाम शास्त्रज्ञ पुदुच्चेरीत दाखल झाले. डॉ. मनोज व्ही. मुऱ्हेकर, डॉ. पी. गणेश कुमार, डॉ. एम. नेसन व डॉ. प्रभदीप कौर.

हे शास्त्रज्ञ ताबडतोब कामाला लागले. त्यांनी पुदुच्चेरीत तळ ठोकला.

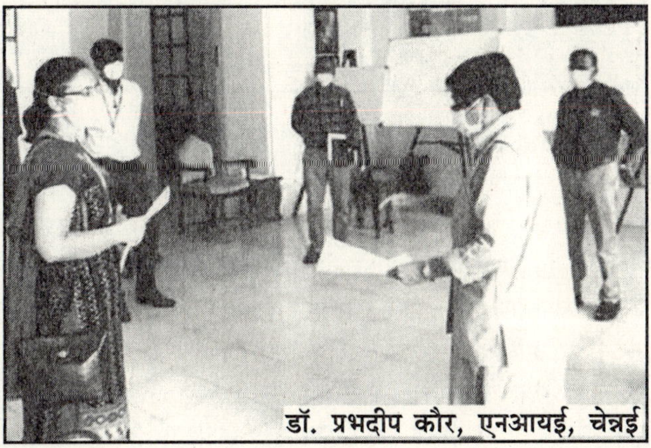

डॉ. प्रभदीप कौर, एनआयई, चेन्नई

त्यांनी आम्हाला सद्य: परिस्थितीचा 'ग्रिम ॲनालिसिस' सांगितला. या टीमने जेष्ठ डॉक्टरांच्या नेतृत्वाखाली पर्यवेक्षण, ॲक्टिव्ह व पॅसिव्ह, चाचण्या, कॉन्टॅक्ट ट्रेसिंग, अलगीकरण, गृह विलगीकरण, उपलब्ध बेडची संख्या 'डेटा' व्यवस्थापन, 'डेटा'धारित निर्णय व क्षमता-निर्मिती या क्षेत्रांमध्ये 'सप्तस्तंभ' स्थापित केले.

ही टीम देखरेख, मूल्यमापन, लेखापरीक्षण व प्रशिक्षणाचे काम करत होती. आमच्याकडे या क्षेत्रातील वैद्यकीय नैपुण्याची जी उणीव होती, ती या तज्ज्ञ मंडळींनी भरून काढली. त्यांनी कराईकल, माहे व यानम हे प्रदेशही सामावून घेतले. त्यांनी अत्यंत आवश्यक असणारा समन्वय व एकीकरण साध्य केले. त्यांच्या कामाची धार कुणीही कमी करू शकलं नाही.

सर्वांत महत्त्वाची गोष्ट म्हणजे त्यांनी सगळं एकसूत्रित केलं.

आता कुणीही ही घडी मोडण्याचं धारिष्ट्य केलं नाही. 'आयसीएमआर'चे तज्ज्ञ डॉक्टरांच्या कामगिरीवर थेट देखरेख करत होते व त्यांना दररोज मार्गदर्शन करत होते.

डॉ. प्रभदीप कौर प्रशिक्षण सत्रात

वर्धित समन्वयाचे आव्हान पेलण्यासाठी आम्ही श्री. ए अनबरसू यांची मदत व पुनर्वसन आयुक्तपदी नियुक्ती केली. त्यांनी डॉ. टी. अरुण, आरोग्य सचिव व वैद्यकीय क्षेत्रातील लोकांसमवेत काम करायचे होते. आता हा विषय पंतप्रधान कार्यालयापर्यंत पोहोचल्यामुळे कसल्याही सबबींना वाव नव्हता. अखेर, खासगी वैद्यकीय महाविद्यालये या कामात सहभागी झाली. दरम्यान, केंद्रीय गृहमंत्रालय प्रगतीचा दैनंदिन आढावा घेत होते. त्यामुळे सर्वजण दक्ष होते.

कोविड संदर्भात कशाप्रकारे काम केलं जात आहे, याबद्दल आम्ही पब्लिक डोमेनमध्ये दररोज पोस्ट करत होतो. त्यामुळे लोकांना त्यांनी सहभागी करून घेतल्यासारखे वाटले. माहितीचा प्रचंड ओघ येत होता आणि आम्ही समस्यांचं निवारण करत होतो. आम्ही तयार केलेल्या कार्यक्षम नियंत्रणकक्षाद्वारे प्रत्येक तक्रारीचा आम्ही बारकाईने मागोवा घेत होतो. त्याबाबतीत आम्ही कोणतीही कसर ठेवली नाही.

हितसंबंध गुंतलेल्या लोकांच्या तीव्र विरोधाकडे अधिकाऱ्यांनी दुर्लक्ष केलं. आमच्याकडे वाया घालवायला वेळ नव्हता. दु:खभोग संपवायचेच होते. मी दररोज दुपारी निश्चित वेळी मदत आयुक्त, आरोग्य सचिव, डीएमएस, डॉ. मोहन, विशेष सचिव, मदत व पुनर्वसन व समन्वय साधणाऱ्या नियंत्रण कक्षासोबत आढावा बैठक घेत होते आणि आवश्यकतेनुसार आयसीएमआरच्या डॉक्टरांना सहभागी करून घेत होते.

ते दुपारच्या ब्रिफिंग टीमचा भाग होते. डॉक्टरांच्या व्हॉट्स ॲप ग्रूप्सना समर्पक नाव दिलं होतं - 'युनायटेड सर्व्हिसेस' अनेक स्रोतांतून आलेल्या सर्व तक्रारी व सूचना इथं पोस्ट केल्या जात असत व त्यांची दखल घेतली जात असे.

कारवाईच्या संदर्भातील फाइल्सना मंजुरी देण्यास राजकीय विलंब होत असूनही कायद्याच्या अंमलबजावणीने लक्षणीय गती पकडली होती. त्यामुळे पोलिसांचे बळ अधिक वाढले होते. तोपर्यंत आम्ही इतर सामाजिक व कायदेशीर उपाययोजना करत

कोविड प्रतिबंधात्मक प्रबोधन करताना बीट पोलीस

होतो. सर्वांत महत्त्वाचं म्हणजे प्रबोधनपर उपाय वापरत होतो.

बीट अधिकारी बाजारपेठांत फिरून लोकांना कोविड प्रतिबंधक त्रिसूत्रीचे स्मरण देत होते. नायब राज्यपालांच्या कार्यालयातील तक्रार कक्ष सर्वांनी केलेल्या कारवायांच्या संख्येची विचारणा करत असे. आम्ही नियमभंग करणाऱ्यांची नावे जाहीर केली. तसेच कौतुकास पात्र असणाऱ्यांची प्रशंसाही केली. सार्वजनिक आरोग्य केंद्राच्या बाबतीत हेच तत्त्व होतं. फिल्डवरील कर्मचाऱ्यांना अधिकाधिक कॉन्टॅक्ट ट्रेसिंगचं काम दिलेलं होतं. फिरत्या टीम्स ताप व कोविड चाचण्या अत्यंत कार्यक्षमतेनं करून विशिष्ट कालमर्यादेत अहवाल देत होत्या.

फोटो, व्हिडिओ व इतर माहितीसाठी क्यूआर स्कॅन करा

सन २०२०-२०२१ कोविड व्यवस्थापन अहवाल

महिना	तपासण्या	पॉझिटिव्ह	टक्केवारी	गृहविलगीकरण	रुग्णालय	मृत्यू
११ एप्रिल २०२०	१४७४	८	०.५५	कोणीही नाही	८	१
मे	४९०२	६२	१.२७	कोणीही नाही	६२	०
जून	१००२६	६४४	६.४३	कोणीही नाही	६४४	१२
जुलै	२२४२६	२७६४	१२.३२	२१ जुलै २०२० पासून २१३	१३२५	३७
ऑगस्ट	३६७१७	१०९६९१	२९.६८	४३०३	६६५८	१७८
भारत सरकारच्या हस्तक्षेपानंतर						
सप्टेंबर	४९३८	४९१	९.९४	१३१	३६०	४
ऑक्टोबर	३१७८	१०५	३.३	३६	६९	०
नोव्हेंबर	२०७६	३३	१.५९	१२	१२	१
डिसेंबर	३११८	३६	१.१५	१	३५	०
जानेवारी २०२१	२३५२	२१	०.८९	६	१५	१

सन २०२०-२०२१ कोविड व्यवस्थापन आलेख

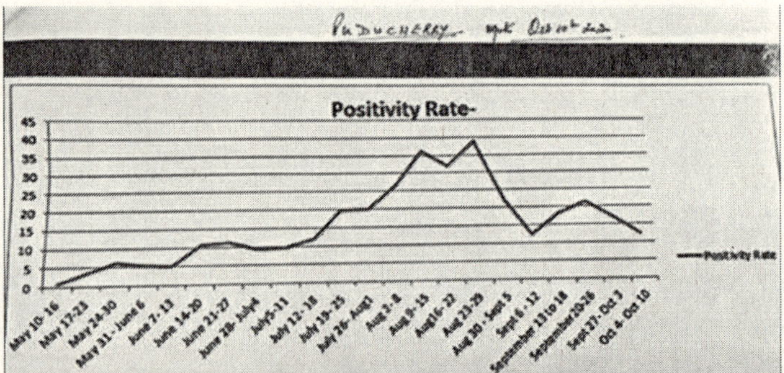

भाग ६
प्रतिकूलतेवर मात

प्रकरण ४५

पुढेच जायचे - २०१६
मुख्यमंत्र्यांचा वेळकाढूपणा

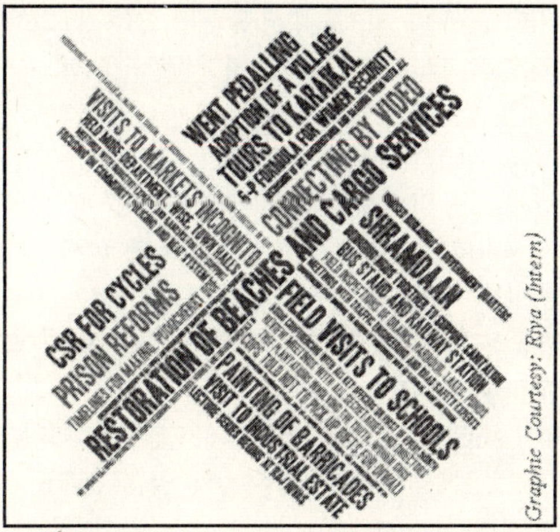

Graphic Courtesy: Riya (Intern)

जून ते डिसेंबर २०१६ या कालावधीतील प्रशासकीय उपक्रम

दिवसागणिक राजकीय आस्थापना उदासीन होत चालली होती. आम्ही त्यांना शक्य त्या सर्व सहभागासाठी आमंत्रित करत होतो; पण ते संयुक्त तपासणीसाठी येण्याचं टाळत असल्याचं माझ्या लक्षात आलं.

ते येण्याचं कबूल करायचे; पण ऐनवेळी काहीतरी सबब सांगायचे किंवा नायब राज्यपाल कार्यालयाला काहीही न कळवता, ऐनवेळी फिरकायचेच नाहीत.

या प्रकारातील लोकांना बहुधा मी त्यांची वाट बघत थांबेन किंवा माझे दौरे रद्द करेन अशी आशा असावी; पण तसं होणार नव्हतं.

टीम राजभवन आणि संबंधित अधिकारी, मुख्यत्वे मधल्या फळीतले, नेहमी साइटवर हजर असत. ते या प्रयत्नांना दाद देत असत. यामध्ये दौरा रद्द करण्याचा किंवा तो पुढे ढकलण्याचा प्रश्नच नव्हता. हे विनंतीअर्ज मुक्तद्वार, पोलीस नियंत्रण कक्ष अथवा ई-मेलद्वारे थेट लोकांकडून येत असल्यामुळं इथं बांधीलकी जपण्याचा

प्रश्न होता.

आम्ही योग्य मार्गावर होतो. पालिका, शिक्षण, आरोग्य सुविधा, प्रवेश, जमिनीवर अतिक्रमण, महिलांच्या बाबतीतले गुन्हे, वाहतुकीसंदर्भात त्रास यांसह अन्य समस्यांकडे एकाच वेळी लक्ष दिलं जात होतं. हे सगळं समांतर सुरू होतं.

मी भाषेचा अडसरसुद्धा दूर केला होता. संवाद साधण्यासाठी माझ्यासोबत दोन सक्षम अधिकारी असत. त्यांची मला मदत होत असे. आम्ही राजभवनचे रूपांतर 'सेवाभवन'मध्ये केले होते. लोकांना दररोज या ठिकाणी दाद मागता येत आहे आणि त्यांच्या तक्रारीसंदर्भात पाठपुरावाही केला जात आहे, ही आत्मविश्वास वाढवणारी गोष्ट होती. त्यानंतर आम्ही अनेक प्रश्नांसंदर्भात लोक अदालतीलाही सहभागी करून घेतलं, त्यामुळे तक्रार निवारणाचा भाग हलका झाला.

संध्याकाळी ६ वाजल्यानंतरचा वेळ माझे सचिव श्री. जी. थेवा नीती धस यांच्यासोबत कार्यालयीन फाइल्स निकाली काढण्यासाठी असे. त्यांनी पुदुच्चेरीच्या प्रशासकीय सेवेत बहुतेकशा पदांवर काम केलेलं असल्यामुळे त्यांना सगळ्या बाबी अंतर्बाह्य माहीत होत्या. प्रत्येक फाइल मौल्यवान होती. काही फायलींवर धोरणात्मक निर्णय आवश्यक असे, तर काही दीर्घ काळ प्रलंबित प्रश्नांसंदर्भातील फाइल्स 'क्लिअरन्स'च्या प्रतीक्षेत असत.

काही फायली कित्येक वर्षे जुन्या होत्या. आम्ही हा केंद्रशासित प्रदेश व इथले लोक यांच्या हिताचा विचार समोर ठेवून, या फाइल्सबाबत वस्तुनिष्ठपणे व न्यायबुद्धीने निर्णय दिले.

कित्येकदा आमच्या मीटिंग्ज रात्रीच्या जेवणानंतर उशिरापर्यंत चालत. संबंधित अधिकारीही आमच्यासोबत डिनर व त्यानंतरच्या चर्चेत सहभागी होत.

व्हिडिओंसाठी क्यूआर स्कॅन करा.

'मुख्यमंत्र्यांचा वेळकाढूपणा'

> **GUV'S POPULARITY FAILS TO GO WELL WITH LEADERS**
>
> THE TIMES OF INDIA JUNE 22, 2016

मला विरोध करण्यासाठी व माझ्यावर नियंत्रण ठेवण्यासाठी माननीय मुख्यमंत्र्यांना नवी दिल्लीहून 'पॅरॉशूट' केल्याचं प्रसारमाध्यमांत बोललं जात होतं.

या कालावधीत आम्ही जे अनेक उपक्रम सुरू केले होते त्यांच्या विरोधात ते उघडपणे पुढे न येता मागेच राहत असल्याचं माझ्या लक्षात आलं. ते नाराज असल्याचं म्हटलं जात होतं; पण ते काहीही बोलत नव्हते. बहुधा अजूनही त्यांना निवडणूक जिंकायची असावी.

लोकांना उत्तम प्रकारे सेवा मिळत होत्या, अशा वेळी त्यांनी या सुधारणांविरुद्ध काही उघड विधान केलं तर ते 'पोलिटिकली इनकरेक्ट' ठरू शकलं असतं.

राजभवन सामान्य लोकांसाठी खुलं झालं होतं आणि सहयोगी सर्जनशीलतेनं लोकांच्या समस्या दूर झाल्या होत्या. माननीय मुख्यमंत्र्यांनी ते स्वीकारलं होतं.

या कालावधीत, कधी कधी त्यांचे एक ज्युनिअर मंत्री आरोग्य टिप्पणी करत होते; पण त्यांनी मौन राखलं होतं.

पोटनिवडणूक जाहीर झाली. २०१६ साली नोव्हेंबर महिन्याच्या अखेरीस ते औपचारिकरीत्या निवडून आले.

निवडणूक झाल्याबरोबर, मी त्यांच्या वागण्यात एकदम बदल घडताना पाहिला.

त्यांनी त्यांच्या ज्युनिअर मंत्रिमहोदयांना माझ्याकडे अवाजवी मागण्या करण्यासाठी पुढे करायला सुरुवात केली. उदाहरणार्थ, मी नवी दिल्लीला जाऊन माझं वजन (जर काही असलं तर) वापरून या केंद्रशासित प्रदेशासाठी निधी मिळवला पाहिजे.

मुख्य सचिवांचे नेहमी असहकार्य असे. त्यांनी नकारात्मक भूमिका बजावली.

मी नायब राज्यपालपदाची सूत्रे स्वीकारल्यानंतर मी सर्वप्रथम माननीय पंतप्रधान, गृहमंत्री व केंद्रीय रेल्वे मंत्र्यांसह अन्य मंत्र्यांकडे पुदुच्चेरी चेन्नई 'शताब्दी'ने जोडण्याची मागणी केली होती.

पण, त्यांनी माझी कोणतीही मोलाची कामगिरी व परिणामकारक निर्णय सार्वजनिकरीत्या जाहीर करू दिले नाहीत. त्यांनी मला मुख्य सचिवांमार्फत संदेश पाठवण्यातही अडथळे आणले. याची काही गरज नाही, असं त्यांचं म्हणणं होतं.

यामुळे पुदुच्चेरीच्या लोकांना माहिती मिळू शकत नव्हती. मी त्यावेळी या गोष्टीचा बाऊ केला नाही.

त्यांनी त्यांचे ज्युनिअर मंत्री व मुख्य सचिवांमार्फत माझ्यावर नियंत्रण ठेवण्याचा प्रयत्न केला.

ते वेळकाढूपणा करत होते. त्याचवेळी आम्ही सर्व बाबतीत गती घेत होतो. ते माझ्यावर नियंत्रण ठेवण्याचा व मला विरोध करण्याचा प्रयत्न करत होते.

बातम्यांच्या क्लिप्ससाठी क्यूआर स्कॅन करा.

प्रकरण ४६

पुढेच जायचे - २०१७
संतप्त मुख्यमंत्री

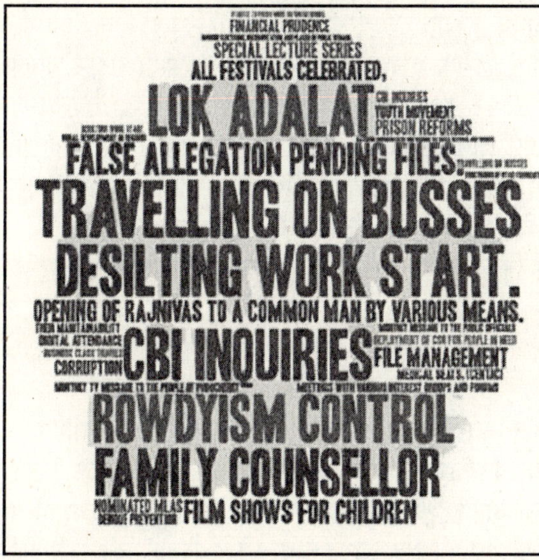

Graphic Courtesy: Riya (Intern)

जानेवारी ते डिसेंबर २०१७ या कालावधीतील आणखी काही उपक्रम

वरील चित्रातून लक्षात येईल, की आम्ही गेल्या सहा महिन्यांतील काम पुढे सुरू ठेवलं होतं आणि राजकीय आव्हाने धुमसत असली, तरी आणखी काही उपक्रमांचा आरंभ केला होता.

अंतर्गत संवाद-संपर्कासाठी मी करत असलेल्या सोशल मीडियाच्या वापरात 'व्यत्यय' आणला गेला; पण मी तो आदेश धुडकावला आणि 'समृद्ध पुदुच्चेरी' व इतर व्हॉट्सअॅप ग्रूप्सचा जास्तीत जास्त विधायक उपयोग करत राहिले.

मुख्य सचिवांनी राजकीय दबावाखाली एका प्रामाणिक पालिका आयुक्तांची बदली केली (त्यांची बदली न करण्याबाबत मी लेखी आदेश देऊनही.)

माझ्या कोणत्याही परिवर्तनकारी उपक्रमांना सहकार्य न करण्याच्या स्पष्ट सूचना मुख्यमंत्री नोकरशाहीला देतच होते.

घडत असलेल्या सुधारणांविरुद्ध, राजकारण्यांनी धरणे आंदोलने केली. माझी व्यंगचित्रे काढली गेली, माझ्यावर निंदाव्यंजक, उपरोधिक लिहून आलं. मंत्रिमंडळाने नवी दिल्लीतील श्रेष्ठींकडे मला परत बोलावण्याची आग्रही मागणी केली; पण भारत सरकारने तसे न करता उलट नायब राज्यपालांचे अधिकार स्पष्ट करणारे पत्र पाठवले. त्यामुळे माझ्या प्रशासकीय पात्रतेवर शिक्कामोर्तब झालं.

याच कालावधीत मी विरोध असूनही नामनिर्देशित आमदारांची नियुक्ती केली. मुख्य सचिवांची भूमिका संशयास्पद होती.

राजभवनने दररोज 'व्हिजिटिंग अवर्स' ठेवले होते. आम्ही दुपारचा वेळ पर्यटकांना ऐतिहासिक राजभवन पाहता यावे, यासाठी राखून ठेवली होती. आम्ही मुलांसाठी चित्रपट महोत्सव आयोजित केला, प्रसिद्ध वक्त्यांना नेतृत्वविषयक व्याख्यानांसाठी आमंत्रित केलं, आमच्या 'मुक्तद्वार'मध्ये लोक-अदालतीचाही समावेश केला आणि तक्रार निवारणासाठी 'राजभवन'ची वेबसाइट तयार केली. आम्ही रक्तदान शिबिरेसुद्धा भरवली, त्यात मी स्वत: रक्तदान केलं.

आम्ही फिल्डवर जायचो तेव्हा स्वच्छतेच्या संदर्भात काम करायचो, तसंच सामाजिक सहभागातून जलस्रोतांचे तलाव, तळी व मंदिरातील कुंडे यांसह पुनरुज्जीवन करण्यास प्रोत्साहन द्यायचो. आम्ही समुद्रकिनारा पुनरुज्जीवन प्रकल्पही सुरू केला.

या वर्षात आम्ही १३०७५ तक्रारींची दखल घेतली, त्यापैकी ५७६२ तक्रारी 'मुक्तद्वार'मध्ये प्राप्त झाल्या होत्या. तर ५६९२ तक्रारी ई-मेल, वेबसाइट व सोशल मीडियामार्फत आणि १६३२ व्हॉट्स ॲपवरून प्राप्त झाल्या होत्या.

आम्ही पोलीस प्रशिक्षण कार्यक्रम सुरू केले. हेल्मेटसक्ती केली आणि पुदुच्चेरीतील कालापेट तुरुंगाचा कायापालट करण्याचा प्रयत्न केला. आम्ही कायदा व सुव्यवस्थेच्या आघाडीवर गुंड, जमीन बळकावणारे लोक, वाळूमाफिया व खंडणीखोरांच्या मागे लागलो.

अधिकाऱ्यांचा जो भविष्य निर्वाह निधी दुसरीकडे वळवल्यामुळे जवळजवळ गमावल्यातच जमा होता, तो त्यांना मिळवून देण्यासाठी साहाय्य करून आम्ही आर्थिक घडी बसवत राहिलो. आम्ही व्हीआयपींना 'बिझिनेस क्लास'ने विमानप्रवासास प्रतिबंध केला व दोषी व्यक्तींकडून वसुली करण्याचे निर्देश दिले.

या कालावधीत आमच्यासमोर आलेलं प्रचंड मोठं आव्हान म्हणजे वैद्यकीय प्रवेशातील 'नेपोटिझम'ची परंपरा आणि खासगी वैद्यकीय महाविद्यालयाद्वारे आकारलं जाणारं अवाजवी शुल्क. आम्ही ही कुप्रथा शिंगावर घेतली. न्यायालयाने शुल्कावर

नियंत्रण आणण्याचे निर्देश देऊन न्याय दिला. दुसरीकडे सीबीआयने दोन आयएएस अधिकारी व अकरा इतर सरकारी अधिकाऱ्यांनी केलेल्या गैरकारभाराची चौकशी सुरू केली. त्यांच्यापैकी पाचजण न्यायालयासमोर शरण आले.

व्हिडिओंसाठी क्यूआर स्कॅन करा.

CM CHALLENGES BEDI TO ORDER PROBE INTO 'IRREGULARITIES'

DECCAN CHRONICLE

प्रशासनातील अधिकारी सरकारी यंत्रणेचं कार्य सुधारण्यासाठी धडपडत असताना, माननीय मुख्यमंत्र्यांनी विसंवाद निर्माण करायला सुरुवात केली.

ही त्यांची 'ऑन-रेकॉर्ड' विधाने आहेत. जी त्यांनी नाकारलेली नाहीत.

- त्यांनी सचिवांना नायब राज्यपालांच्या मीटिंग्जना हजर न राहण्याचे निर्देश दिले होते.
- घडणाऱ्या बदलांबाबत त्यांनी केंद्रीय मंत्र्यांना माझ्या विरुद्ध लिहिले होते व अधिकाऱ्यांसोबत 'फोन कॉन्फरन्स' न घेण्याबाबत मला लिहिले होते.
- त्यांनी मला वित्त सचिवांसोबत पाक्षिक आढावा बैठक न घेण्याबाबत लिहिले होते. तसेच सोशल मीडिया नेटवर्किंग ग्रूप्स, ई-मेल्स, एसएमएस यांचा वापर न करण्याविषयी लिहून या सर्वांवर बंदी घातली.
- कोणतेही स्पष्टीकरण घेण्यासाठी मी अधिकाऱ्यांना भेटण्यावर त्यांचा आक्षेप होता.
- राजभवन विनंतीअर्ज का स्वीकारत आहे व मुक्तद्वार कशासाठी सुरू आहे असा त्यांचा प्रश्न होता.
- माझ्या फिल्ड व्हिजिट्सबाबत त्यांनी लेखी आक्षेप घेतला होता.
- कोणतेही सादरीकरण करावयास सांगितले, की फाइल्सवर 'याची गरज नाही' असे नमूद केले.

या पार्श्वभूमीवर मी पुदुच्चेरीच्या जनतेला लिहिलेले खुले पत्र :

या केंद्रशासित प्रदेशात निर्वाचित विधानसभा आहे. राज्य व समवर्ती सूचीनुसार तिला कायदे करण्याचे अधिकार आहेत. जर या कायद्याचा संसदीय कायद्याशी संघर्ष होत नसेल तर मी त्याला आनंदाने समर्थन देईन.

कायद्यानुसार ही माझी जबाबदारी आहे.

इतर अनेक बाबींत, वित्त अथवा सेवाविषयक बाबींत अथवा धोरणात्मक बाबींत अंतिम जबाबदारी माझ्यावर असते.

मी पूर्णत: उत्तरदायी आहे.

नायब राज्यपाल म्हणून मला कोणतेही सुरक्षाकवच लाभलेले नाही. राज्यांच्या राज्यपालांना ते असते. असे असण्याचे कारण म्हणजे मी या केंद्रशासित प्रदेशाची प्रशासकही आहे.

गेल्या काही महिन्यांत मी अत्यंत जबाबदारीने माझे कर्तव्य पार पाडण्याचा प्रयत्न केला आहे.

माझ्या पदाकडून अपेक्षित असलेल्या निष्पक्ष व आर्थिक बाबींतील विवेकी वर्तनाची मी दक्षता घेतली आहे. तुमच्या लक्षात आले असेल, की मी 'रुल ऑफ लॉ'चे समर्थन केले आहे.

माझ्या दृष्टीने, कायद्यासमोर सर्व जण समान आहेत, मग ते कितीही मातब्बर असोत.

मी सर्व कर्मचारी व सर्व विभागांमध्ये मजबूत समन्वय घडवला आहे. तो अधिक दृढ करण्यासाठी माझ्याकडे आणखी योजना आहेत.

मी सरकारी अधिकाऱ्यांना मार्गदर्शन केले आहे, त्यांना सुसज्ज व प्रेरित केले आहे, ज्यायोगे ते त्यांचे कर्तव्य अधिक चांगल्या प्रकारे बजावू शकतील.

मी 'राजभवन'ची दारे सामान्य लोकांसाठी खुली केली आहेत आणि त्यांना दीर्घकाळ भेडसावणाऱ्या समस्या सोडवण्यासाठी तक्रार निवारण यंत्रणा सुरू केल्या आहेत.

'राजभवन' हे टपाल कार्यालय नाही, तर ते निर्णयात्मक कार्यालय आहे.

मी वीकेन्ड्सना माझा सकाळचा संपूर्ण वेळ समस्याप्रधान भागांना भेट देऊन, तिथल्या समस्यांवर मार्ग शोधण्यात व्यतीत केला आहे आणि आम्हाला त्या समस्या सोडवण्यात यशही मिळाले आहे.

शिक्षा करण्यापेक्षा, कृती घडवणे, प्रेरणा जागवणे व पाठिंबा देणे ही माझ्या कामाची पद्धत आहे.

मी आर्थिक घडी बसवली आहे आणि निधींना कुठेही वाटा फुटू

दिलेल्या नाहीत. आणि तरीही, माझ्याकडे गैरव्यवहाराच्या तक्रारी आलेल्या आहेत.

लोकांचा पैसा हा जिथे सर्वाधिक गरज असेल तिथेच वापरला गेला पाहिजे.

मला शहरी व ग्रामीण बजेटमध्ये उत्तम समतोल हवा आहे; पण बजेटमध्ये शहरी सुविधांनाचा खूप झुकते माप आहे.

त्यामुळे, मला तुम्हाला सांगायचे आहे, की इथल्या कामाची माझ्यावर जबाबदारी असेल, तर मी निर्भय व निष्पक्षपणे सचोटी व कायद्याचे पालन करेन.

मी पुदुच्चेरी स्वच्छ, सुरक्षित व समृद्ध करण्यासाठी कटिबद्ध आहे.

आपली,

किरण

यातल्या कशानेही मुख्यमंत्र्यांना काहीही फरक पडला नाही.

नायब राज्यपाल-प्रशासक जे करत आहेत ते त्यांच्या जबाबदाऱ्यांच्या कक्षेतच येते याची त्यांना कल्पना देऊनही ते भारत सरकार, गृह मंत्रालयाला आव्हान देत राहिले.

एका *टीव्ही चॅनलला मुलाखतीत त्यांनी या केंद्रशासित प्रदेशाच्या प्रशासनात घडत असलेल्या बदलांबाबत संताप व्यक्त केला होता.

मी मुख्यमंत्र्यांना लिहिलेल्या पत्रातील मुद्दे

- सर्वांत वरिष्ठ अधिकारी स्तरावर-विभागांतर्गत व आंतर-विभागीय या दोन्हींमध्ये कार्यसंस्कृती व समन्वयाचा अभाव आहे.
- वरिष्ठ अधिकारी फिल्ड व्हिजिट्स करत नाहीत.
- दौऱ्याचे अहवाल किंवा दौऱ्यावर जाण्यापूर्वी व दौऱ्यावरून परत आल्यानंतर ब्रिफिंग्ज दिली जात नाहीत. कोण, कुठे व कशासाठी निघाला आहे व त्याचे फलित काय, हे कुणालाही माहीत नसते.
- समग्र माहितीसाठी कोणतीही व्यवस्था नाही.
- नायब राज्यपाल कार्यालयाला पूर्वसूचना न देता वरिष्ठ अधिकारी दौऱ्यावर जातात. आयोजित केलेल्या बैठकांचा इतिवृतान्त नोंदवण्याची व ते विभागांशी शेअर करण्याची प्रथा नाही.

---

* संपूर्ण मुलाखतीसाठी क्यूआर स्कॅन करा.

- बऱ्याच अपूर्ण, रहिवासी नसलेल्या अथवा विनावापर इमारतींसंदर्भात लेखापरीक्षण, नियमित आढावा, पूर्तता, घेतलेले कर्ज, भागवलेले व्याज- पाठपुरावा नाही.
- व्यावसायिक कौशल्यांचा अधिक विकास करण्यासाठी कार्यक्रम नाहीत.
- गेल्या वित्तीय वर्षात केंद्र प्रायोजित योजनांची पुरेशी अंमलबजावणी नाही.
- विभागांमध्ये अनिवार्य मासिक आढावा व तपासणीचा संपूर्ण अभाव. समन्वयाअभावी बऱ्याच गोष्टी परस्परव्याप्त आहेत. अधिकाऱ्यांनी ही आपल्या प्रशासनातील ठळक उणीव असल्याचे कबूल केले आहे.
- जेव्हा सुस्पष्टता व समन्वयित निराकरण आवश्यक असेल तेव्हासुद्धा संबंधित बाबी तातडीने विचारार्थ घेतल्या जात नाहीत.

मी व्यक्त केलेल्या कोणत्याही गोष्टीबद्दल मला काहीही प्रतिसाद मिळाला नाही.

सुरुवातीला, मंत्रिमंडळातील सदस्यांना बैठक घ्यायची होती. मी त्यांना माझी संमती कळवली आणि काही महत्त्वाचे मुद्दे विचारात घेण्याची विनंती केली. या केंद्रशासित प्रदेशातील डळमळती आर्थिक परिस्थिती, सार्वजनिक क्षेत्रातील अंगीकृत संस्थांचे अपयश, प्रमुख सहकारी सोसयट्यांची आर्थिक दिवाळखोरीत पडणारी भर, परदेशी कर्जसाहाय्याने उभारलेल्या महागड्या प्रकल्पांची निष्क्रियता, असे बरेच मुद्दे.

या जोडीने मी घरगुती शौचालयांच्या उभारणीचं काम अत्यंत संथ गतीने होत असल्याबद्दल चिंता व्यक्त केली. आम्हाला ५५,००० शौचालये उभारण्याचं लक्ष्य असताना, फक्त १४०० शौचालये उभी राहिली होती आणि पंतप्रधान कार्यालयाला दिलेले वचन पाळण्यासाठी अवघे काही महिने उरले होते.

पण, यासंदर्भातही काहीही घडले नाही; पण मी न थांबता माझे काम सुरूच ठेवले.

या दरम्यान केंद्रीय गृहमंत्री माननीय श्री. अमित शाह यांनी पुदुच्चेरीला भेट दिली. पुदुच्चेरीतील काँग्रेस सरकार सर्वांत भ्रष्टाचारी असल्याचं त्यांनी जाहीररीत्या सांगितलं.

CONGRESS GOVERNMENT IN PUDUCHERRY MOST CORRUPT, SAYS AMIT SHAH BY: PTI | PUDUCHERRY | JUNE 26, 2017 11:51 PM

लेख व बातम्यांच्या क्लिप्ससाठी क्यूआर स्कॅन करा.

प्रकरण ४७

पुढेच जायचे - २०१८
मुख्यमंत्र्यांचा ‘सॅटर्डे फीव्हर’

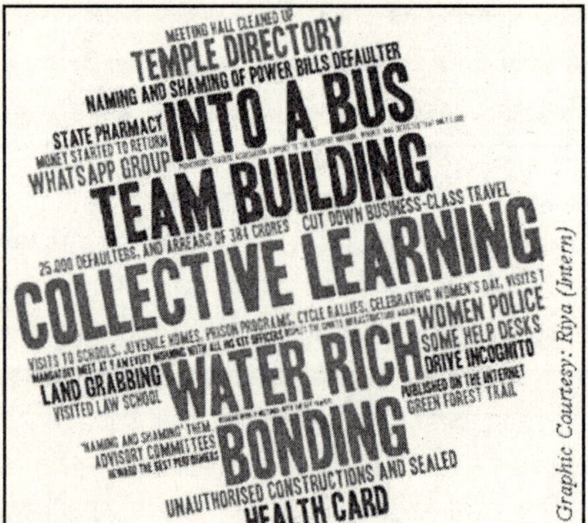

जानेवारी ते डिसेंबर २०१८ या कालावधीतील आणखी काही उपक्रम

आम्ही सर्व दिशांना व सर्व क्षेत्रांत परिवर्तनाला गती देत होतो. आम्ही जितकं जास्त पाहत गेलो, तितक्या आम्ही अधिक सुधारणा व दुरुस्त्या केल्या.

एका प्रभातफेरीत टीम राजभवन व प्रमुख विभागांचे अधिकारी बसमधून ‘सृष्टी’ नामक बौद्धिकदृष्ट्या अक्षम लोकांच्या स्वयंपूर्ण खेड्याला भेट द्यायला गेले होते. तो दिवस मला आठवतो. प्रतिकूलतेवर मात करत या लोकांनी यश मिळवलं होतं.

आमचं अंतर्गत नेटवर्किंग लक्षणीयरीत्या सुधारलं होतं. मी माझ्या दैनंदिन वेळापत्रकामध्ये आणखी एका उपक्रमाची भर घातली. दररोज सकाळी ठीक नऊ वाजता मी अधिकाऱ्यांना प्रत्यक्ष भेटू लागले -वन ऑन वन.

मी शाळांना पुन्हा भेट दिली, तेव्हा मी कौशल्ये आत्मसात करण्याच्या बाबतीत लक्षणीय प्रगती पाहिली. त्याबद्दल आम्ही विद्यार्थ्यांना बक्षिसे दिली. केंद्र प्रायोजित

योजनेचा भाग म्हणून आता शाळांमध्ये कौशल्य-प्रशिक्षण सुरू झालं होतं. आम्ही क्रीडाविषयक पायाभूत सुविधांचीही पुन्हा पाहणी केली आणि त्यासंदर्भात आणखी काय करण्याची गरज आहे त्याचा अंदाज घेतला. काहीही कमतरता असेल तर ती कळवण्यासाठी आम्ही हेल्पलाइन व नियंत्रण कक्ष सुरू केला.

आम्ही आमच्या सर्व पंधराशे स्वच्छता कर्मचाऱ्यांना 'आरोग्य कार्ड' दिलं. 'जेआयपीएमईआर'च्या नेतृत्वाखालील बऱ्याच रुग्णालयांनीही आपणहून यासाठी पुढाकार घेतला. आम्ही स्वच्छ भारत अभियानात पुदुच्चेरीला 'हागणदारीमुक्त प्रदेश' म्हणून घोषित करण्याच्या दिशेनं वाटचाल करत होतो.

आम्ही आठवडाभर सायकल रॅली काढून महिला दिन साजरा केला. त्यामध्ये आम्ही महिला पोलिसांना सहभागी होण्यासाठी आमंत्रित केलं आणि पहिल्यांदाच महिला क्रीडा स्पर्धांचं आयोजन केलं.

आम्ही पावसाच्या पाण्याची साठवण करण्याच्या कामात अत्यंत सक्रिय होतो. आम्ही कनागत सरोवरासह अन्य तलावांच्या ठिकाणी जनजागृतिपर सायकल रॅली काढल्या आणि पाणी साठवण मोहिमेत एकत्वाची भावना आणण्यासाठी मंत्री व विरोधी पक्ष सदस्यांसोबत संयुक्त भेटी आयोजित केल्या. आम्ही पाण्याचा प्रचंड उपसा करणारे उद्योग आणि 'त्सुनामी क्वार्टर्स'सारख्या दैनंदिन गरजेसाठी महागड्या पाण्याच्या टँकर्सवर अवलंबून असलेल्या, पाणीबाणीला तोंड देणाऱ्या रहिवासी क्षेत्रांना भेटी दिल्या. आम्ही त्यांच्या पाणी साठवणीच्या पायाभूत सुविधांची तपासणी केली तेव्हा तशा पायाभूत सुविधा नसल्याचे किंवा त्या अत्यंत अपुऱ्या असल्याचे दिसून आले.

आम्ही भूजलाचा अवैधरीत्या उपसा करणाऱ्या कूपनलिका सील केल्या आणि जलधोरणाचे उल्लंघन करून आणखी कूपनलिका खोदण्यास मनाई केली. आमच्या भेटींमुळे त्यांना त्यांच्या दुर्लक्ष करण्याच्या वृत्तीची लाज वाटली. आम्ही उद्योगांना सिंचन कालवे दत्तक घेण्यासाठी व त्यांच्या आवारात पाणी साठवण्यासाठी कुंड बांधण्यास प्रेरित केलं.

आम्ही फक्त सर्वेक्षणाला सुरुवात करताच पैशाची वसुली होऊ लागली. लोक मुदतीची याचना करत येऊ लागले.

आम्हाला पगारांसाठी पैशाची बचत करण्याची गरज असल्यामुळे आम्ही अधिकाऱ्यांच्या 'बिझिनेस' दौऱ्यांना मनाई केली.

आम्ही फ्रेंच नागरिकांच्या समस्या जाणून घेण्यासाठी त्यांची थेट भेट घेतली.

आंतर-विभागीय संवाद-संपर्क सुधारण्यासाठी आम्ही सचिवांसोबत ऑडिओ कॉन्फरन्सिंगची सुरुवात केली आणि विभागांनी त्यांचे प्रशिक्षण कॅलेंडर प्रसिद्ध करावे यासाठी आग्रह धरला.

एका आमदाराने केलेल्या निधीच्या गैरवापरासंदर्भात चौकशीचे आदेश देण्यात

आले. त्याने त्याच्या वाहनात डिझेल भरल्याची खोटी बिले सादर केली होती.

आर्थिक सचोटी राखण्यासाठी आम्ही असहाय्यता अनुदानाचा ताबा घेतला. आम्ही मोफत तांदूळ योजना, दारिद्र्यरेषेखालील लोकांपुरती मर्यादित केली. आम्ही आमचा महसूल वाढवण्यासाठी, दहा पेट्रोल पंपांकडून सरकारला जे १५१.८१ कोटी रुपये येणे होते, ते वसूल करण्यासाठी थकबाकीदारांच्या मालमत्तांचा लिलाव करण्याचा निर्णय घेतला.

पुदुच्चेरी व्यापारी संघटनेला असे आढळले, की १५,००० दुकानांपैकी फक्त तीन हजार दुकानांकडेच व्यापाराचा परवाना आहे. एक मध्यवर्ती शोरूम विनापरवाना सुरू होती. ती आम्ही सील केली. याबाबतची माहिती मार्केट असोसिएशनच्या रहिवाशांकडून मिळाली होती.

माननीय मुख्यमंत्री माझ्या सूचना न पाळण्याबाबत आणि राजभवनमधील आढावा बैठकांना उपस्थित न राहण्याबद्दल अधिकाऱ्यांना सांगत असूनही हे सर्व काम सुरू होतं. व्यवस्था सुधारण्यासाठी उचललेली सर्व पावले असंविधानिक असल्याचे त्यांचे म्हणणे होते. त्यांनी हेल्मेटच्या नियमाची अंमलबजावणी करणाऱ्या वरिष्ठ वाहतूक पोलीस अधिकाऱ्यालासुद्धा रोखलं.

आमच्या सीएसआरच्या मदतीने केलेल्या जलपुनर्भरणाच्या कामाबाबत भ्रष्टाचाराचे आरोप केले. तेसुद्धा आमच्यात कुठलाही आर्थिक व्यवहार झालेला नसूनही. ते थेट कंत्राटदारांशी व्यवहार करत असत.

बजेटमध्ये आर्थिक तरतूद नसूनही मुख्यमंत्र्यांना कालव्याच्या कामासंदर्भात बोली लावायची होती. तोपर्यंत पावसाळा सुरू होऊन संपलाही असता. माझ्या मनात यायचं, आपल्याला कसले लोकप्रतिनिधी लाभले आहेत? बहुधा आपल्या योग्यतेनुसारच?

मी माननीय मुख्यमंत्र्यांना शेकडो सहकारी सोसायट्यांच्या प्रलंबित असलेल्या व दशकानुदशके न घेतल्या गेलेल्या स्थानिक स्वराज्य संस्थांच्या निवडणुका घेण्याची आठवण करून दिली; पण त्याचा काहीही उपयोग झाला नाही. ते 'संकट' ओढवून घ्यायला तयार नाहीत, असं माझ्या लक्षात आलं.

उलट, पक्षाच्या शिष्टमंडळाने पंतप्रधान/राष्ट्रपतींकडे मला हटवण्याची व पुदुच्चेरीला पूर्ण राज्याचा दर्जा देण्याची मागणी केली.

मी केंद्रीय गृहमंत्रालयाला या केंद्रशासित प्रदेशाचं आर्थिक लेखापरीक्षण करण्याची विनंती केली. मी त्यांना या केंद्रशासित प्रदेशात वेळोवेळी 'सोशल ऑडिट'ची व आर्थिक व्यवस्थापनाबाबत संपूर्ण माहिती असण्याची गरज सांगितली.

आम्ही दोन पुस्तके प्रकाशित केली, एक होतं 'ट्रॅकिंग ऑफ द न्यूज'- मे २०१६-१८. यामध्ये या कालावधीतील अत्यावश्यक बातम्यांचे संकलन होते. हे शीघ्र गणक (रेडी रेकनर) होतं. हे पुस्तक इंग्रजी व तमिळ या दोन्ही भाषांमध्ये

प्रकाशित केलं होतं. दुसरं पुस्तक होतं, 'मंदिर निर्देशिका' (टेम्पल डिरेक्टरी). अशा प्रकारचं पुस्तक प्रथमच आलं होतं. या दोन्ही प्रकाशनांना प्रचंड मागणी होती. ही पुस्तके माहितीचा अस्सल स्रोत होती.

'राजभवन' चे प्रकाशन : ट्रॅकिंग द न्यूज

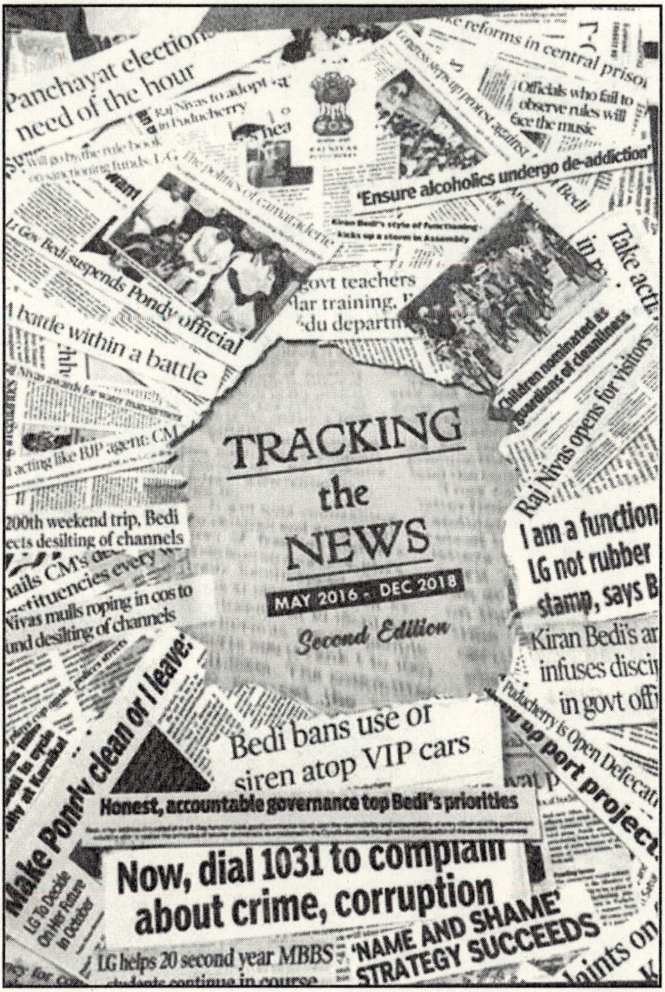

व्हिडिओंसाठी क्यूआर स्कॅन करा.

पुदुच्चेरीतील मंदिराची निर्देशिका : टेम्पल डिरेक्टरी

मुख्यमंत्र्यांचा 'सॅटर्डे फीव्हर'

द हिंदू ,२९ ऑक्टोबर, २०१८

Bedi calls for lie-detector tests for CM and self

After assertion on Central aid, Narayanasamy had accused her of resorting to lies

सर्व व्यवस्था दिवसागणिक सुव्यवस्थित होत होत्या. उत्तम प्रशासनाच्या दृष्टीने कर्तव्यदक्षता वाढत होती.

सरकारी अधिकारी अधिक प्रतिसादशील व सहयोगी बनले होते. स्वयंसेवेची भावना वृद्धिंगत होत होती. आता सचिवालय नव्या मुख्य सचिवांच्या समर्थ हातात होतं. आधीच्या सचिवांची विनंतीवरून बदली करण्यात आली होती.

मात्र, मुख्यमंत्र्यांनी त्यांच्या आठवडी-शनिवारच्या पत्रकार परिषदांत केलेल्या विधानांमुळे कटुता पसरली. प्रगतीचे हात बळकट करण्याऐवजी त्यांनी चुकीची माहिती पसरवली. तेसुद्धा या सुधारणांमागे असलेल्या सामुदायिक प्रयत्नांची व्यवस्थित माहिती असूनही.

लोकप्रतिनिधी म्हणून त्यांना या परिवर्तनामुळे आनंद व्हायला हवा होता; कारण लोकांना चांगली सेवा मिळत होती.

पण, माननीय मुख्यमंत्री आकांडतांडव करत राहिले. ते आम्हाला सहयोग देण्याऐवजी, दुराव्याला समर्थन देत राहिले. त्यामुळे शत्रुत्वाचे परिणाम पुसून काढण्यासाठी सरकारी अधिकाऱ्यांचं काम वाढवायचं?

मी त्यांच्या अगदी काही निवडक विधानांना प्रत्युत्तर दिलं, अगदी माननीय मुख्यमंत्र्यांना माझ्यासोबत 'लाय-डिटेक्टर टेस्ट' देण्यास येण्याचीसुद्धा विनंती केली. मी यापेक्षा अधिक काही करू शकत नव्हते. ते लोकांनी निवडून दिलेले प्रतिनिधी असल्यामुळे फक्त लोकच त्यांना जबाबदार धरू शकत होते. त्याचवेळी मी भारत सरकारकडून नियुक्त होते. मी या अंतर्गत बाबी कायद्यानुसार हाताळणं अपेक्षित होतं.

माननीय मुख्यमंत्र्यांच्या पत्रकार परिषदांमुळे लोकांमध्ये व सरकारी अधिकाऱ्यांमध्ये अस्थिरतेची जाणीव निर्माण झाली.

माननीय मुख्यमंत्र्यांनी सन २०१८मध्ये केलेल्या काही निराधार विधानांची क्रमवार यादी खाली दिली आहे, यातील कशाचेही खंडन केलेले नाही. (२०१८)

'नायब राज्यपालांना सरकारच्या दैनंदिन कामकाजात हस्तक्षेप करण्याचा अधिकार नाही.'

– २५ जानेवारी, २०१८ (डेक्कन क्रॉनिकल)

'नायब राज्यपालांच्या आढावा बैठका असंविधानिक आहेत.'

– २५ जानेवारी, २०१८ (द हिंदू)

'त्यांना परत घालवण्याची मागणी करा.'

– १ मे, २०१८ (द हिंदू)

'अधिकाऱ्यांनी नायब राज्यपालांचे आदेश अमलात आणण्याआधी माझा सल्ला घ्यावा.'

– द टाइम्स ऑफ इंडिया

'नायब राज्यपालांच्या सल्ल्यानुसार कृती करण्याआधी सर्व सरकारी अधिकाऱ्यांनी मंत्र्यांचा सल्ला घ्यावा.'

– द हिंदू

'केंद्राकडून आलेले सर्व निर्देश प्रथम माझ्याकडे आले पाहिजेत.'

– १२ जून, २०१८ (द न्यू इंडियन एक्स्प्रेस)

'बेदी योजनांच्या अंमलबजावणीत अडथळे निर्माण करत आहेत.'

– १६ जून, २०१८ (द हिंदू)

'बेदींच्या कार्यशैलीबाबत पंतप्रधानांकडे दाद मागणार आहे.'

– २७ जून, २०१८ (द न्यू इंडियन एक्स्प्रेस)

'केंद्र सत्तेचा दुरुपयोग करत आहे.'

– २७ जून, २०१८ (द टाइम्स ऑफ इंडिया)

'नायब राज्यपालांच्या सूचनांकडे दुर्लक्ष करा.'

– ६ ऑगस्ट, २०१८ (द हिंदू)

'अधिकाऱ्यांनी बेदींचे ऐकण्याची आवश्यकता नाही.'

– द न्यू इंडियन एक्स्प्रेस

'बेदींना कृतीचे कुठलेही विशेष अधिकार नाहीत.'

– डेक्कन क्रॉनिकल

'नायब राज्यपाल हेल्मेटचा नियम अमलात आणण्याचे निर्देश देऊ शकत नाहीत.'

– १५ ऑगस्ट, २०१८ (द न्यू इंडियन एक्स्प्रेस)

'नायब राज्यपाल सत्तेचा गैरवापर करत आहेत.'

– १४ ऑक्टोबर, २०१८ (द न्यू इंडियन एक्स्प्रेस)

'राजभवन अनियमिततांत मग्न आहे.'
– १६ ऑक्टोबर, २०१८ (द न्यू इंडियन एक्स्प्रसे)
'हिमालयाएवढा घोटाळा.'
– २० ऑक्टोबर, २०१८ (द टाइम्स ऑफ इंडिया)
'पोलिसांनी नायब राज्यपालांच्या तोंडी निर्देशांकडे लक्ष देऊ नये.'
– २० डिसेंबर, २०१८ (द हिंदू)

याखेरीज, त्यांनी त्यांच्या पत्रांमध्येही आरोप केले होते.

१२ मार्च : 'मी फिल्ड व्हिजिटला का गेले.'
२२ मार्च : 'मी दक्षता अधिकाऱ्याला दक्षतेशी निगडित बाबींचा अहवाल देण्यास का सांगितले.'
८ एप्रिल : 'बिझनेस रूल्स' बद्दल प्रश्न.
१२ एप्रिल : (माझ्या सकाळी १० वाजताच्या 'ब्रिफिंग्ज' संदर्भात) 'मी अधिकाऱ्यांना ब्रिफिंग का करते... ' मला आढावा घेण्याचा अधिकार नाही.'

मी प्रशासनाचं काम सुरू राहावं यासाठी त्यांचं उद्धट वर्तन सहन करत होते. यासंदर्भात कुठलीही आशा ठेवण्यात अर्थ नाही हे माहीत असूनही आमच्यापैकी काही जण आशा बाळगून होते, की मुख्यमंत्री असंयुक्तिक वागणं थांबवतील व व्यक्तिगत मुद्द्यांपेक्षा पुदुच्चेरीच्या जनतेच्या हिताला प्राधान्य देतील.

बातम्यांच्या क्लिप्ससाठी क्यूआर स्कॅन करा.

प्रकरण ४८

पुढेच जायचे - २०१९

कडवट मुख्यमंत्री

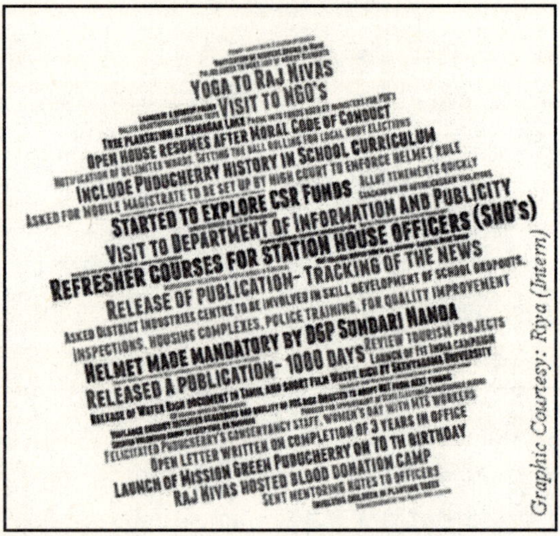

जानेवारी ते डिसेंबर २०१९ या कालावधीतील आणखी काही उपक्रम

आम्ही आधी सुरू केलेल्या उपक्रमांना आणखी बळकटी देत होतो. निदर्शने, धरणे अथवा राजकीय आस्थापनेचा वैरभाव व धमक्या अशा विचलित करणाऱ्या गोष्टी असूनही आम्ही कार्यरत होतो, हे या आकृत्यांवरून लक्षात आलं असेलच.

सरकारी अधिकाऱ्यांमधील या सुधारित कार्यसंस्कृतीचं श्रेय मुख्य सचिव श्री. अश्विनीकुमार, आयएएस यांच्या कुशल नेतृत्वाला आहे.

सचिवालयाने जनतेचा पैसा मुक्तहस्ते उधळण्यास नकार दिला आणि ते अधिसूचित योजना व बजेटमध्ये विशिष्ट उद्देशाने केलेल्या निधीच्या तरतुदीला धरून राहिले. एव्हाना, पगार, निवृत्तिवेतने व इतर लाभांचे वेळेवर वितरण होऊ लागले होते.

आम्ही आमची प्रकाशने सुरू ठेवली होती. लोकांना मालकी हक्काच्या

जाणिवेचा आनंद मिळावा यासाठी आम्ही ती 'पब्लिक डोमेन'मध्ये टाकली होती.

बदल घडवण्यात लोकांना सहभागी करून घेण्याची एकही संधी राजभवनने दवडली नाही. आम्ही पुदुच्चेरीला जलसमृद्ध करण्यावर अधिक लक्ष केंद्रित केलं, तसंच आणखी एक अभियान सुरू केलं. हरित पुदुच्चेरी. लोकांचा स्वयंस्फूर्त सहभाग लक्षणीय वाढला होता. त्यांनी ही मालिका सुरू ठेवली. जलसिंचन कालवे व तुंबलेले नाले स्वच्छ करण्यासाठी 'सीएसआर'चा प्रवेश झाला.

मंदिरांच्या पुजाऱ्यांनी त्यांच्या मंदिरातील कुंडांची जबाबदारी घेतली. यामध्ये त्यांना भक्तगणांची मदत झाली.

आम्ही कथित भ्रष्टाचाराची प्रकरणे दक्षता विभागाकडे सोपवून प्रामाणिक पकड मजबूत केली. सीबीआयने पुदुच्चेरीत त्यांचे कार्यालय सुरू केले. सरकारने ही विनंती मान्य केली होती. त्यातून जोरदार संदेश गेला होता.

नवीन कौशल्ये शिकवण्यावर लक्ष दिले गेले. पहिल्यांदाच, पोलीस ठाण्यांच्या प्रमुखांनी आपली 'स्वॉट' चाचणी केली. आम्ही आमच्या सर्व बीट पोलीस अधिकाऱ्यांना व्हॉट्स ॲप ग्रूप बनवण्यास सांगितलं, त्यावर ते दिवसभरातील त्यांची कामगिरी 'शेअर' करू शकत होते आणि त्याची वरिष्ठांकडून दखल घेतली जात होती. संपूर्ण विभाग संरेखित झाला होता.

पोलीस महासंचालक श्री. बालाजी श्रीवास्तव कर्मचाऱ्यांशी थेट जोडले गेले होते.

पुदुच्चेरीत संसदेच्या जागेसाठी आदर्श आचारसंहिता लागू झाल्यानंतर, 'नो-ॲक्टिव्हिटी'च्या काळात राजभवनने तरुण पदवीधरांसाठी प्रथमच 'इंटर्नशिप' कार्यक्रम आयोजित केला.

आमच्यासमोर विविध कायदेशीर आव्हाने होतीच. राजकीय आस्थापनेने आम्हाला न्यायालयात खेचले. याचे बातम्यांत ठळक मथळे बनत होते.

व्हिडिओंसाठी क्यूआर स्कॅन करा.

NOW, CM CALLS BEDI 'ADOLF HITLTER'S SISTER'

THE TIMES OF INDIA NOV. 20, 2019

सन २०१९ मध्ये, नायब राज्यपाल कार्यालयाला सर्वाधिक कायदेशीर आव्हाने माननीय मुख्यमंत्र्यांनी दिली. प्रशासकाच्या दृष्टीने ही अवस्था जिंकू किंवा मरू अशी होती.

या पदाच्या कायदेशीर सामर्थ्याबद्दल टीम राजभवनला जराही शंका नव्हती आणि नेमकं सांगायचं, तर ती भारत सरकार किंवा केंद्रीय गृहमंत्रालयालाही नव्हती; पण जे लोक असमतोल घडवण्यास अथवा आमच्या कामावर काळा झाकोळ आणण्यासाठी उत्सुक असलेल्या लोकांनी त्याचे अर्थशोधन करत आमची गती रोखण्याचे प्रयत्न केले. ही छोटीशी टीम ढेपाळेल आणि नाद सोडेल अशी त्यांना आशा होती.

माननीय मुख्यमंत्री व खासकरून त्यांचे एक मंत्रिमहोदय आम्ही त्यांच्या सर्व प्रलंबित आर्थिक प्रकल्पांची अत्यंत बारकाईनं चौकशी करत असल्यामुळे प्रचंड अस्वस्थ झाले होते. ते आमच्यावर दबाव आणून, गैरमार्गाने मिळवलेली संपत्ती सुरक्षित राखण्यासाठी व्याकूळ झाले होते.

माननीय मुख्यमंत्री नायब राज्यपाल कार्यालयावर कारवाई व्हावी यासाठी काही कायदेशीर मुद्दा मिळतो का याच्या शोधात का होते हे अगदी स्पष्ट आहे. आमचाही या पदाच्या कायदेशीर सीमारेषा ठामपणे सांगण्याचा तितकाच दृढ निर्धार होता.

मुद्दा मोफत तांदूळ वितरित करण्याचा असो वा अन्य कोणता, कारणे नेहमी आर्थिकच होती. (त्यांच्या कंत्राटदारांकडून तांदूळ खरेदी झाली होती व ते दारिद्र्यरेषेवरील लोकांना वितरित करण्यात आले होते.)

निधी थेट खात्यावर जमा करण्याबाबत व फक्त गरिबांनाच तांदूळ वितरित करण्याबाबत आमची भूमिका अगदी स्पष्ट होती.

इतर कारणे होती - पूरग्रस्तांच्या मदतीसाठीच्या प्रकल्पाच्या किमती गगनाला भिडल्या होत्या, सणासुदीच्या साहित्याची बजेटमध्ये तरतूद नव्हती, नोकरभरती, नियमांचा भंग, जमीन विक्री, न केलेल्या कामासाठी सहाय्यता अनुदान आणि इतर बऱ्याच गोष्टी. या सगळ्याबद्दल न बोललेलंच बरं.

प्रत्येकवेळी एखाद्या गोष्टीबाबत प्रश्न उपस्थित केला, की त्याचा काही 'पॉकेट्स'ना दणका बसायचा. मग ते कडाडून विरोध करायचे.

ते आव्हान द्यायचे. आकांडतांडव करायचे, अपशब्द वापरायचे, खोटं बोलायचे, मला नावं ठेवायचे... मला माघारी घालवण्याचा प्रयत्न करायचे. मुख्यमंत्र्यांनी माझी अवहेलना केली, निंदानालस्ती केली आणि माझ्याबद्दल पंतप्रधानांकडे तक्रार केली. जेव्हा मला काहीही कल्पना नव्हती तेव्हा पुदुच्चेरीतील आर्थिक घडीबद्दल मला याच स्रोताने सावध केलं होतं.

ही तत्त्वांची लढाई होती. मी लूट होऊ द्यायची का, या प्रश्नाचं उत्तर देणं अजिबात कठीण नव्हतं.

त्यांनी आम्हाला न्यायालयात खेचलं. ते प्रदीर्घ सी-सॉ होतं. दरम्यानच्या काळात, त्यांना जेव्हा जेव्हा संधी मिळाली, तेव्हा त्यांनी प्रलंबित आर्थिक प्रस्तावांना मंजुरी मिळवण्यासाठी लगबगीने हालचाली केल्या. त्यांच्या उतावीळपणातून त्यांचे अंतस्थ हेतू समोर आले. त्यांनी आम्हाला त्यांना रोखण्यासाठी पुरावाच दिला. सृष्टीने आम्हाला मदत केली. जेव्हा फायली माझ्याकडे येण्याचे बंद झाले, तेव्हा आम्ही वेळेत 'जैसे थे' मिळवण्यात यशस्वी झालो.

आम्ही अधोगती रोखली.

२०१९ साली टीम राजभवनने वकिलांचा वेळेत सल्ला घेण्यासाठी अथक परिश्रम घेतले. आम्ही दिल्लीतल्या आधीच कामाचा भरपूर ताण असलेल्या वकिलांसोबत अनेकदा मध्यरात्री चर्चा केल्या.

भारत सरकारनेही परिस्थितीचं गांभीर्य व निकड पूर्णत: समजून घेतली. आम्हाला सध्याचे महाधिवक्ता - श्री. तुषार मेहता या तज्ज्ञांचे मार्गदर्शन लाभले.

त्याचवेळी दुसरीकडे, माननीय मुख्यमंत्री माझ्या कार्यालयाला धमकी देत होते, की जर आम्ही त्यांना कायदेशीर आव्हान दिलं, तर ते त्यासाठीच्या खर्चाला परवानगी देणार नाहीत, त्यामुळं राजभवनला त्याच्या बजेटमधून ही तरतूद करावी लागली.

या काळात, माननीय मुख्यमंत्री त्यांच्या विधानांनी नायब राज्यपालांच्या घटनात्मक पदाची मानहानी करतच होते.

मुख्यमंत्र्यांची विधाने

- 'नायब राज्यपालांना कोणतेही निर्णय घेण्याचा अधिकार नाही.'
- 'नायब राज्यपाल या पदावर राहण्याच्या योग्यतेच्या नाहीत.'
- 'फाइलवर सही करा... नाहीतर परिणाम भोगा.'
- 'नायब राज्यपालांनी पंतप्रधान नरेंद्र मोदींशी हातमिळवणी केलेली आहे. ते बिगर-भाजपा सरकारांसाठी अडचणी निर्माण करत आहे, विशेषत:, कॉँग्रेसशासित राज्यांमध्ये.'
- 'पुदुच्चेरीच्या प्रशासक श्रीमती बेदी निर्वाचित सरकारच्या मान्यतेखरीज कोणतेही अपील करू शकत नाहीत. त्या व्यक्तिश: अपील करू शकतात; पण नायब राज्यपाल म्हणून नाही.'
- 'बेदींचे सर्वोच्च न्यायालयातील अपील नियमबाह्य व बेकायदेशीर आहे व त्यांना अवमानाला सामोरे जावे लागेल.
- 'नायब राज्यपालांनी विविध योजनांचा आढावा घेण्यासाठी प्रादेशिक अधिकाऱ्यांची बैठक बोलवता व तपासण्या करता कामा नये.'
- 'किरण बेदी या विवेकशून्य बाई आहेत.'

जेव्हा त्यांच्या हाती काहीच लागेना आणि त्यांची खासदारकीची निवडणूकही जवळ आली होती, तेव्हा त्यांनी राजभवनला घेराव घालायचं ठरवलं.

या तमाशाचा त्यांना नंतर पश्चात्ताप झाला; कारण तो त्यांच्यावरच उलटला.

व्हिडिओ व बातम्यांच्या क्लिप्ससाठी क्यूआर स्कॅन करा.

प्रकरण ४९

'धरणे' नाट्य

राजभवनबाहेर मंत्रिमंडळाने धरणे धरले होते.

राजकीय वर्तुळातील लोक पुदुच्चेरीला पूर्ण राज्याचा दर्जा मिळावा या मागणीकरिता आवाज उठवण्यासाठी हेल्मेट्सची तोडफोड व बाइक रॅली असेही मार्ग अवलंबत असत. पुदुच्चेरी हा केंद्रशासित प्रदेश असून, संसदेने कायदा पारित केल्याखेरीज त्याची कायदेशीर स्थिती बदलू शकत नाही हे त्यांना व्यवस्थित माहीत होतं.

सुमारे ४०० आंदोलक भारताचे 'हाईड पार्क' म्हटल्या जाणाऱ्या जंतरमंतरवर निदर्शने करण्यासाठी रेल्वेने दिल्लीला पोहोचले. ते क्षुब्ध होते.

"बेदींनी सरकारला जो त्रास दिला आहे, तसा इतर कोणत्याही नायब राज्यपालांनी दिलेला नाही." असं त्यांचं म्हणणं होतं.

"नायब राज्यपाल 'भाजपा'च्या एजन्ट आहेत."

'मुख्यमंत्र्यांनी तर राजभवनमध्ये पाच नायब राज्यपाल काम करतात.' असा-सुद्धा आरोप केला होता. त्यांचा रोख टीम राजभवनवर होता.

त्यांनी केंद्राला निवेदन दिलं.

'पूर्ण राज्याचा दर्जा द्या. नायब राज्यपालांना परत बोलवा.'

त्यांनी माझ्यावर गोपनीयतेच्या शपथेचा भंग केल्याचा आरोप केला आणि

पंतप्रधानांनी याची दखल घेऊन मला हटवावं अशी मागणी केली.

मी पुदुच्चेरीच्या हितासाठी व विकासाच्या दृष्टीने काम करत नसल्याचाही माननीय मुख्यमंत्र्यांचा आरोप होता. एकूणच, या केंद्रशासित प्रदेशाला पूर्ण राज्याचा दर्जा मिळावा या दीर्घकाळ प्रलंबित असलेल्या मागणीला समर्थन मिळवण्यासाठी सुरू झालेलं हे आंदोलन मला हटवण्याच्या मागणीत रूपांतरित झालं.

''या निदर्शनांचा उद्देश हुकला आहे. पुदुच्चेरीला पूर्ण राज्याचा दर्जा मिळावा या मागणीवर लक्ष केंद्रित करण्याऐवजी, हे नायब राज्यपालांना परत बोलवण्याबाबत केंद्र सरकारला आवाहनच जास्त बनले,'' ४०० निदर्शकांमध्ये सहभागी असणारे एक आमदार म्हणाले.

त्यांची कैफियत ऐकली गेली नाही. मग राजकीय नेत्यांनी राजभवनला घेराव घालायचं ठरवलं. त्यांचा निर्धार होता, ते हार मानणार नव्हते. माननीय मुख्यमंत्र्यांनी एका पत्राद्वारे माझ्याकडे मागण्यांची भली मोठी यादी पाठवली होती. या पत्राला मी उलटटपाली उत्तर न दिल्याबद्दल हे 'धरणे' अथवा निदर्शने होणार होती. नायब राज्यपालांना लिहिलेल्या पत्राला उलटटपाली उत्तर मिळण्याची अपेक्षा करणारे मुख्यमंत्री पाहून वाईट वाटत होतं.

उत्तराची वाट न पाहता, मुख्यमंत्र्यांनी त्यांच्या समर्थकांसह राजभवनला घेराव घातला. त्यांच्या तीन पानी पत्राला ताबडतोब उत्तर द्यावं अशी त्यांची मागणी होती. या पत्रात आर्थिक बाबींशी निगडित अनेक मुद्द्यांची यादी होती.

मी त्यांना उत्तर दिलं,

'तुमच्या पत्राला मी उत्तर देण्याची वाट पाहण्याऐवजी, तुम्ही अवैधरीत्या उत्तराची मागणी करत राजभवनमध्ये आला आहात. तुमच्या पदावरील कोणत्या व्यक्तीने असे केल्याचे ऐकिवात नाही. तुम्ही पत्रात जे मुद्दे उपस्थित केले आहेत, त्यांना विचारपूर्वक उत्तर देणे आवश्यक आहे. तुम्ही आरोप केल्याप्रमाणे, यातील कोणतीही प्रकरणे राजभवनमध्ये प्रलंबित नाहीत. तसेच तुम्हाला उलटटपाली उत्तर मिळाले नाही, तर तुम्ही तुमच्या सहकाऱ्यांसमवेत माझ्या कार्यालयाबाहेर येऊन धरणे धराल या गोष्टीचा तुम्ही पत्रात उल्लेख केलेला नाही.'

मुख्यमंत्री व मंत्रिमंडळातील त्यांच्या सहकाऱ्यांनी काळे शर्ट व उपरणे अशा पोशाखात राजभवनसमोर बेमुदत आंदोलन सुरू केलं. राजभवनमधील आम्हा सर्वांच्या दृष्टीनं हे 'लॉकडाऊन'च होतं. आम्ही तिथून बाहेरही पडू शकत नव्हतो व आतही जाऊ शकत नव्हतो; कारण त्यामुळे कायदा व सुव्यवस्थेला बाधा निर्माण झाली असती.

ते बाहेर बसून घोषणा देत होते. ''बेदी, परत जा.'' मुख्यमंत्रीसुद्धा काळे झेंडे फडकवत होते.

त्यांनी सर्वांनी बिर्याणीवर ताव मारला आणि रात्रीच्या वेळी सभोवती डास घोंघावत असल्यामुळे, कर्मचाऱ्यांना बाहेर रस्त्यांवर झोपवलं.

राजभवनचा रस्ता रोखल्यामुळे, मी नियोजित कार्यालयीन अथवा सामाजिक भेटींसाठी जाऊ शकत नव्हते. राजभवनचे अत्यावश्यक कर्मचारीसुद्धा आत येऊ शकत नव्हते. रात्रीच्या वेळी, काही जण शोकधून वाजवत असत, जणू कुणाचं निधन झालं असल्यासारखे. हे सगळं पोलीस नेतृत्वाच्या डोळ्यांदेखत घडत होतं.

माझे भेटायला येण्याचे आमंत्रण स्वीकारण्याऐवजी, मुख्यमंत्री निराधार आरोप आणि पुदुच्चेरीच्या जनतेची दिशाभूल करतच होते.

सुरुवातीला, त्यांनी माझ्यावर सोशल मीडियाच्या वापराबद्दल टीका केली होती; पण आता धरणे धरल्यानंतर ते सोशल मीडियावर अत्यंत सक्रिय झाले. ते सोशल मीडियाचा उपयोग नायब राज्यपाल कार्यालयाशी संपर्क साधण्याचे माध्यम म्हणून करू लागले. आम्हाला ते 'नोटिफिकेशन्स' वरून कळलं.

दरम्यान, प्रसारमाध्यमे मुख्यमंत्री कार्यालय व नायब राज्यपाल यांच्यातील वादासंदर्भातील संभाव्य मुद्द्यांबाबत अनुमान व अटकळ बांधत होती.

त्यांच्या मते, या साऱ्याच्या मुळाशी सत्तासंघर्ष होता.

त्यांच्या लेखांनुसार, वादाचे काही मुद्दे असे :

- मुख्यमंत्र्यांची आधी परवानगी घेतल्याखेरीज नायब राज्यपालांनी त्यांच्या काही मंत्र्यांच्या लाचखोरीसंदर्भातील चौकशी करू नये, अशी मुख्यमंत्र्यांची इच्छा होती.
- त्यांना माझे सचिव म्हणून स्वत:च्या पसंतीचा माणूस हवा होता.
- त्यांना नायब राज्यपालांनी अधिकाऱ्यांशी संवाद साधायला नको होता.
- आजारी गिरण्यांतील कामगारांसंदर्भात एकसदस्यीय मंडळाची शिफारस न स्वीकारता (कालबाह्य यंत्रसामग्री व प्रचंड देणी यांमुळे या गिरण्या चालवणे अव्यवहार्य झाल्यामुळे त्या बंद कराव्यात असा त्यांचा सल्ला होता,) मुख्यमंत्र्यांनी या कामगारांच्या स्वेच्छानिवृत्तीला पसंती दिली होती.
- त्यांना यानम पूर प्रकल्पासाठीचे १३६ कोटी रुपये हातात यायला हवे होते, ज्यामधील अनियमिततांमुळे अधिकाऱ्यांना यापूर्वीच शिक्षा झाली होती.
- मोफत तांदूळ व पोंगलसाठीच्या भेटवस्तू दारिद्र्यरेषेखालील लोकांना वितरित करण्याऐवजी, त्या फक्त शिधापत्रिकाधारकांनाच देण्याचा त्यांचा आग्रह होता.

या सर्व मुद्द्यांबाबतची निर्णायक गोष्ट होती - मूलभूत आर्थिक मंजुरी व प्रशासनाची सचोटी.

या आंदोलनाची धार वाढली. मंत्रिमंडळाने राजभवनच्या प्रवेशद्वाराबाहेर बैठका घेतल्या. आत कुणाला प्रवेश नव्हताच. बाहेरचे व्हीआयपी राजकारणी त्यांना भेटायला येत होते, त्यामुळे प्रसारमाध्यमांचे लक्ष अधिक वेधले गेले.

अखेर, नवी दिल्लीहून सूचना आल्यावर हा तिढा सुटला. आमची विनाशर्त भेट झाली; पण फक्त दिसण्यापुरती.

आता जेव्हा मी मागे वळून पाहते आणि या धरणे नाट्याचा मूळ उद्देश काय असू शकेल याचा विचार करते, तेव्हा लक्षात येतं, की हे लोकसभेच्या जागेसाठी होणाऱ्या आगामी निवडणुकीत सहानुभूती मिळवण्यासाठी होतं.

त्यांनी ही जागा जिंकली; पण ते विधानसभा निवडणुकीत हरले.

फोटो, व्हिडिओ व इतर माहितीसाठी क्यूआर स्कॅन करा.

प्रकरण ५०

प्रतिकूलतेवर मात करत पुढेच जायचे

केंद्रीय गृहमंत्री श्री. अमित शाह यांच्यासोबत

हितसंबंध गुंतलेल्या निष्ठूर लोकांशी दोन हात करत मी पुढे जात राहिले, हे कसं घडू शकलं?

सर्वांत महत्त्वाचं म्हणजे, माननीय पंतप्रधान, केंद्रीय गृहमंत्री व केंद्रीय गृहसचिव श्री. अजय भल्ला यांना केंद्रातील सरकारविषयी व व्यक्तीशः माझ्याविषयी असणाऱ्या वैरभावाची संपूर्ण कल्पना होती. त्यांच्या समयोचित व उदार पाठिंब्यामुळे, आम्ही सर्वोच्च न्यायसंस्थेपुढं नायब राज्यपालांच्या स्थानासंदर्भात बाजू मांडण्यासाठी महागड्या कायदेविषयक सेवा घेऊ शकलो.

यामध्ये माझा पोलीस दलातील अनुभव कामी आला. हा सत्तेला चिकटून राहण्यासाठी अत्यंत आतूर असलेल्या काही लोकांच्या जीवनमरणाचा प्रश्न आहे, हे मला माहीत होतं. ते एकमेकांशी लढू शकतात आणि परिस्थितीनुसार एकत्र येऊ शकतात.

अधिक महत्त्वाच्या असलेल्या प्रशासनाच्या हितासाठी मला त्यांचा वैरभाव सोडून द्यावा लागला. मुक्तद्वार व इतर सर्व यंत्रणा खूप वरच्या पातळीवर होत्या, त्यामुळं माझा मर्यादित वेळ या लोकांना बदलण्यावर खर्च करण्यात काहीच अर्थ

नव्हता.

मी त्यांची शिक्षिका नव्हते तर त्यांच्यासाठी धोका होते. ते फक्त मला सहन करत होते. ते स्थानिक होते. लवकरच मी तिथून जाईन हे त्यांना माहीत होतं. मी त्यांची समान शत्रू होते.

ते त्यांना व्यवसाय-उद्योगांच्या बाबतीत असुरक्षित भावना असल्याचं माझ्या लक्षात आलं, ही गोष्ट ते दररोज अनेक मार्गांनी व्यक्त करत होते. ते त्यांच्या प्रत्येक कृतीत व्यवहारी देवाणघेवाणीवर अवलंबून होते. माझं काम परिवर्तनात्मक होते. त्याच्या मोबदल्यात मला काहीही नको होते.

मला जिथं आवश्यक वाटलं तिथं मी उत्तर दिलं आणि जेव्हा एखादी गोष्ट सोडून देणं बरं, असं वाटलं, तेव्हा ते सोडूनही दिलं. मला प्रत्युत्तरादाखल वाद घालायची गरज नव्हती. त्यामध्ये वेळ दवडण्यात काहीच अर्थ नव्हता. मला तमिळ येत नसल्यामुळे येणाऱ्या मर्यादाही मी जाणून होते. ज्या ठिकाणी एखाद्या गोष्टीबाबत स्पष्टीकरण आवश्यक असेल त्या ठिकाणी तसंच पुढं न जाण्याबद्दल मी वेळेवर कळवत होते.

लोकांच्या मनात माझ्याविषयी जो सद्भाव होता त्याचा त्यांना हेवा वाटतो, हे मी जाणून होते. मला पुढे जावंच लागणार होतं.

माझे कामाच्या ठिकाणी व पुदुच्चेरीची नायब राज्यपाल म्हणून दिलेले संदेश सुयोग्य प्रतिसादांवर केंद्रित असत आणि त्यामध्ये प्रत्यक्ष कृती- दृढनिश्चय - उच्च उद्दिष्ट यांकडे दुर्लक्ष केले जात नसे.

आम्ही आनंदयात्री होतो.

आम्ही पहिल्या दिवसापासूनच राजभवन आनंदासाठी खुले केले होते.

व्हिडिओसाठी क्यूआर स्कॅन करा.

भाग ७
राजभवन ते लोकभवन

प्रकरण ५१

राजभवन आनंद पसरवत होते– सांस्कृतिक केंद्र बनले होते

मी राजभवनमध्ये गेले त्या दिवसापासून राजभवन हे लोकांसाठी अत्यंत स्नेहपूर्ण व त्यांना सहज येता येण्याजोगे ठिकाण बनवण्यात आले. आपण लोकांशी जोडलं जाण्याची एकही संधी हुकवायची नाही, हे मी टीम राजभवनला सांगितलं होतं आणि आम्ही ते प्रत्यक्षातही उतरवलं.

शपथग्रहण समारंभ झाला त्या दिवसापासून आम्ही जाहीर केलं होतं, की आपण एकत्र मिळून काम करू आणि एकत्र मिळून आनंदोत्सव साजरा करू.

राजभवन कुणाही गरजूसाठी खुलं होतं. शपथग्रहण दिनापासून अवघ्या दोनच दिवसांत राजभवनमध्ये मुक्तद्वार आयोजित करणं ही त्याची साक्ष होती. सामान्य लोकांबरोबरच मधल्या फळीतील व इतर अनेक अधिकारी नियोजित विभागीय सादरीकरणांसाठी रोज राजभवनमध्ये येऊ लागले. जेव्हा दुपारच्या जेवणाच्या सुट्टीपर्यंत बैठका चालत, तेव्हा ते राजभवनच्या डायनिंग हॉलमध्ये भोजन घेत असत.

त्यांच्यापैकी बहुतेकांनी सांगितलं, की आमच्या इतक्या दशकांच्या सेवेमध्ये आम्ही पहिल्यांदाच राजभवनमध्ये येत आहोत.

आम्ही राजभवन लहान मुलांसह पर्यटकांसाठी खुलं केलं. राजभवनच्या नियंत्रक श्रीमती आशा गुप्ता पाहुण्यांना पहिल्या मजल्यावरच्या दरबार हॉलमध्ये कलाकृती पाहायला नेत असत. त्यातील काही कलाकृती शंभर वर्षांपेक्षाही जास्त काळापूर्वीच्या

होत्या.

माननीय राष्ट्रपती पुदुच्चेरीच्या दौऱ्यावर आले होते तेव्हा ते कुटुंबासमवेत राजभवनमध्ये राहिले होते, ही आमच्यासाठी सन्मानाची गोष्ट होती.

राजभवनमध्ये कॉन्फरन्स हॉल व मीटिंग रूम नव्हती. आम्ही शिक्षक-प्राचार्य भेट, महिलांचे गट, सरकारी अधिकारी, परदेशी मान्यवर, अतिथी व्याख्याने आदी कार्यक्रमांसाठी दरबार हॉल वापरत असू.

आम्ही एक व्याख्यानमाला आयोजित केली होती. त्यामध्ये सुप्रसिद्ध वक्त्यांनी नेतृत्व, व्यवस्थापन, इतिहास, तत्त्वज्ञान अशा अनेकविध विषयांवर व्याख्याने दिली. यानिमित्ताने सद्‌गुरू जग्गी वासुदेव यांची पावन उपस्थिती लाभली, मॅक्सवेल परेरांची अन्वेषक दृष्टी, राजीव पेशावरिया यांच्या सर्वोत्कृष्टता साध्य करण्याच्या पद्धती, देबाशिष चॅटर्जी यांची 'व्हिजन' जया राव, स्वामी राधानाथजी यांचे 'वेदांची समयोचितता' या विषयावरील विचार... अशी पुदुच्चेरीच्या नागरिकांना ज्ञानसंपन्न मेजवानी मिळाली.

आम्ही या नेतृत्वमालेची कल्पना वरिष्ठ अधिकाऱ्यांच्या कौशल्यांना धार लावण्यासाठी साकारली होती. भाषणकौशल्य, ज्ञानाचे आदान-प्रदान, परस्परसंवाद अशा नेतृत्वासाठी आवश्यक असलेल्या गोष्टी त्यांनी आत्मसात कराव्यात आणि सर्वांत महत्त्वाचं – सर्व अडसर दूर करून, प्रशासनात संघ भावनेचे बंध निर्माण करणं हा यामागचा उद्देश होता. ही व्याख्याने अधिकाऱ्यांसाठी महत्त्वाची होती, तसंच ती मान्यवर व ज्यांना रस आहे अशा नागरिकांसाठी खुली होती.

कला व संस्कृती मालिकेत या ऐतिहासिक इमारतीतील गॅलरी ही प्रदर्शनासाठी सर्वोत्तम जागा होती. या मालिकेमध्ये तुरुंगातील कैद्यांनी रेखलेली व साकारलेली चित्रे, माझी निसर्ग छायाचित्रे, वेदपठण, शहरी जंगलातील वन्यजीवन अशा विविध गोष्टींचा समावेश होता.

जेव्हा उपस्थितांची संख्या अधिक असे, तेव्हा आम्ही राजभवनच्या हिरवळीवर कार्यक्रमांचं आयोजन करत असू. आम्ही उत्सव साजरा करण्याची एकही संधी सोडली नाही. राजभवनच्या नियंत्रक तिथल्या आवाराचा सणसमारंभ व वार्षिक कार्यक्रम आयोजित करण्यासाठी पुरेपूर वापर करत. हे कार्यक्रम संध्याकाळी होत. आमच्या टीमनं या कार्यक्रमाचं कॅलेंडर बनवलं होतं. त्यानुसार आम्ही कार्यक्रम घेत असू. उदाहरणार्थ, आम्ही पोंगल हा प्रादेशिक सण राजभवन परिवारातील सदस्यांच्या कुटुंबीयांसमवेत साजरा करत असू. आम्ही विशेष गृहांतील मुले, नन्स, ज्येष्ठ नागरिक, ख्रिसमस कॅरोल्ससाठी गायक मंडळी यांना आमंत्रित करत असू.

प्रधान मंत्री
Prime Minister

New Delhi
ज्येष्ठ 15, शक संवत् 1942
05th June, 2020

Dr. Kiran Bedi Ji,

I send my endless best wishes for your birthday.

A birthday is a special occasion to reiterate the commitment to human, social and national values. The way in which you have integrated these values in your entire style of work and made efforts to fulfil the expectations of the common people, is inspirational for everyone.

As the Governor, the efficiency and sense of duty with which you have discharged your Constitutional obligations, will lead the state towards greater heights. I am fully confident that you will continue to serve the society, state and the nation with the same dedication.

I pray to the Almighty to grant you a long, healthy life and always keep you energetic in the service of the nation.

Once again wishing you the very best for your birthday.

Yours

(Narendra Modi)

Dr. Kiran Bedi
Lieutenant Governor
Raj Nivas
Puducherry

पूर्वी राजभवनमधील इफ्तार म्हणजे मुबलक मांसाहार, अमर्याद अतिथी आणि सढळ खर्च असे.

आता राजभवनमधील इफ्तार ही प्रार्थनेची व प्रतीकात्मक उपवास सोडण्याची सायंकाळ बनली. भोजन साधंच असे व खेळीमेळीच्या वातावरणात त्याचा आस्वाद घेतला जात असे.

डिनर हे आनंदोत्सव साजरा करण्याचं आणखी एक निमित्त असे– आम्ही एकत्र मिळून जेवायचो व धमाल करायचो. हे दुर्मिळ क्षण कॅमेऱ्यात टिपून आम्ही ते चिरंतन केले.

तेथील हिरवळीचा वापर खुल्या चित्रपटगृहासाठी केला जात असे. शक्यतो वंचित-उपेक्षित मुलांसाठी दर पंधरा दिवसांनी तिथं चित्रपट दाखवला जात असे.

ही मुले त्यांच्या शिक्षकांसोबत येत असत. तसंच, त्यांच्या पालकांची इच्छा असल्यास तेही येऊ शकत असत. आम्ही चित्रपट मालिकेमध्ये अनाथाश्रमातील, तसेच सरकारी व उच्चभ्रू संस्थांतील मुलांसाठी पारितोषिक विजेते व शैक्षणिक चित्रपट दाखवत असू.

चित्रपट सुरू होण्यापूर्वी मी सर्व मुलांचं स्वागत करायचे. आम्ही ग्रूप फोटो घ्यायचो.

एका कंपनीने चित्रपट दाखवण्यासाठी लागणारी यंत्रसामग्री व चित्रपट आयोजित केले. राजभवनकडे ही यंत्रसामग्री नव्हती. निर्मात्यांनी आम्हाला चित्रपट दाखवण्याचे कॉपीराइट्स खुशीने दिले.

दुपारच्या वेळेत राजभवन अभ्यागतांसाठी खुले असल्यामुळे त्या वेळात भारतीय व परदेशी पर्यटक येत असत. ही भेट त्यांच्यासाठी संस्मरणीय ठरत असे. आमचा फोटोग्राफर त्यांचे फोटो काढत असे व त्यांना ते व्हॉट्स ॲपवर पाठवत असे.

पर्यटक राजभवनमध्ये येताना माझ्यासाठी फुले, मिठाया, हस्तकलेच्या वस्तू, पुस्तके व विविध स्मृतिचिन्हे आणत असत. त्यातील टिकाऊ वस्तू आम्ही नायब राज्यपालांच्या कार्यालयातील कपाटामध्ये ठेवत असू. नंतर या वस्तू कर्मचारी, गुणवत्तापूर्ण विद्यार्थी, खेळांचे संघ वगैरेंना बक्षीस म्हणनू देत असू.

राजभवनने तरुणांसाठी 'इन्टर्नशिप' कार्यक्रमसुद्धा घेतले. संस्थात्मक सामाजिक बांधीलकी म्हणून आम्ही राजभवनच्या परिघाबाहेरच्या सत्कार्याला पाठिंबा दिला.

हे 'लोकभवन' त्याच्या परिसरामध्ये नागरिकांचं स्वागत करत असे. सायकल मोहिमा, टीम बॉक्स, फुलांचे 'री-सायकलिंग', राजभवनमधील आंब्याच्या झाडांवरील आंबे उतरवणे, रोप वितरण, स्टेशनरी व क्रीडा साहित्य वितरण अशासारखे उपक्रम आम्ही प्रत्यक्षात उतरवले.

आम्ही पुदुच्चेरीतील स्वच्छता दलाला- त्यांना 'विमेन इन पिंक' असंही म्हटलं जातं– 'महिला दिन' साजरा करण्यासाठी राजभवनमध्ये आमंत्रित केलं व त्यांना देणगीदारांमार्फत साड्यांची भेट दिली.

राजभवनमधील आयुष्य हे अशा प्रकारे सुरू होतं, कोविडमुळे 'लॉकडाऊन' लागेपर्यंत.

फोटो आणि व्हिडिओसाठी क्यूआर स्कॅन करा.

प्रकरण ५२

प्रशिक्षणार्थी

प्रशासनाच्या सर्व क्षेत्रांमध्ये तरुणांना सहभागी करून घेतलं पाहिजे, असं माझं मत आहे. मी पुदुच्चेरीत पदभार स्वीकारल्यापासून प्रशासनात तरुणांना सहभागी करून घेण्याचा प्रयत्न केला.

मी केंद्रीय विद्यापीठातील विद्यार्थ्यांपासून सुरुवात केली. माझा उद्देश होता तरुणांना शासन कारभाराप्रति सचेत करणं आणि विभागांना तरुणांच्या कल्पना व

ऊर्जेचा लाभ घडवणं.

तरुण विद्यार्थी ज्येष्ठांकडून शिकू शकतात, त्यांचे मार्गदर्शन घेऊ शकतात. अभियांत्रिकी महाविद्यालयातील विद्यार्थ्यांची सार्वजनिक बांधकाम, ऊर्जा आदी खात्यांशी गाठ घालून देता येऊ शकेल.

त्याचप्रमाणे, 'लिबरल आर्ट्‌स'च्या विद्यार्थ्यांना शिक्षण विभाग किंवा पोलीस विभागसुद्धा जवळचा वाटू शकेल. यामध्ये भागिदारीला अमर्याद वाव होता.

पण, माझ्या लक्षात आलं, की ना राजकीय आस्थापना, ना नोकरशाहीतील नेतृत्व, अशा तरुण प्रशिक्षणार्थींशी खुलेपणे बोलण्याची कुणाचीच इच्छा नव्हती.

विशिष्ट मनोभूमिका असल्याखेरीज अशी भागीदारी घडणार नाही ही गोष्ट माझ्या लक्षात आली. मी त्यांच्यावर हे धोरण लादलं नाही; कारण अशा सहयोगासाठी आधी वृत्तीत बदल घडणं आवश्यक असतं.

पण, राजभवनमध्ये मात्र आम्ही स्वत:हून आलेल्या उमेदवारांना घेतलं. हे प्रशिक्षणार्थी हा मदतीचा लक्षणीय स्रोत होता. राजभतनमध्ये विविध प्रकारचे कार्यक्रम आयोजित करण्यात त्यांचा महत्त्वाचा वाटा होता.

याचे सगळे श्रेय श्रीमती आशा गुप्ता यांना आहे. त्यांच्या संघटनक्षमतेनं या तरुणांना एकत्र बांधून ठेवलं होतं. काहीजणांनी श्रीमती आशा गुप्तांकडून मानधनसुद्धा मिळवलं.

त्यानंतर संसदीय निवडणुकीची आदर्श आचारसंहिता लागू झाली. त्या कालावधीत नायब राज्यपाल कार्यालयानं बाहेर दिसायचं अथवा बोलायचं नव्हतं. त्यामुळं, आम्ही विचार केला, की काहीतरी वेगळं करावं... राजभवनच्या आत.

मग आम्ही राजभवनमध्ये 'यूथ एज्युकेशन प्रोग्रॅम' (वायइपी) घ्यायचं ठरवलं.

या कार्यक्रमाचा उद्देश होता सार्वजनिक सेवा व नेतृत्वकौशल्य विकासास प्रोत्साहन देणं. नवभारताच्या जडणघडणीसाठी उत्साही तरुणांना मौल्यवान 'प्रोफेशनल' अनुभवाने सुसज्ज होण्याची अपूर्व संधी मिळवून देणं हाही यामागचा उद्देश होता.

प्रशिक्षणार्थींना राजभवनच्या कार्यकारी भूमिका व राजभवनचे पुदुच्चेरीच्या जनतेची सेवा करण्याचे उद्दिष्ट नीट समजण्याच्या दृष्टीने त्यांना इथे प्रत्यक्ष अनुभव मिळणार होता. यातील प्रत्येक प्रशिक्षणार्थीला टीम राजभवनने मार्गदर्शन केलं.

हे साध्य करण्यासाठी आम्ही इन्स्टाग्राम स्टोरीच्या माध्यमातून तरुणांपर्यंत पोहोचलो. अवघ्या काही तासांत आम्हाला तुफान प्रतिसाद मिळाला. आमच्याकडे वेगवेगळ्या राज्यांतून व पुदुच्चेरीतून अर्ज येत होते.

'समर इंटर्नशिप'च्या अशा पहिल्या बॅचला सर्व आघाड्यांवर तालीम देण्यासाठी

राजभवनकडे वेळ व साधन स्रोत होते.

विद्यार्थ्यांनी त्यांच्या जेवण व राहण्याची सोय स्वत: करायची होती. आम्ही त्यांना दुपारचे जेवण व संध्याकाळचा चहा देत होतो. त्यानंतर ते रात्री जेवायला त्यांच्या निवासाच्या ठिकाणी जाऊ शकत होते.

या प्रशिक्षणार्थींमध्ये 'व्यक्ती' व 'प्रोफेशनल'चा विकास व्हावा यादृष्टीने आम्ही सविस्तर कार्यक्रम आखला होता.

प्रशिक्षणार्थी व्याख्यान देताना

आम्ही राजभवनमध्ये काम करण्यासाठी सुमारे २४ विद्यार्थ्यांच्या पहिल्यावहिल्या बॅचला आमंत्रित केलं. त्यांना संशोधन, विश्लेषणात्मक अहवाल तयार करणं, कागदपत्रे तयार करणं, सुरक्षाव्यवस्था समजून घेणं अशा गोष्टींची ओळख घडली. ते आमच्या बैठका व ब्रिफिंग्जना हजर असत; सादरीकरणे व फॅक्ट शीट्स अद्ययावत करत असत. त्यांनी विविध सर्जनशील उपक्रमांत भाग घेतला.

प्रशिक्षणार्थी राजभवनमधील उपक्रमांत सहभागी झाले.

या प्रशिक्षणार्थींनी सोशल मीडियावरील संवाद, 'मुक्तद्वार'चा डेटा, अभ्यागतांशी संवाद, समाजाभिमुख कार्यक्रम, सेवा व पर्यावरणपूरक प्रकल्पांवर काम केलं. त्यांनी शाळा, महाविद्यालये व बिगर सरकारी संस्थांशी संपर्क साधला, कार्यक्रमांची संकल्पना निर्मिती व कार्यक्रमांचं व्यवस्थापनही केलं.

याखेरीज त्यांनी प्रशिक्षणार्थी व्याख्यानमाला आयोजित केली, योगसत्रांना हजेरी लावली, राजभवनला माहिती तंत्रज्ञानविषयक प्रकल्पांना साहाय्य केलं, पाककौशल्य आत्मसात केलं, फिल्ड व्हिजिट्स व आणखीही बऱ्याच गोष्टी केल्या.

हे विद्यार्थी त्यांची 'इंटर्नशिप डायरी' लिहीत होते. त्यांनी काही उत्तम संशोधनपर लेख लिहिले होते, आम्ही त्यांची नोंद घेतली. या उपक्रमातील सर्वांत आनंददायी भाग म्हणजे या उपक्रमाला विद्यार्थ्यांचा प्रचंड प्रतिसाद लाभला. ते किती आनंदी व समाधानी आहेत, हे आम्हाला दिसत होतं. त्यांच्यापैकी बहुतेकांनी आपापल्या सोशल मीडिया हॅन्डल्सवर त्यांचे अनुभव लिहिले होते.

'पुदुच्चेरीच्या माननीय नायब राज्यपालांच्या कार्यालयातील 'राजभवन' मधील अनुभव अत्यंत आनंददायी होता. डॉ. किरण बेदी यांच्या पुढाकाराने सुरू झालेला हा 'यूथ एंगेजमेन्ट प्रोग्रॅम' म्हणजे व्यक्तिगत व व्यावसायिकदृष्ट्या विकास साधण्याचं 'पॅकेज' होतं. आम्ही तिथे काम केलं. आम्ही शिकलो. आम्ही विकसित झालो. मी

कितीही उंचीवर पोहोचलो तरी नम्रता विसरता कामा नये, ही गोष्ट मी डॉ. बेदींना जवळून पाहिल्यानंतर माझ्या ठळकपणे लक्षात आली. त्यांच्यासारख्या नेत्याकडून भारतीय पोलीस सेवेतील अधिकारी, सामाजिक कार्यकर्त्या व माजी टेनिसपटू-नेतृत्वाबद्दल शिकताना, एक नेता कशा प्रकारे विनम्र राहतो व विकसित होतो हे मी शिकलो.'

''यातील सर्वोत्तम भाग म्हणजे रोज आम्ही आळीपाळीने नेत्याची भूमिका साकारली आणि आम्हाला रोज मॅडमकडून मार्गदर्शनाची संधी लाभली. मी जबाबदारी, परानुभूती व सर्वसमावेशकता याबद्दल सखोल ज्ञान मिळवले. मी प्रत्येक गोष्ट खोलवर जाऊन शिकले.''

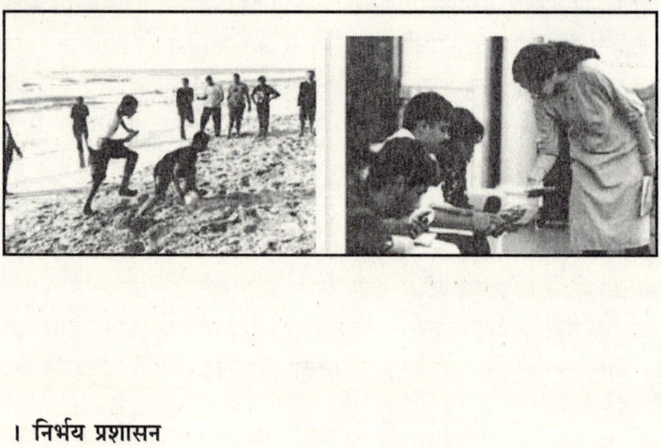

'सुपरसिक्स्टीमध्ये समावेश झाल्यामुळे महाविद्यालयात खूप चांगल्या प्रकारे शिकता आले. हीच परंपरा राजभवनमध्ये कायम राखणे हा शिरपेचात मानाचा तुरा होता. डॉ. किरण बेदी व टीम राजभवन यांच्यामुळे हे शक्य झाले. त्यांना धन्यवाद. मी माझ्या सर्व ज्युनिअर्सना आवर्जून सांगेन, की तुम्ही पुढील संधीची प्रतीक्षा करा... ती नि:संशय आश्वासक असेल!'

या कार्यक्रमाने विद्यार्थ्यांना सरकारी कामकाजाबद्दल माहिती व अनुभव मिळाला. याचा त्यांना शैक्षणिक ध्येये ठरवण्यासाठी व करिअरचा मार्ग ठरवण्यासाठी उपयोग झाला. तसंच, यामुळे त्यांना प्रगतिशील नवभारतात सामाजिक नेतृत्व करण्याची प्रेरणा मिळाली.

दरम्यान, निवडणुकीचा काळ संपला. आम्ही पुन्हा आमच्या नेहमीच्या दिनक्रमावर आलो. आम्ही पुन्हा मुक्तद्वार सुरू केलं आणि लोकांच्या तक्रारीचं निवारण करू लागलो.

फोटो व व्हिडिओसाठी क्यूआर स्कॅन करा.

प्रकरण ५३

टीम राजभवन

टीम राजभवनचे प्रमुख स्तंभ

श्री. जी. थेवा नीती धस : हे उल्लेखनीय आयएएस अधिकारी माझे सचिव म्हणून रुजू झाले व निवृत्तीनंतर 'ऑफिसर ऑन स्पेशल ड्यूटी' (ओएसडी) म्हणून कार्यरत राहिले. निष्कलंक, सचोटी व सखोल, समग्र माहिती असणारे श्री. धस हे अत्यंत 'प्रोफेशनल', नि:पक्षपाती व न्यायप्रिय होते. ते अत्यंत उत्साही होते. मला सल्ला देण्यापूर्वी ते नेहमी तयारीनिशी आलेले असत. ते मला व्यवस्थित समजून घेत असत.

जी. श्रीनिवास : हे माझे भूतपूर्व अतिरिक्त सचिव होते. त्यांची दुसरीकडे बदली होईपर्यंत त्यांनी श्री. धस यांना व मला सक्रिय साहाय्य केलं. ते 'इलेक्ट्रॉनिक – पिटीशन मॉनिटरिंग सिस्टिम' (पीएमएस)चे व राजभवनच्या वेबसाईटचे शिल्पकार

होते.

श्री. आर. श्रीधरन् : हे कायदे व नियम यात निष्णात होते. ते माझे खासगी सचिव होते, त्यांनी माझ्यासाठी विशेष परिश्रम घेतले. आम्ही एकत्र काम करत होतो, त्या कालावधीत त्यांनी सर्व न्यायालयीन लढ्यांचा अत्यंत मेहनतीने पाठपुरावा केला. श्रीयुत धस यांच्या मार्गदर्शनाखाली त्यांनी न्यायालयात सर्व खटल्यांवर प्रचंड मेहनत घेतली. त्यामुळं दरवेळी अनुकूल निकाल मिळाले. ते तक्रारींची दखल घेण्याखेरीज, प्रभातफेऱ्यांना माझ्यासोबत येत असत. ते मनकवडे होते. जिथं आवश्यक असेल तिथं श्रीधर माझ्या इंग्रजी संभाषणांचं तमिळमध्ये भाषांतर करत असत.

श्रीमती आशा गुप्ता : त्या राजभवनच्या लेखानियंत्रक होत्या. अत्यंत चैतन्यमयी अशा गुप्तांनी राजभवनला लोकभवन बनवलं होतं. राजभवनमध्ये घेतल्या जाणाऱ्या सर्व सर्जनशील उपक्रमांची संकल्पना, संघटन, आयोजन त्यांचं असे. त्यांच्या वचनबद्धतेमुळे व समर्पित वृत्तीमुळे, पुदुच्चेरीला हरित व जलसमृद्ध बनवण्यासाठी देणगीदार लाभले.

डॉ. भास्करन् : हे पुदुच्चेरी पोलीस दलातील सर्वांत आदरणीय व विश्वसनीय पोलीस अधिकारी होते. हे मुख्य तक्रार अधिकारी हजारो तक्रारी सोडवण्यासाठी अत्यंत आस्थेवाईकपणे जोशपूर्ण काम करत असत. ते तक्रारदारांसोबत सर्व तक्रारींचा मागोवा घेत असत. समस्या सोडवण्यासाठी ते प्रत्यक्ष घटनास्थळी जात असत. पोलीस नियंत्रण कक्षाला मदतीसाठी आलेला कोणताही कॉल अथवा मेसेज त्यांच्या नजरेतून सुटत नसे. त्यांचा खंबीरपणा व समस्या सोडवण्याच्या कौशल्यामुळे अनेक त्रासदायक प्रश्नसुद्धा सुटले.

डॉ. अमृता बहल : आमच्या टीममधील आणखी एक अनमोल सदस्य म्हणजे, जवळजवळ दोन वर्षे माझ्या ओएसडी असलेल्या डॉ. अमृता बहल. त्यांनी माझ्यासोबत 'समृद्ध पुदुच्चेरी' हे 'मिशन स्टेटमेन्ट' बनवले होते. त्यांनी सोशल मीडिया टीम जुळवली होती. त्यांनी १०० फेऱ्यांना व राजभवनच्या कार्यपुस्तिकांच्या प्रकाशनात साहाय्य केले.

आर. कुमारन् : हे जनसंपर्क अधिकारी होते. ते परिश्रमपूर्वक बातमीपत्रे शेअर करत असत व त्यांनी प्रसारमाध्यमे व्यापकपणे सांभाळली. त्यांनी 'ट्रॅकिंग न्यूज'चे

तमिळमध्ये संकलन केलं आहे. यामध्ये माझ्या संपूर्ण कार्यकालातील ठळक मथळ्यांचं वैशिष्ट्यपूर्ण संकलन आहे. ते सर्व अधिकाऱ्यांना दररोज सकाळी वाचण्यासाठी, सर्व व्हॉट्स ॲप ग्रूप्सवर न्यूज क्लिप्स टाकत असत. मुक्तद्वारमध्ये आलेल्या लोकांना भेटताना ते मला मदत करत असत व त्यांचं म्हणणं तमिळमध्ये अनुवादित करून सांगत असत.

एस.डी.सुंदरन् : हे ज्येष्ठ अधिकारी होते. जी. श्रीनिवास यांची बदली झाल्यानंतर, ते टीम राजभवनचे नवे सदस्य बनले.

टीम राजभवन

प्रकरण ५४

सर्जनशील टीम

राजभवनमधील सर्जनशील टीम आमचे कार्यक्रम कुठपर्यंत पोहोचतात हे विशद करण्यासाठी काम करते. ट्विटर, फेसबुक, इन्स्टाग्राम, लिंक्ड इन व यूट्यूब सारखे मंच माहिती शेअर करण्यासाठी व मते घेण्यासाठी वापरले जातात. ही टीम प्रकाशनेही सांभाळते.

१४.२ दशलक्ष फॉलोअर्स

मी पुदुच्चेरीची नायब राज्यपाल म्हणून पदभार स्वीकारला, तेव्हा मी अलग राहून प्रशासन चालवायचं नाही असं ठरवलं होतं. यामध्ये लोकांची संपूर्ण गोवणूक असायला हवी. राजकीयदृष्ट्या तटस्थ राहून, लोकांशी संवाद साधण्यासाठी 'संवाद-संपर्क टीम'ची आवश्यकता होती. मला नायब राज्यपाल व जनता यांच्यात जोडणारा एक पूल हवा होता. त्यातूनच 'सर्जनशील टीम'चा जन्म झाला.

पंतप्रधान बनल्यानंतर लगेचच, श्री. नरेंद्र मोदी यांनी त्यांच्या सर्व मंत्र्यांना फेसबुक व ट्विटर पेजेस सुरू करण्याची आग्रही सूचना केली होती. सरकारच्या कामात पारदर्शकता आणणं व त्यांच्यापर्यंत सहज पोहोचता यावं हा यामागचा

उद्देश होता. आपण जवळजवळ सर्व केंद्रीय मंत्र्यांना सोशल मीडियावर लोकांच्या तक्रारींना प्रतिसाद देताना व त्यांच्या सूचनांची दखल घेताना पाहिलं आहे. नायब राज्यपाल म्हणून मलाही त्यांच्या 'डिजिटल' उपस्थितीचा तितकाच फायदा झाला.

मी पदभार स्वीकारल्यानंतर सुरुवातीच्या काळात, माझ्या ओएसडी डॉ. अमृत बहल यांनी टीम राजभवनच्या मदतीनं एक छोटं युनिट तयार केलं होतं. त्यामध्ये फोटोग्राफर मणिकंडन, व्हिडिओग्राफर विजयन्, व्हिडिओग्राफी व व्हिडिओ एडिटिंगसाठी त्यांची पत्नी पून्गुहळी आणि संवाददाता बीना सिवन यांचा समावेश होता. जनसंपर्क कार्यालयाला दररोज जे जे साहित्य हवे असेल त्यासंदर्भात हे सर्वजण जनसंपर्क कार्यालयाला मदत करत असत.

माझे खासगी सचिव प्रसारमाध्यमांना देण्याची निवेदनं तयार करत असत व जनसंपर्क कार्यालय ते प्रसारित करत असे. मी ट्विटर व इतर काही हॅन्डल्सवर असल्यामुळे, मी जनहिताच्या कार्यक्रमांबाबत शेअर करत असायचे.

प्रसारमाध्यमांना माझ्या 'पोस्ट्स' वरून बातम्या मिळायच्या. बरेचदा ते जनसंपर्क कार्यालयाकडं आणखी विचारणा करायचे. अशा प्रकारे, माझ्या सोशल मीडिया हॅन्डल्सचा अधिकृत संपर्कासाठी उपयोग होत असे.

अमृता व त्यांच्या युनिटने फेसबुक, ट्विटर, इन्स्टाग्राम, लिंक्डइन व यूट्यूब वर नायब राज्यपालांची हॅन्डल्स सुरू केली. ती नियमित अद्ययावत करण्याचं काम आमची टीम करत असे.

सर्वांत महत्त्वाचं म्हणजे, आम्ही 'समृद्ध पुदुच्चेरी' या प्रमुख व्हॉट्स ॲप ग्रूपवर मोठ्या प्रमाणात पोस्ट करत असायचो. या ग्रूपवरचे मेसेज नंतर इतर नेटवर्क्सवर (त्यांची संख्या वाढत गेली) फॉरवर्ड केले जायचे.

आमच्या या प्रयत्नांनी गती पकडली. तशी या युनिटची 'सर्जनशील टीम' बनली. राजभवनच्या नियंत्रक श्रीमती आशा गुप्ता यांना मुख्य समन्वयक बनवण्यात आलं व जोसेफ यांच्यावर तांत्रिक साहाय्याची जबाबदारी सोपवण्यात आली. राजभवनने दस्तऐवजीकरणाचे काम पूजा लाल यांच्यावर सोपवले, तर ईशा अरोरा डिजिटल मीडिया प्रशिक्षणार्थी म्हणून रुजू झाल्या.

आम्ही ग्राफिक डिझायनर राफेल यांना काम दिलं. श्रीमती शिवानी अरोरा यांनी अनुवाद, ग्राफिक डिझायनिंग, लेखन व अन्य कामांत साहाय्य केलं. श्रीमती आशा गुप्तांनी सोशल मीडियासाठी ग्राफिक्स व शॉर्ट्स बनवण्यासाठी त्यांच्या टीममध्ये आणखी काही प्रशिक्षणार्थींना दाखल करून घेतलं. त्यांच्या प्रयत्नांना यश आलं.

सर्जनशील टीमने सोशल मीडिया हॅन्डल्सच्या माध्यमातून संबंधित माहिती शेअर करण्याचं काम अत्यंत तळमळीनं व परिश्रमपूर्वक केलं. त्यांनी अनेक प्रकाशनांमध्येही महत्त्वाची भूमिका बजावली. त्यातील काही नावे सांगायची तर

राजभवन कार्यपुस्तिका, द बेस्ट प्रॅक्टिसेस बुक, ट्रॅकिंग द न्यूज (डोसियर), जलसमृद्ध पुदुच्चेरी, १००० दिवस, राजभवन पिक्चर बुक.

या टीमने सण-समारंभ व सर्जनशील उपक्रमांवर छायाचित्रात्मक व व्हिडिओ माहितीपटही बनवले.

आमच्या सोशल मीडियाच्या वापराबाबत राजकारण्यांना तिरस्कार असला, तरी आम्ही कशानेही थांबलो नाही. आम्ही संपर्काच्या मौल्यवान साधनांद्वारे लोकांपर्यंत पोहोचलो. जलसिंचन कालवे व शहरी नाले यांतील गाळ उपसून ते स्वच्छ करण्यासाठी आम्ही लोकांचा पाठिंबा मिळवला. याचा आम्हाला जो मोबदला मिळाला तो अत्यंत प्रोत्साहक होता.

ही सर्जनशील टीम नायब राज्यपाल कार्यालय व जनता यांना जोडणारा पूल बनली. ती थेट माझ्या मार्गदर्शनाखाली काम करत असे.

नोव्हेंबर २०१८ व २०१९ मध्ये माझ्या 'लिंक्डइन' प्रोफाइलने भारतातील अग्रगण्य २५ प्रोफाइलमध्ये स्थान मिळवलं होतं. (यासाठी 'ट्रेडिंग' विषयांवरील पोस्ट व संकल्पना आणि त्या पोस्ट्सना आमचा प्रतिसाद हे निकष होते.)

किरण बेदी @thekiranbedi

धन्यवाद. याचे सर्व श्रेय राजभवनमधील 'सर्जनशील टीम'चे आहे, माझे नव्हे.
#Beena@Mailshiv@ishaarorafly@Prabukanna &#Vijayan
#Raphael@Pooja21kumari#kumaran(PRO) आणि प्रशिक्षणार्थी व स्वयंसेवक @PTI_News@ANI

The New Indian Express
@NewIndianXpress

Union Minister @rsprasad, Puducherry Lt Governor Kiran Bedi listed in @LinkedIn's "Top Voices." #LinkedInTopVoices

14 Nov 2018

ब्लॉग्ज, पोस्टर्स, फोटो व व्हिडिओ यामुळे आमचे सोशल मीडिया चैतन्यमय बनण्यास मदत झाली आणि आमच्या पोस्ट्स अधिक परिणामकारक बनल्या व दूरवर पोहोचल्या. तंत्रज्ञानाच्या सामर्थ्याचा माझ्या कार्यालयाला व्हॉट्स ॲप ग्रूप्सशी

क्षणार्धात संपर्क साधण्यासाठी उपयोग झाला.

सोशल मीडियावरील फॉलोअर्स

ट्विटर १२.४५ दशलक्ष

२.७२ दशलक्ष फेसबुक

इन्स्टाग्राम १.१८ दशलक्ष

३.२ लाख लिंक्ड-इन

२.७ लाख यू ट्यूब

आमची सर्जनशील टीम

अमृता - नायब राज्यपाल,
पुदुच्चेरी यांच्या ओएसडी

आशा गुप्ता - नियंत्रक-
राजभवन व सोशल मीडिया सपोर्टर

बीना सिवन - डॉक्यूमेन्टर व
सोशल मीडिया सपोर्टर

ईशा अरोरा - सोशल मीडिया
एक्झिक्यूटिव्ह व डॉक्यूमेन्टेशन सपोर्टर

जोसेफ - कॉम्प्युटर ऑपरेटर

जे. कुमारन् - जनसंपर्क अधिकारी

कै. के. विजयन् - व्हिडिओग्राफर
व मीडिया सपोर्टर

आमची सर्जनशील टीम

कार्थिगयन् - नायब राज्यपालांचे एडीसी

मणिकंडन - फोटोग्राफर

नंदा दास - दस्तऐवजीकरण व ग्रंथालय सहायक

पूजा लाल - तज्ज्ञ डॉक्यूमेन्टर व ग्रंथालय सहायक आणि सोशल मीडिया सपोर्टर

पुन्गूहळी - व्हिडिओग्राफी सहायक व सोशल मीडिया सपोर्टर

राफेल नेपोलियन - डिझायनर, संकलक, राजभवन प्रकाशन व सोशल मीडिया सपोर्टर

शिवानी अरोरा - लेखक व संपादक आणि सोशल मीडिया सपोर्टर

'राजभवन' प्रकाशने

फोटो व राजभवन प्रकाशनांसाठी क्यूआर स्कॅन करा.

या शर्यतीची अखेर नाही

प्रकरण ५५

निवडणुकीतील हानी

नायब राज्यपाल म्हणून माझी नियुक्ती आणि नियुक्त सरकारची स्थापना या दोन्ही गोष्टी काही आठवड्यांतच घडल्या. आम्ही पायउतारही तसेच झालो. आमचा संपूर्ण कालावधी मतभेदात गेला.

या सरकारने सुरुवातीपासूनच नायब राज्यपालांच्या स्थानाचं कायदेशीर वास्तव – ज्याचा सर्वोच्च न्यायालय पुनरुच्चार करत होतं– स्वीकारलं असतं तर!

याचा अर्थ, या नेत्यांना ते माहीत नव्हतं असा नाही. त्यांना ते माहीत होतं, हे डिनरच्या निमित्ताने झालेल्या पहिल्या भेटीतच लक्षात आलं होतं, जेव्हा त्यांनी मी सांगितलेल्या ठिकाणी सही करावी अशी त्यांनी सूचना व अपेक्षा व्यक्त केली होती. त्यांनी प्रस्तावित केलेल्या सगळ्या गोष्टींना मंजुरी देणारा नामधारी 'रबर स्टॅम्प' त्यांना अपेक्षित होता.

त्यांची 'विश लिस्ट' :

- अनिवार्य पदांवरील अधिकाऱ्यांच्या नियुक्त्या व बदल्या यांना मंजुरी देणे – त्यांच्या विरुद्धच्या आरोपांसंदर्भातील चौकशा प्रलंबित असल्या तरीही. मग अधिकारी नियुक्त्यांच्या प्रतीक्षेत राहोत व पदे रिकामी राहोत.
- जलस्रोतांचे रहिवासी प्लॉट्समध्ये रूपांतर करणे / अथवा जलधोरणाचे उल्लंघन करून किनारपट्टीच्या भागात आणखी कूपनलिका खोदण्यास परवानगी देणे.
- देयके भागवण्यासाठी उसनवारी सुरू ठेवणे.
- कर्मचाऱ्यांच्या 'ग्रॅच्युइटी'च्या रकमा रोखणे व भविष्य निर्वाह निधी दुसरीकडे वळवणे.
- अधिकाऱ्यांना न्यायालयासमोर स्वत:ची बाजू मांडण्याचा अधिकार नाकारणे.
- लैंगिक छळवाद मुकाट्याने स्वीकारणे व दोषी अधिकाऱ्याला बाहेरचा रस्ता न दाखवणे.
- विभागांना 'हवाबंद कोठारात' काम करत राहू देणे व परस्पर समन्वय अनिवार्य न करणे.
- निर्वाचित प्रतिनिधींची भ्रष्टाचारी कृत्ये व त्यासंबंधीच्या तक्रारी यातून त्यांना सूट देणे अथवा अहवाल मागवण्याआधी त्यांची परवानगी घेणे.
- पायाभूत सुविधांसाठी राखीव असलेले पैसे बजेटमध्ये समाविष्ट नसलेले खर्च भागवण्यासाठी वळवणे.
- जेव्हा असत्य गोष्टी प्रसिद्ध होतील तेव्हा लोकांना स्पष्टीकरण देण्याचे टाळणे.
- जेव्हा भारत सरकारविरुद्ध आकसाने आरोप होतात तेव्हा त्यांना समर्थन न देणे.
- अस्वच्छ प्रभाग, अतिक्रमणे, केरकचऱ्याने तुंबलेले जलस्रोत अशा नागरी सुविधांविषयक तक्रारींकडे दुर्लक्ष करणे.
- पुदुच्चेरीतील ढासळत्या जलस्तराकडे काणाडोळा करणे.
- कोविड उपचार व व्यवस्थापन यामध्ये आवश्यकता असूनही तज्ज्ञांना सहभागी करून घेण्याचे टाळणे.

- असहाय्य विद्यार्थ्यांकडून मोठ्या प्रमाणात शुल्क उकळणाऱ्या खासगी वैद्यकीय महाविद्यालयांसमोर मान तुकवणे.
- राजभवन हे सार्वजनिक कार्यालय असूनही ते बंद ठेवे कुणाच्या दृष्टीस न पडणे, फक्त नामधारी राहणे.
- विशिष्ट मंत्र्याकडे वर्षानुवर्षे अडकून राहिलेल्या फाइलीसुद्धा न मागवणे.
- सरकारी शाळांतील व शैक्षणिक संस्थांमधील शिक्षणाच्या सुमार दर्जाकडे दुर्लक्ष करणे व तेथील पदे रिक्त ठेवणे.
- जमीन बळकावण्याच्या व त्यासंदर्भात खोटे एफआयआर दाखल करण्याच्या प्रकारांकडे दुर्लक्ष करणे.
- उद्योगक्षेत्रातील लोकांकडून होत असलेल्या खंडणीखोरीला सूट देणे.
- भारत सरकारची यथोचित परवानगी न घेता परदेश प्रवास करणाऱ्या कोणत्याही मंत्र्याला प्रश्न न करणे.
- कोविडअनुरूप वर्तनाचे उल्लंघन करून धार्मिक संमेलनांना परवानगी देणे.
- हेल्मेट न घातलेल्या स्कूटर चालकांवर कारवाई न करण्याचे वाहतूक पोलिसांना आदेश देणे.
- अधिकाऱ्यांना भेटून त्यांना मार्गदर्शन न करणे.
- संपर्क संवादासाठी तंत्रज्ञानाच्या वापरातून सूट देणे.
- फिल्ड व्हिजिट्स टाळणे. फक्त राजभवनमध्ये बसून राहणे.

जर राजकीय आस्थापनेने नायब राज्यपालांच्या कायदेशीर स्थानाच्या वास्तवाचा मान राखला असता, तर पुदुच्चेरीने देशाला प्रशासनाचा आदर्श घालून दिला असता – 'प्रशासनाचे पुदुच्चेरी मॉडल' दिले असते.

पण, त्याऐवजी, राजकीय आस्थापनेने प्रत्येक मुद्द्यावर पुदुच्चेरीला 'संघर्ष व न्यायालयीन लढ्यांची' युद्धभूमी बनवलं आणि सतत वाद, निदर्शने, धरणे, राजभवनला घेराव, मला माघारी बोलावण्याची मागणी या साऱ्यांत लोकांचा वेळ व साधनस्रोत खर्च केले.

तात्पर्य

लोकप्रतिनिधींनी दिलेली वचने पाळली पाहिजेत व लोकांची दिशाभूल करता कामा नये. आमच्याकडे राजकीय लोकांवर विश्वास नसल्यामुळे नोकरशाही विचलीत व गोंधळलेली राहिली.

निवडणुकीच्या निकालांनी दाखवून दिलं, की लोकांनी त्यांना माघारी धाडलं. पुदुच्चेरीने सुसंवादी कार्य पद्धतीच्या प्रशासन मॉडलची सुवर्णसंधी गमावली.

तथापि, 'निर्भय प्रशासन' हे प्रतिकूल परिस्थितीतसुद्धा कशा प्रकारे नेतृत्व करता येते याचे आदर्श मॉडल आहे.

'द पब्लिक अफेअर्स इंडेक्स (पीएआय) ने सलग दोन वर्षे पुदुच्चेरीची 'सर्वोत्तम प्रशासन असलेला केंद्रशासित प्रदेश' म्हणून निवड केली होती.

आम्ही करून दाखवलं.

आम्ही इतरांनी बदलण्याची वाट पाहिली नाही. आम्ही स्वत: मैदानात उतरलो.

आमच्याकडे जनता, तरुण, स्त्रिया, प्रोफेशनल्स, देणगीदार, आश्रम, ऑरोविल होते. आमच्याकडे इच्छा होती.

आम्ही निर्भय राहिलो.

रेस्ट इज हिस्ट्री!

प्रकरण ५६

पाऊलखुणा

द टाइम्स ऑफ इंडिया - २७ डिसेंबर, २०१९

Pondy tops UTs in good governance index

Territory Scores 4.69 points

एव्हाना, आम्ही पुदुच्चेरीतील सर्व सरकारी अधिकारी एक मोठं कुटुंब बनलो होतो. आमच्यात भावबंध निर्माण झाले होते व तंत्रज्ञानदृष्ट्या आम्ही नेटवर्कने जोडले गेलो होतो. अर्थात, याला काही अपवाद होतेच.

आता आम्ही आम्हाला 'टीम पुदुच्चेरी' असं म्हणू लागलो होतो. आम्हाला सर्वांना या कार्याशी जोडलं गेल्याची व जबाबदारीची भावना होती.

आम्ही एकत्र मिळून आमच्या कामाचं मूल्यमापन करत होतो. परस्पर सहयोग व समन्वय राखत होतो. टीम पुदुच्चेरीला आवश्यक ते सगळं काही व मार्गदर्शन पुरवलं जात होते. नायब राज्यपाल कार्यालयाच्या कायदेशीर जबाबदाऱ्यांबाबत आता प्रत्येकाच्या मनात स्पष्टता होती.

काही जण अजूनही हितसंबंध गुंतलेल्या लोकांसमोर ठामपणे उभे राहण्यात कमजोर पडत असले, तरी एकट्याने काम करण्याचा उपयोग होणार नाही, ही गोष्टही ते जाणून होते. आमच्याकडील सचिव व वरिष्ठ अधिकारी आपापल्या विभागांचं सुकाणू सांभाळत होते. केंद्र प्रायोजित योजनांसंदर्भात स्वत: पंतप्रधानांकडून मूल्यांकन केले जात असताना ते परिवर्तनाला चालना देत होते. हितसंबंध गुंतलेले लोक 'आता आपण काही गडबड करू शकणार नाही' हे ओळखून होते. आम्ही आर्थिक नियम बारकाईनं पाळत होतो. निधी थेट खात्यावर जमा करण्यामुळे 'गळती'ला आळा बसला होता. सर्व सरकारी खरेद्यांसाठी 'जीईएम' पोर्टलचा वापर

अनिवार्य होता. गुंडांकडून होणारी खंडणीखोरी, तसंच जमिनी बळकावण्याचे प्रकार थांबले होते. व्यवस्था खुली झाल्यामुळे पोलीस अधिक प्रमाणात दिसू लागले होते.

मुख्य सचिव नि:पक्ष होते. ते अधिकाऱ्यांची कंपू व गटांत विभागणी करत नव्हते.

शहर अधिक स्वच्छ, अधिक हिरवंगार व अधिक सुरक्षित झालं होतं. तरुण व इतर लोकांमध्ये स्वयंसेवेची भावना वाढली होती. राजभवन लोकभवन बनलं होतं.

मागच्या दाराने होणारी नोकरभरती थांबली होती. आता प्रत्येक माणसामध्ये व्यक्तिश: जबाबदार असल्याची भावना होती. प्रत्येक विभागाने पुढील वर्षाची योजना जाहीर केली होती आणि ती 'वन ऑन वन' भेटीच्या दुसऱ्या फेरीत माझ्यासमोर मांडली होती. प्रसारमाध्यमे अधिक शोधन करत होती, जे त्यांचं कर्तव्यच आहे.

वरील सर्व गोष्टी या वृत्तीतील बदलामुळे घडल्या होत्या; पण अद्याप हे प्राथमिक अवस्थेत होतं. त्यात सातत्य राहणं गरजेचं होतं.

नोव्हेंबर २०१७मध्ये मुख्य सचिवांची नियुक्ती झाली आणि परिवर्तनाला निर्णायक गती मिळाली. ते अत्यंत प्रामाणिक होते. त्यांच्या येण्याने इतर काही वरिष्ठ स्थानांमध्येही बदल घडले.

भारत सरकारच्या सुमारे ९० केंद्रप्रायोजित योजनांवर बारकाईने लक्ष ठेवण्यामुळे हे सर्व परिवर्तन घडले. त्या जोडीनं केंद्रीय मंत्रालयातून वरचेवर भेटी दिल्या जात होत्या व विभागांच्या ग्रूप्सवर दररोज निरीक्षणे शेअर केली जात होती.

नियमित 'व्हर्च्युअल' आढावा व ब्रिफिंग्ज, वन-ऑन-वन, कार्यालयीन तपासण्या व सोशल मीडियाचा वापर करून इतिवृत्तान्त शेअर करणं याचा टीमच्या प्रगतीसाठी उपयोग झाला.

नियमित मुक्तद्वार, प्रत्यक्ष पाहणी, वीकेन्ड फेऱ्या, तक्रार निवारण व अंतर्गत संवाद संपर्कासाठी तंत्रज्ञानाचा पुरेपूर वापर यांद्वारे आम्ही आमचं नेटवर्क मजबूत केलं. यामुळे लोकांचा प्रशासनावरील विश्वास वाढला.

भारत सरकारने माझी परत येण्याची मागणी मान्य केल्याचं मला कळवलं.

या पुस्तकाचा स्रोत असणारं माझं व्यक्तिगत ग्रंथालय सोबत घेऊन मी दिल्लीसाठी प्रस्थान ठेवलं.

२९ मे, २०१६ ते १६ फेब्रुवारी, २०२१ या कालावधीत मी पुदुच्चेरीची सेवा केली. मला अत्यंत भावपूर्ण निरोप देण्यात आला.

पब्लिक अफेअर्स इन्डेक्स रिपोर्ट, २०२१

– द हिंदू - ६ नोव्हेंबर, २०२१

nefit the consumers. consumers, he added.

Puducherry is the best-governed U.T., says PAI report

Think-tank uses Centre's data in its study

SPECIAL CORRESPONDENT
PUDUCHERRY

Puducherry has emerged as the best-governed Union Territory in the sixth edition of the Public Affairs Index (PAI 2021) report of the Public Affairs Centre (PAC), a non-profit think-tank, based in Bengaluru.

Puducherry notched up a score of 1.345 on an assessment across a range of parameters and led the pack of Union Territories for the second successive year, according to the PAI 2021.

Among the six Union Territories, only Puducherry and Jammu & Kashmir obtained positive scores while the remaining four obtained a negative score.

Sustainable development

The independent and evidence-based study using only Central government data available in the public domain, looked at governance performance in the context of sustainable development defined by three pillars - equity, growth and sustainability, five themes, 14 sustainable development goals and 43 indicators.

The index also took into consideration the administration's response to the pandemic.

The PAI heat map also showed that Puducherry topped in equity, growth and sustainability.

"Puducherry maintains its 1st rank as last year, followed by Dadra Nagar Haveli and Daman and Diu. The poor performers are: Chandigarh at 5th rank and Andaman and Nicobar Islands at 6th. Puducherry with a higher positive correlation coefficient dominates the rankings...," the report said.

On the sustainability front, the report observed that in order for States and Union Territories to attain holistic development, they need to ensure ease of living through keeping in check the pollution levels and should not ignore the factor of cleanliness through solid waste management.

सरकारी अधिकाऱ्यांसाठी उत्तम कार्यपद्धती

RAJ NIVAS
PUDUCHERRY

5 KEY GOOD PRACTICES OF PUBLIC OFFICIALS

I. THE GRIEVANCE REDRESSAL SYSTEM :

- Our approach is, "Why should people wait to be served? We must be impatient to serve them."
- All sources are tapped – (including Social Media) such as Open House, 1031 toll free, Whatsapp, Emails, Postal, Portal, & more.
- Grievances received are acknowledged, recorded and tracked with government departments for redressal. All efforts are made to provide early solutions.
- The petitioner stays connected until their grievance is satisfactorily addressed.

II. * CSR MOBILIZATION IN MISSION WATER RICH PUDUCHERRY :

- Working in collaboration – The donor directly pays the service provider.
- The model of desilting urban and rural water channels, water bodies & more in collaboration with industries/ institutions and communities. Working together with all line departments.
- A sustainable model, as long as the spirit of collective work remains.

III. WHATSAPP GROUPS ACROSS RANK & FILE :

- Whatsapp groups to enable optimum internal interaction between public officials across hierarchies, for urgent attention.
- Ensure instant responses to public grievances, co-ordination within government, better sharing of valuable public information, feedback and issues requiring urgent attention.
- Unites all stake holders in serving the public. Promotes Inter + Intra Communications.

IV. FINANCIAL PRUDENCE & STRICT ADHERENCE TO FINANCIAL RULES :

- Strict adherence to financial rules and spending within allocated budgets.
- Firm decisions taken such as abolishing Business- class air travel for officers in favour of economy-class tickets.
- Close watch on wasteful expenses.
- Promoting DBT (Direct Transfer of Funds)

V. FOCUS ON OFFICERS LED FIELD VISITS BY CONVERGENCE OF DEPARTMENTS :

- Inspecting locations where deficiencies are reported and detected for speedy rectification by frequent field visits.

*** Donors contributed and desilted 874 kms of irrigation channels, 406 ponds, 4 lakes, 3 wells, 5 check dams, and 21 tanks.**

/LtGov.Puducherry /Lt.Governor_Puducherry /LGov_Puducherry rajnivas.py.gov.in /lgov_puducherry

आता जबाबदारी या पदाच्या उत्तराधिकाऱ्यांवर आहे... इथवर पार झालेल्या अंतरात ते आणखी किती भर घालतात आणि सुधारणा घडवतात ते काळच सांगेल.

बातम्यांच्या क्लिप्स व लेखांसाठी क्यूआर स्कॅन करा.

प्रकरण ५७

गोळाबेरीज...

‘सरकारी अधिकाऱ्यांद्वारे निर्भय प्रशासन’ म्हणजे मिळालेल्या पदाच्या सन्मानार्थ अत्यंत प्रामाणिकपणे जबाबदाऱ्या पार पाडणे. तुम्ही सेवेमध्ये ज्या कारणासाठी आहात ते खरं कारण कधीही विसरू नका.

तुमची नोकरी सुरक्षित आहे.

पण, जेव्हा तुम्ही अधिक उन्नत उद्दिष्टाचा मार्ग सोडता तेव्हा तुम्ही असुरक्षितता निर्माण करता.

सरकारी अधिकारी हा सरकारचा चेहरा असतो. सरकारी अधिकारी त्याच्या निवृत्तिवेतनाच्या अखेरच्या दिवसापर्यंत उत्तरदायी असतो ही गोष्ट कायम ध्यानात ठेवा.

तसंच, निर्वाचित प्रतिनिधी येतात आणि जातात, ही गोष्टही नेहमी लक्षात ठेवा.

पण, तुम्ही सेवेत कार्यरत राहता, तुमची कुठेही बदली झाली तरीही. तुमचे निर्णय तुमची पाठ सोडत नाहीत. तुम्ही त्यासाठी जबाबदार राहता.

तुम्ही ज्या पदावर असता व तुमची ज्या पदावर राहायची इच्छा असते, त्या

पदाकडून जेव्हा तुम्हाला स्वत:साठी काहीतरी हवं असतं, तेव्हा तुम्हाला भीती वाटते.

जेव्हा तुमचं लक्ष मूलभूत उद्दिष्टांवर केंद्रित असतं, तेव्हा तुम्ही निर्भय राहू शकता. जेव्हा तुम्ही व्यक्तिगत कारणामुळे विचलित होता, तेव्हा तुम्ही घाबरता. सावध राहा.

प्रशासनातील निर्भयतेमुळेच पुदुच्चेरीत परिवर्तन घडू शकलं. हे पुस्तक हा त्याचा पुरावा आहे. एक टीम म्हणून आम्ही जर घाबरलो असतो, तर आम्ही अपयशी झालो असतो आणि आम्ही ज्या उद्देशासाठी तिथं होतो तो उद्देशही अपयशी ठरला असता.

या पुस्तकातून लक्षात येईलच, की तिथं प्रत्येक पावलावर प्रचंड वैरभाव होता. आम्ही त्याला ठामपणे व आमच्या कल्पनांवरील विश्वासाच्या बळावर तोंड दिलं.

एखादी गोष्ट भल्यासाठी व कायदेशीर असेल तर आम्ही तिला पाठिंबा दिला. आम्ही आमच्याकडील साधनस्रोतांनिशी आमची बाजू लढवली. आम्ही आगच्या कामाचा आदर केला. आमचं आमच्या कामावर प्रचंड प्रेम होतं.

सरकारी अधिकाऱ्यांनी निर्भय राहून उत्तम कामगिरीद्वारे उत्कृष्ट प्रशासन देण्यासाठी ही काही अत्यावश्यक मार्गदर्शक सूत्रे :

उपलब्ध राहा, खुल्या व्यवस्था निर्माण करा. ज्यायोगे लोक तुमच्यापर्यंत पोहोचू शकतील. तुम्ही जर सार्वजनिक सेवेत काम करत असाल, तर या मुद्द्याकडे आवर्जून लक्ष द्या.

लोकांना दिसा, लोक तुम्हाला ओळखू द्यात, लोकांना त्यांच्या अधिकाऱ्याला पाहायचे असते.

दबाव घेऊ नका, कुणाच्या दबावाखाली नियम मोडू नका. जर तुम्ही एकदा नियम मोडलात, तर तुमच्या हातून त्याची पुनरावृत्ती होणारच.

समस्यांवर उपाय शोधा, लाभार्थींशी जोडले जा. त्यांचे म्हणणे ऐका. नवोपक्रम सुरू करा व सहयोग द्या. गट तयार करा. प्रशासनाचा सहभाग ठेवा.

तुमच्या 'कम्फर्ट झोन' बाहेर येण्यास तयार राहा, तुमच्या सहयोगी लोकांना तुमचे कुटुंब बनवा.

मानवजातीच्या सेवेमुळं तुम्हाला सदैव आनंद व सुखसमृद्धी लाभो. गुड लक!

टाइम्स ऑफ इंडिया २५ डिसेंबर, २०२१

Stop passing the buck when you see files, cab secy tells officers

Dipak.Dash@timesgroup.com

New Delhi: For years, government officials have taken refuge in phrases such as "may also see" or "may kindly see" on files that move from one desk to another just because no one wants to take a call on the matter mentioned in them — a case of passing hot potatoes around in circles.

The "syndrome" has caught the attention of and drawn criticism from the country's top bureaucrat at a time when the government is seeking to speed up decision-making and reduce red tape. Cabinet secretary Rajiv Gauba urged senior officers to consciously avoid taking recourse to such phraseology and encourage other colleagues not to succumb to risk-averse behaviour.

Seeking a change in the way the government works, the cabinet secretary said at a workshop on 'Increasing Efficiency in Decision Making' that unless government departments change their culture and take timely decisions, even big-ticket announcements made by the government will not take off.

▶Several levels, P 16

'LAYERS DIFFUSE RESPONSIBILITY'

➤ There are too many levels in govt hierarchy & files go through different layers, not adding any value, says cabinet secy Rajiv Gauba

➤ Says multiple levels don't make any significant contribution to decision-making; they consume more time & diffuse responsibility

➤ Points to 'culture of marking papers up', says 'syndrome' of 'May also see or May kindly see' on files is 'risk avoidance' by officials to 'feel safe that it has been seen by somebody else or somebody above'

Several levels just add to time consumed: Cabinet secy

▶Continued from P 1

Several levels don't make any value addition; they don't make any significant contribution to decision-making and also these don't mean qualitatively better scrutiny. What they certainly mean is more time consumed and diffused responsibility so that they can say that so many other people also looked at that issue and so there is abdication of responsibility," he said, referring to file submissions at multiple levels while speaking at the event which was part of the Good Governance Week.

We are familiar with the syndrome of 'may also see' so that you feel safe that it has been seen by somebody else, said Gauba

Gauba's comments came after coal secretary Anil Kumar Jain flagged how many officers were simply putting their signatures on files without adding any value. Road transport secretary Giridhar Aramane also cited how there was huge delay in issuing toll fee notification for highway stretches as the files had to pass through several layers of officials, which has now been drastically reduced.

The cabinet secretary said that in government system, there is a culture of marking papers to the higher-ups even when decisions can be taken at the junior level. "We are familiar with the syndrome of 'may also see' or 'may kindly see' so that you feel safe that it has been seen by somebody else or somebody above. I think this has to do with risk avoidance. The DoPT and DAPRG (administrative reform and grievances redressal department) should look at the root cause of why this syndrome has developed and what needs to be done," he said.

Referring to presentations made by different secretaries highlighting how the current practice of processing files through different levels only makes things worse, Gauba said that in such cases there are more people who can stop decisions by deciding to have a discussion or raise questions.

पुदुच्चेरी सोडल्यानंतर
माननीय राष्ट्रपती श्री. रामनाथ कोविंद यांच्या हस्ते
प्रशस्तिपत्र व बॅटन स्वीकारताना

व्हिडिओसाठी क्यूआर स्कॅन करा.

राष्ट्रपतींकडून पत्र

सत्यमेव जयते

राष्ट्रपति
भारत गणतंत्र
PRESIDENT
REPUBLIC OF INDIA

08 March, 2021

Dear Dr. Kiran Bedi,

I am pleased to recall that you held the highest constitutional post of Lt. Governor of UT of Puducherry. The method of discharging your constitutional duties evoked respect and appreciation from all. You ensured that the dignity of the position you held was maintained during your tenure and the invaluable contributions made by you revolved around welfare of the people of Puducherry.

The diverse experiences earned by you in your role of a public servant proved to be beneficial in this stint. Your demeanour, achievements and attitude have been a source of inspiration to innumerable people in our country. I sincerely wish you a healthy and long life.

With immense pleasure, I present you a baton decorated with the emblem of the Indian Republic, as a memento.

With best wishes,

Yours sincerely,

(Ram Nath Kovind)

Dr. Kiran Bedi
Former Lt. Governor of UT of Puducherry
India Vision Foundation,
56, 1st Floor, Uday Park,
New Delhi – 110049.

प्रलेखन कक्ष

निवासी कार्यालय व प्रलेखन कक्ष

'निर्भय प्रशासन' हे सहा वर्षांच्या शिस्तबद्ध दस्तऐवजीकरणाचे फलित आहे. त्यामध्ये नियतकालिकांचा व दैनंदिन घटना टिपणाऱ्या 'लाइव्ह व्हिज्युअल्स'चा समावेश आहे.

अशा प्रकारचा 'खजिना' जपून ठेवण्याचा वारसा मला माझ्या वडिलांकडून लाभला आहे. मी टेनिसच्या सामन्यांसाठी बाहेरगावी जायचे, तेव्हा ते वृत्तपत्रांतील क्रीडाविषयक पानावर आलेल्या टेनिस सामन्यांच्या बातम्यांची कात्रणे मी परत आल्यावर मला दाखवायला जपून ठेवत असत. ती कात्रणे आजही माझ्याकडं आहेत.क्यूआरमध्ये माझ्या संग्रहातील कागदपत्रे, फोटो व शॉर्ट व्हिडिओ आहेत.

माझ्या या सवयीचा या पुस्तकासाठी खूप उपयोग झाला.

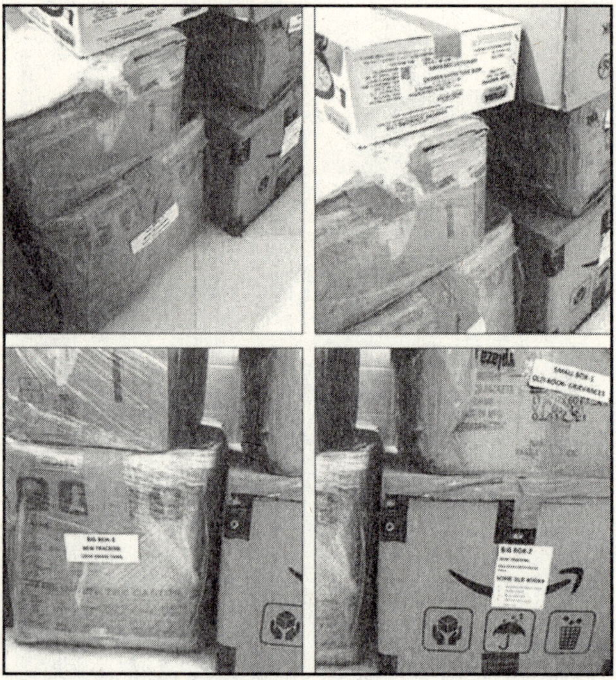

मी माझा हा ट्रकभर संग्रह घेऊन दिल्लीला परतले. तोच या पुस्तकाचा मुख्य स्रोत आहे.

मी २९ मे, २०१६ ते १६ फेब्रुवारी, २०२१ या दरम्यान पुदुच्चेरीची सेवा केली.

फोटो व व्हिडिओंसाठी क्यूआर स्कॅन करा.

या पुस्तकासाठी मला साहाय्य करणाऱ्यांचे आभार!

माझ्या 'इन-हाऊस' टीमनं मला या पुस्तकासाठी संशोधन, लेखन, डिझाइन, संपादन, ग्राफिक्स व तंत्रज्ञानाचा उपयोग यात साहाय्य केलं.

आदिती मेहरोत्रा

पूजा लाल

रिंकी कुमारी

शिवानी अरोरा

सुमित शुक्ला

विशेष आभार

पुदुच्चेरीतील सर्व सरकारी अधिकारी

पुदुच्चेरीतील जनता

ईशा अरोरा

राजभवनमधील प्रशिक्षणार्थी

रिया रघुनाथन्

मणिकंडन

विजयन व पुन्गूहळी

मोनिका धवन

लता कुमारी

प्रीती तालुकदार

हाउसहोल्ड स्टाफ - राजभवन, पुदुच्चेरी व दिल्ली

इंडिया व्हिजन फाउंडेशन

इनटाइम रेप्रोग्राफिक्स

इन्स्टिंक्ट स्कूल अॅन्ड स्टुडिओ ऑफ डिझाइन

माझे कुटुंबीय